நவீன அரசியல் பகுப்பாய்வு

MODERN POLITICAL ANALYSIS

முனைவர். கு. செந்தில்குமார்
முனைவர். க. நித்திலா
முனைவர். க. பாரதிராஜா
முனைவர். சு. ப. செல்வமணி

Copyright © K. Senthilkumar 2023
All Rights Reserved.

ISBN 979-8-88986-972-6

உயர்வை நோக்கிய பசியை வளர்த்துக்கொள்,
வெற்றி தன்னால் வரும்

- மாணவ சமூகத்திற்கு சமர்ப்பணம்

நவீன அரசியல் பகுப்பாய்வு

முனைவர். கு. செந்தில்குமார்

இணை பேராசிரியர்
அரசியல் மற்றும் பொதுநிர்வாக துறை
அழகப்பா பல்கலைகழகம்
காரைக்குடி

முனைவர். நித்திலா கண்ணன்

கௌரவ பேராசிரியர்
அரசியல்அறிவியல் துறை
அரசு கலை கல்லூரி
சேலம்

முனைவர். க. பாரதிராஜா

இணை பேராசிரியர்
அரசியல் அறிவியல் துறை
வேல் டெக் பல்கலைகழகம்
சென்னை

முனைவர். சு. ப. செல்வமணி

கௌரவ பேராசிரியர்
அரசியல் அறிவியல் துறை
அரசு கலை கல்லூரி
ராசிபுரம்

பொருளடக்கம்

முகவுரை

அரசியல் என்பது பழமை வாய்ந்த கருத்தாகவும் பழக்க வழக்கமாகவும் அமைந்து காணப்படுகிறது. மனித இனம் முடிவில்லா காலம் தொட்டு பொருளாதாரத்தை மையமாக வைத்து வாழ்க்கையையும் சமூகத்தையும் நிர்ணயித்து கொண்டிருக்கிறது. பொருளாதாரத்தில் "இருப்பு வளங்கள்" ஒரிடத்தில் குறைகின்ற பொழுது, அங்கே சச்சரவுகளும் பிரச்சனைகளும் மனித உறவுகளுக்கு இடையே எழுகின்றன. அங்கீகரிக்கப்பட்ட சமூகம், கலாச்சாரம், நாகரிகம், பண்பாடு இல்லாத காலகட்டங்களில் வலிமை உள்ளவர்களே அனைத்து சட்டங்களையும் நிர்ணயித்தார்கள். அறிவியலும் நாகரீகமும் வளர வளர சட்டம் என்பது அனைத்து மக்களையும் பாதுகாக்க படக்கூடிய ஒன்றாக கருதப்பட்டது. இவ்வாறு அரசு, அரசாங்க முறை என்பது நாட்டை பாதுகாக்க கூடியதாகவும் மக்களின் உரிமைகளை போற்றக்கூடியதாகவும், சட்டங்களை நிறைவேற்றுவதற்கும் உண்டாக்கப்பட்ட ஒன்றாக மக்கள் ஏற்றுக் கொண்டனர். ஒவ்வொரு நாட்டிலும் அந்த நாட்டிற்கு ஏற்றார் போல அரசாங்க முறை சிந்தனையாளர்களின் மூலமாக கண்டறியப்பட்டது. கிரேக்க நாட்டிலே அரிஸ்டாட்டில் பெருமகனார் அரசாங்க முறைகளை மன்னர் ஆட்சி, செல்வகுடியினர் ஆட்சி, ஜனநாயக ஆட்சி போன்ற மூன்று வகையாக பிரித்தருளி உள்ளார். அதன் பின்னே உருவான சிந்தனையாளர்களும் வல்லுனர்களும் பல நாடுகளில் இருக்கக்கூடிய வரலாறு மற்றும் கலாச்சார அடிப்படையிலே அதற்கு ஏற்றார் போல புதிய அரசாங்க முறைகளை இன்னதென்று ஆராய்வு செய்து கண்டறிந்தார்கள்.

நவீன கால யுகத்திலே "லீவேதான்" என்கிற புத்தகத்தை படைத்த ஹாப்ஸ் என்கிற சிந்தனையாளர் அரசியலை, அறிவியல் ரீதியாக ஆராய்வு செய்த முதல் சிந்தனையாளராக கருதப்படுகிறார். மாக்கியவல்லி, லாக், ரூசோ போன்ற பல சிந்தனைவாதிகள் தங்களுடைய ஆராய்ச்சியின் மூலமாக அரசாங்க முறைகளையும் சட்டத்தின் ஆட்சியையும் அரசின் பண்புகளையும் விளக்கி இருந்தாலும், ஒவ்வொரு காலகட்டத்திலும் நாகரீக வளர்ச்சிக்கு ஏற்றார் போலவும், சூழ்நிலைக்கு தகுந்தார் போலவும் அந்தந்த நாட்டிலே அரசு முறைகள் மாறி வந்திருப்பது நாம் காண முடியும். சீனாவிலே பல போர் விருப்பமுடைய மன்னர்கள் ஆட்சி செய்து அவர்களுக்கு இடையே நில பரப்பையை பிரித்துக் கொண்டனர். எப்பொழுதும் போர் மூண்டு கொண்டே இருந்ததினால் ஒருமித்த சீனாவை உருவாக்குவதில் காலம் தாமதம் இருந்தது. இது போலவே இந்தியாவின் ஆட்சி முறையும் 500க்கும் மேற்பட்ட பிரிவினைகள் இருந்ததால் இந்திய ஒருமைப்பாடு அல்லது ஒரே நாடு என்பது தொலைதூர கனவாகவே இருந்தது. அசோகர், அக்பர் போன்ற பல மன்னர்கள் இந்திய சாம்ராஜ்யத்தை உருவாக்குவதற்கு முனைந்தனர். ஆனாலும் மன்னர் ஆட்சி என்கிற அரசாங்க முறை இந்த ஒருமைப்பாட்டு தேசியத்தை தடுத்து வந்தது என்கிறார்கள் அரசியல் அறிவியல் வல்லுனர்கள். இந்தியா கண்டிப்பாக சுதந்திரத்திற்கு பிறகு அமைதியான நாடாக விளங்காது என்று மேற்கத்திய சிந்தனையாளர்கள் பலர் கருத்து தெரிவித்தனர். ஆனாலும் 75 வருடங்களாக இந்தியா சிறப்பானதொரு ஜனநாயக ஆட்சி முறையை மக்களுக்கு தந்து கொண்டிருப்பதை எவராலும் மறுக்க இயலாது. இதுபோல பல நாடுகளிலே நடத்தப்பெற்ற ஆராய்ச்சியின் மூலமாக பல புதிய கருத்துக்களும் அரசியல் முறைமைகளும் வெளிகொனரபட்டிருக்கின்றன.

அரசியலைப் போல ஆராய்ச்சியும் பழமை வாய்ந்த கருத்தாகவும் நடவடிக்கையாகவும் இருந்து வருகிறது. மனிதனின் மனதிலே தோன்றக்கூடிய ஏன், எதற்கு, எப்படி, எங்கே, என்கிற கேள்விகள் இன்றைய சௌகரியமான வாழ்வு முறைக்கும்

அறிவியல் நுட்பங்களின் வளர்ச்சிக்கும் அடித்தளங்களாக விளங்குகின்றன. பல துறைகளில் ஆராய்ச்சிக்கு உண்டான இந்த கேள்விகள் உலகம் மென்மேலும் வளர்ச்சி பெற துணையாய் நின்றிருக்கிறது என்றால் அது மிகையாகாது. அரசியலிலும் பகுப்பாய்வு பல நூற்றாண்டுகளாக நடத்தப்பட்டுள்ளது. திருவள்ளுவரின் திருக்குறளில் நாம் அரசியல் முறைகளை அறிந்திருக்கின்றோம். கன்பூசியஸ் சீனாவிலே அரசியலை பகுப்பாய்வு செய்து தன்னுடைய அறநெறி கருத்துக்களை விளக்கி இருக்கின்றார். இது போலவே ரோம், கிரேக்க நாடுகளிலே சிறந்த அரசியல் முறைமைகளை பற்றியும் சட்டங்களை பற்றியும், சிந்தனை வாதிகள் பகுப்பாய்வு செய்துள்ளனர். அரசியல் பகுப்பாய்வை பழமைவாதம் மற்றும் அறிவியல் வாதம் என்று இரண்டாக வகைப்படுத்தலாம். பழமை வாதத்திலே வரலாற்று ரீதியாக முறைமை அமைப்பு, கட்டுமானம் செயல்பாடு சட்டங்கள் போன்றவை பகுப்பாய்வு செய்யப்பட்டு அரசியல் முறைமைகள் செதுக்கப்பட்டன. நாளடைவில் இந்த பகுப்பாய்வானது அறிவியலில் இருக்கக்கூடிய பண்புகளை அரசியல் அறிவியலிலும் புகுத்த நினைத்தது. இவ்வாறாக வெளிக்கொணரப்பட்டதையே அறிவியல் வாதத்தில் இருக்கக்கூடிய நடத்தை வாதம், பின் நடத்தை வாதம், பாதுகாப்பு வாதம், முறைமை கோட்பாடு, கட்டுமான செயல்பாட்டு கோட்பாடு, தகவல் தொடர்பு கோட்பாடு, முடிவெடுக்கும் கோட்பாடு, விளையாட்டு கோட்பாடு, அரசியல் சமூகமயமாக்கல், அரசியல் கலாச்சாரம், அரசியல் வளர்ச்சி ஆகிய இவை யாவும் பகுப்பாய்வு செய்யப்பட்டு புதிய அரசியல் அறிவியலை இந்த உலகத்து அறிவு சார் பள்ளிக்கு அர்ப்பணிக்க நினைத்தது அறிவியல் கூடாரம். அரசியல் அறிவியல் என்பது மனிதர்கள் சார்பான படிப்பாக இருப்பதினால் முழு அறிவியலை விட மேன்மை பட்டது என்கிறார்கள் அரசியல் அறிவியலிலே இருக்கக்கூடிய சிந்தனைவாதிகள். மனித இனம் இல்லாது போனால் உலகத்தை பகுப்பாய்வு செய்வது எவ்வாறு தேவையில்லாததோ, அதுபோலவே அரசியல் அறிவியல் என்பது ஒரு ஆளும் அறிவியலாக, முழு அறிவியலுக்கும் மிஞ்சியதாக

செயல்படுவதை நாம் காணலாம். ஆனாலும் அரசியல் அறிவியலை ஒரு அறிவியலாக பல அறிவியல் நிபுணர்கள் ஏற்றுக் கொள்ளவில்லை. ஏனெனில் அறிவியலில் இருக்கக்கூடிய அடிப்படை பண்புகளான பரிசோதனை, கூர் நோக்கு, உலகளாவிய விதம், கணிப்பு போன்ற பண்புகள் அரசியல் அறிவியலில் இடம்பெறாததாக உள்ளது. இவ்வாறு பழைமைவாதத்திற்கும் அறிவியல் வாதத்திற்கும் இடையேயான சர்ச்சை அரசியல் அறிவியலிலே நீண்ட காலம் இருந்து வருகிறது. இதன் மூலமாக அரசியல் அறிவியல், கோட்பாடுகளையும் புதிய கருத்துக்களையும் இழந்து வருகிறது என்றும் நிபுணர்களுடைய கருத்தாக உள்ளது. மேற்கூறிய அத்துனை விடயங்களும் இந்த புத்தகத்திலே விவாதிக்கப்பட்டுள்ளது. இளங்கலை மாணவர்களுக்கு அரசியல் அறிவியலிலே, நவீன அரசியல் பகுப்பாய்வு என்பது புரியாத புதிராக இருப்பதை அரசியல் ஆய்வாளர்கள் கண்டறிந்துள்ளார்கள். நவீன அரசியல் பகுப்பாய்வை தமிழில் புரிந்து கொள்வதற்கு மிகவும் குறைவாகவே புத்தகங்கள் உள்ளது. இக்குறையை நிவர்த்தி செய்வதற்காகவும் மாணவர்கள் அரசியல் பகுப்பாய்வை பற்றி விளக்கமாக தெரிந்து கொள்வதற்காகவும் இந்த புத்தகம் ஆசிரியர்களுடைய மற்றும் ஒரு படைப்பாக அமைந்துள்ளது. மாணவர்கள் படித்து பயன்பெறுமாறு அறிவுறுத்தப்படுகிறார்கள்.

முனைவர். கு. செந்தில்குமார்
முனைவர். க. நித்திலா கண்ணன்
முனைவர். க. பாரதிராஜா
முனைவர். சு. ப. செல்வமணி

நன்றி

முனைவர். அ. சண்முகம்,

பேராசிரியர் & துறைத்தலைவர்(முன்னாள்),

அரசியல் அறிவியல் துறை, அண்ணாமலை பல்கலைகழகம்.

சக பேராசிரியர்கள், அரசியல் அறிவியல் & பொது நிர்வாக துறை, அண்ணாமலை பல்கலைகழகம்.

சக பேராசிரியர்கள், அரசியல் & பொது நிர்வாக துறை, அழகப்பா பல்கலைகழகம்.

க. கல்பனா பாரதிராஜா, சாய் சரண்

முனைவர். சுப்பிரமணியன்-செல்வமணி, உதவி பேராசிரியர், வேதியியல் துறை, திருவள்ளுவர் அரசு கலை கல்லூரி.

சு. ராஜரிஷி, சு. ஜீவநேசன்

திரு. சி. ம். ரஞ்சித்-நித்திலா, சஷ்வின் மாணிக் , அஷ்வின் ஆதவன்.

செ. ஹரிஹரன் செ. ஹரிணி ர. அஷ்வின் ரா. நிவேதனா

நவீன அரசியல் பகுப்பாய்வு - ஓர் அறிமுகம்

தொடக்கவுரை

அரசியல் அறிவியல் பாடமானது அரசையும், அரசாங்கத்தையும் பற்றி படிப்பது ஆகும். அரசியல் என்பது அறிவியலா என்கிற கேள்வி இன்று வரை விவாதமாகவே உள்ளது. விடைகள் வந்த வண்ணம் உள்ளன. ஆராய்ச்சிகள் பெருகிவரும் இக்கால கட்டத்தில் அரசு அரசாங்கத்தை மட்டுமல்லாது அமைப்பு சார்ந்த உறவுகள், அதிகாரம், தகவல் தொடர்பு, முடிவு எடுக்கும் தன்மை, பொருளாதார நிலை போன்ற பல கருத்துகளிலும் பரிமாணங்களிலும் பார்க்கப்படுகிறது. நவீன அரசியல் பகுப்பாய்வானது மேற்கூறிய பரிமாணங்களை எடுத்துக்காட்டுவதாகவும், அலசி ஆராய்பவையாகவும் உள்ளது. அரசியல் அறிவியலின் தொடக்கம், இயல்பு, எல்லை, உட்கருத்துக்கள், மூலக்கூறுகள், புதிய பரிமாணங்கள் மற்றும் சட்டங்கள் போன்ற யாவும் சிந்திக்க வைப்பதாக உள்ளது.

அரசியல் என்பது "போலீஸ்" என்கிற கிரேக்க வார்த்தையிலிருந்து உருவானது அனைவரும் அறிந்தது. அரசியல் அறிவியல் என்பது ஒரு முறைமைப்படுத்தப்பட்ட படிப்பாக விளங்குகிறது இப்பாடத்தில் உள்ள கருத்துக்கள் யாவும் ஆராய்ச்சிகளுக்கு ஏற்ப மாறிக்கொண்டே இருப்பதை காண்கிறோம். உதாரணத்திற்கு "அரசு" என்கிற கண்களுக்கு தெரியாத அமைப்பின் பல வளர்ச்சிகளையும் தேவைகளையும் செயல்பாடுகளையும் நாம் காண்கிறோம். "போலீஸ் அரசு" என்பது பழமை காலத்து முறைமையாக இருந்தது.

தற்போது மக்கள் நலன் அரசாக மாறி உள்ளது. அரசாங்கம் என்பது முற்காலத்தில் அசைக்க முடியாததாய் இருந்தது. ஆனால் இப்பொழுது கூட்டாட்சி தத்துவம் அரங்கேறி உள்ளது. முன்னர் சட்டம் உறுதியானதாக அமைந்தது, இப்போது வலைக்க கூடியதாக உள்ளது. பாதுகாப்பு என்பது முன்பு எல்லையை ஒட்டி அமைந்தது. ஆனால் இன்றைய கணினி காலகட்டத்தில் ஒவ்வொருவரின் அலைபேசியில் பதிவிடும் தகவல்களையே பாதுகாக்கப்பட்டதாக மாற்றும் நிலையில் உள்ளது. இதுபோல காலத்திற்கு ஏற்றவாறு கருத்துக்கள் மாறுவது இயற்கையாக மாறிவிட்டது. 2300 வருடங்களுக்கு முன்பாக அரசியலை குடும்பமாகவும் அடிமை கட்டுப்பாடாகவும், புரட்சி கட்டுப்பாடாகவும் அரிஸ்டாட்டில் பார்வையிட்டுள்ளார். மேலும் அரசியலை எல்லை சார்ந்த ஒரு நடவடிக்கையாக பார்க்காமல் தேசம், பிராந்தியம், சர்வதேசம், மதம், வாணிப சங்கம், அமைப்புகள் போன்ற அகண்ட பார்வையில் காணுகின்றார்கள். இதனாலேயே அரசியலில் ஈடுபடுபவர்களை தலைவனாக உணர்த்தியுள்ளார்கள். ஏனெனில் அரசியல் நடவடிக்கையில் ஈடுபடுபவர்களுக்கு இப்பாடமானது மக்களை கட்டுப்படுத்துவது எப்படி என்று கற்றுக் கொடுக்கின்றது. மேலும் ஏனைய சமூக அறிவியல்கள் உருவெடுக்கும் சூழ்நிலையில் அரசியல் அறிவியலுக்கென்று தனி வரையறை தேவைப்படுகிறது. இதனாலேயே இப்பாடத்தை அரசின் அறிவியல் என்றும் கூறுகிறார்கள். மேலும் அரசு சார்ந்த கோட்பாடு, அமைப்பு, போன்றவை அரசாங்கம் மற்றும் பழக்க வழக்கங்கள் என்றும் வரையறுக்கின்றனர். அரசியல் பழக்கவழக்கம் எனப்படுவது யாதெனில் அரசாங்கத்தின் சட்ட திட்டங்களுக்கு கட்டுப்பட்டு நடக்கும் மக்களின் வழக்கமாகும். மேலும் அரசியலை சமூகத்தில் அதிகாரம் சார்ந்த கல்வியாகவும் பார்க்கிறார்கள். அதிகாரத்தில் இருப்பவர்களும் பணபலம் படைத்தவர்களும் அரசியல் நடவடிக்கைகளில் அதிகம் பங்கேற்பதால் இந்நிலைப்பாடு பொருந்தும். மேக்ஸ் வெபர் கூறுவது போல குறிப்பிட்ட எல்லையில் ஒழுங்கமைவு தொடர்ந்து நடத்தப்படும்போது அது அரசியல் அமைப்பாக உருவெடுக்கிறது

அரசியல் அறிவியலில் "அமைப்புகள்" பகுப்பாய்வின் முதன்மை **கூறலாக** அமைகின்றன. அரசியலில் அமைப்புகள் என்றால் சட்டத்துறை, நிர்வாக துறை, நீதித்துறை ஆகும். அரசியல் முறைமையில் ஏனைய பல்வேறு அமைப்புகளும் பங்கு வகிக்கின்றன. ஆனாலும் சட்டத்துறை, நிர்வாக துறை, நீதித்துறை ஆகியன பெரும் பங்கு வகிப்பதால் பகுப்பாய்வின் மூலக்கூறுகளாக கருதப்படுகின்றன. தற்போதைய காலகட்டத்தில் அதிகாரம் என்கிற கருத்தானது பகுப்பாய்விற்கு பெருமளவு உட்படுத்தப்பட்டுள்ளது பெரும்பாலான அரசியல் அறிவியல் வல்லுநர்கள் மற்றும் ஆராய்ச்சியாளர்கள் பகுப்பாய்வுக்கு உபயோகப்படுத்தக்கூடிய கருத்தாக அதிகாரம் அமைகிறது. எந்த நாடு அதிகாரத்தில், அதீதமாக செயல்படுகிறதோ அந்நாட்டை **ஆராய்வுக்கு உட்படுத்துவது** சிறந்ததாகிறது. வெகு சமீபத்தில் ஒரு அமைப்பில் மனித உறவுகள் மற்றும் நடத்தைகள் பகுப்பாய்வுக்கு எடுத்துக் கொள்ளப்பட்டு முடிவுகள் கொணரப்பட்டுள்ளன. ஒரு குறிப்பிட்ட சூழ்நிலையில் அமைப்பு சார்ந்த நபர்கள் அல்லது தொழிலாளர்கள் எவ்வாறு நடத்தையில் மாறுபடுகிறார்கள் என்பது இதிலிருந்து தெரிய வருகிறது. ஈஸ்டன் என்கிற முறைமை கோட்பாட்டு ஆய்வாளர் அரசியலை "அதிகாரத்துவ ஒதுக்கீட்டு மதிப்புகளாக" சித்தரிக்கின்றார். நாட்டிற்கு தேவையானவைகளை ஒதுக்கீடு செய்வதில் முடிவெடுத்தல் மற்றும் நடைமுறைப்படுத்துதல் ஆகியவை இதில் அடங்கும். அரசியலை அரசியல் கட்டுமானமாகவும், அரசியல் நடவடிக்கையாகவும், முறைமையாகவும் பார்க்கின்றார்கள் அரசியல் சிந்தனையாளர்கள். அரசியல் அறிவியலின் தந்தை 'அரிஸ்டாட்டிலை' போன்று யாரும் பரந்த நோக்கத்துடன் அரசியலை பார்க்கவில்லை. புதிய கண்ணோட்டத்துடன் அரசியல் அறிவியலை அணுகாததால் அதன் எல்லை விரிவடையாததாகவே இருக்கிறது என்பது ஒரு குறைபாடு. அரசும் அரசாங்கமும் சமூகத்தின் துணை மூலக்கூறுகளாக செயல்படுவதை எவராலும் மறுக்க இயலாது. இவ்வாறு

அரசியலை சமூகத்துடன் இணைத்தும் பகுப்பாய்வு செய்யலாம். பல சமூக அறிவியல் பெருமகனார்கள் அரசியல் அறிவியலை சமூகவியலில் இருந்து பிரித்துநற முடியாத பாடமாக பார்க்கிறார்கள். எழுத்தாளர்களும் சிந்தனையாளர்களும் அரசியல் அறிவியல் கோட்பாடு மற்றும் அரசியல் தத்துவம் போன்ற வார்த்தை அமைப்புகளை முறையில்லாமல் பயன்படுத்துவதால் அரசியல் சார்ந்த வார்த்தை, அமைப்புகள் முறையற்று நிலுவையில் இருக்கிறது எனலாம். 'சபைன்' பெருமகனார் அரசியல் கோட்பாட்டின் உள்ளடக்கமே அரசியல் தத்துவம் மற்றும் அரசியல் அறிவியல் என கூற்று தெரிவித்துள்ளார். அரசியல் தத்துவம் என்பது உண்மைகள் மட்டுமல்லாது விதிமுறைகளையும் உள்ளடக்கியது ஆகும். மேலும் இப்பாடம் பல இலக்குகளையும், எல்லைகளையும் உள்ளடக்கியதாக விளங்குகிறது. பல கோட்பாடுகளையும் கொள்கைகளையும் அலசி ஆராயும் விதத்தில் உள்ளது எனலாம். அரசியல் தத்துவத்திற்கு எந்தளவிற்கு முக்கியத்துவம் அளிக்கப்படுகிறது என்று ஆராயும் போது தத்துவங்களின் பாதிப்பு இக்காலத்திலும் உள்ளது எடுத்துக்காட்டாக 'பிளாட்டோ மற்றும் அரிஸ்டாட்டில்' தத்துவங்களை நாம் கூறலாம். பிளாட்டோவின் கல்வி முறைமை, அரிஸ்டாட்டிலின் அரசியல் சட்டம் இன்றைய பிரச்சனைகளுக்கு தீர்வுகளாக அமைந்திருப்பதை நாம் காண்கின்றோம். இதன் மூலம் அறிந்து கொள்வது என்னவென்றால் எந்த ஒரு பாடத்தின் எல்லையையும் ஒரே பார்வையுடன் அணுகுவது தவறானது. அரசியல் அறிவியலை எடுத்துக் கொண்டு ஆராயும் பொழுது அதில் வரலாறு, சமூகம், பொருளாதாரம், தத்துவம், மானுடவியல் போன்ற பல்வேறு அணுகுமுறைகளையும் பயன்படுத்துவது சிறப்பு ஆகும்.

வரலாற்று முறைமை

'சபைன்' என்கிற அரசியல் ஆய்வு நிபுணர் கூறுவது போல அரசியல் நடவடிக்கையை படிப்பதற்கும், ஆராய்வு செய்வதற்கும்

தகுந்த முறை வரலாற்று முறையாகும். இதை பழமை வாதமாகவும் பரிணமிக்கலாம். சர்ச்சைக்குரிய, இன்றியமையாத கேள்விகளான அரசு அதன் கோட்பாடுகள், சுதந்திரம் அதன் இயல்பு, அரசாங்கத்தின் முக்கியத்துவங்கள், அரசாங்க எல்லைகள், இவைகள் யாவும் வரலாற்று முறைமையின் மூலமாக கண்டறியகூடிய கருத்துகளாகும். ஒரு குறிப்பிட்ட சூழ்நிலையில் நடைபெறும் வரலாற்று நிகழ்வுகள், அதன் தாக்கங்கள் அனைத்து காலகட்டங்களிலும் நிகழப் பெறும் அல்லது மீண்டும் நிகழும். உதாரணத்திற்கு ஒரு புரட்சி நடக்கிறது, அது ராணுவப் புரட்சியாக இருக்கும் பட்சத்தில் அந்நாட்டில் அது மறுபடியும் உருவாதற்கு வாய்ப்பு உள்ளது. பாகிஸ்தானை போல மற்றும் ஆப்பிரிக்காவில் நடக்கும் குடிமை போர்கள் போல, அமெரிக்காவில் கருப்பர் இனத்துக்கு எதிராக நடக்கும் இனவெறி ஆகியவைகளை குறிப்பிடலாம்.

இதை கோட்பாடு ரீதியாக அரசியல் அறிவியல் பாடத்தில் விளக்குகின்றார்கள் ஆய்வாளர்கள். சபைன் மேற்கூறியதை மூன்று பிரிவுகளில் பார்க்கலாம்.

- முதலாவதாக உண்மைத்துவம்

- இரண்டாவதாக காரனத்துவம்

- மூன்றாவதாக கணிப்பு, ஆகும்

பிளாட்டோடோவின் காலம் கிமு மூன்றாவது நூற்றாண்டாக இருந்தாலும் அவர் கூறிய அனைத்து கருத்துகளும், கொள்கைகளும் இன்றைய அளவில் பயன்பாட்டில் உள்ளது. இதே போல 'ஹாப்ஸ் மற்றும் லாக்' உருவாக்கிய சமூக ஒப்பந்த கோட்பாடு, இக்காலகட்டத்திலும் பொருந்தக்கூடியதாக உள்ளது. பல சமூக அரசியல் சிந்தனைவாதிகள் சமூகம் சார்ந்த போராட்டங்களிலும் இயக்கங்களிலும் பங்கு பெறவில்லை என்றாலும் அவர்களை பாதித்த நிகழ்வுகளின் மூலமாகவே கருத்துக்கள் விளக்கப்படுகின்றன. அரசியல் கோட்பாடுகள் என்பது மக்கள் சமூகத்தை சமாதானப்படுத்துவதற்கும், நன்னெறி சமூகமாக

மாற்றுவதற்கும் பயனாகிறது. சபைன் கொள்கை வாதத்தின்படி அரசியல் கோட்பாடு என்பது கோட்பாடுகளையும் நிகழ்வுகளின் காரணங்களையும் உள்ளடக்கியதாக காணப்படுகிறது.

சமூகவியல் அணுகுமுறை

வரலாற்றுமுறை வாதம் பழமைவாதமாக கருதப்படுகிறது. ஏனெனில் இவ்வாதம் அரசியல் அறிவியலில் அரசு அரசாங்கத்தை பற்றி மட்டுமே ஆய்வு செய்து விளக்கம் அளிக்கிறது. ஆனால் அரசியல் அறிவியல் என்பது சமூகத்தை அடிப்படையாகக் கொண்டது என்கிறார்கள் கேட்டலின் போன்றோர். அரசு, அரசாங்கம் போன்ற அமைப்புகள் மக்களையும் மக்கள் சார்ந்த சமூகத்தையும் கட்டுப்படுத்துவதற்கு உருவாக்கப்பட்டதாகும். இதனால் சமூகத்தை முதன்மை மூலக்கூறாக கொண்டு அரசியல் அறிவியலை படித்துணர வேண்டும் அல்லது பகுப்பாய்வு செய்ய வேண்டும். அரிஸ்டாட்டில் போன்று காட்லின் அரசியல் அறிவியலை ஒரு கூண்டுக்குள் அடைக்க விரும்பவில்லை. மாறாக பரந்து பட்ட நோக்கங்கள் பறைசாற்றப்பட வேண்டும் என கூற்று தெரிவிக்கின்றார். சமூகத்தைப் பற்றிய பொதுக் கோட்பாடுகள், நிகழ்வுகள், கட்டுமானங்கள், போன்றவை அரசியல் அறிவியலில் இன்றியமையாததாகும். தனி மனிதர்களின் நடவடிக்கைகள் கட்டுப்பாட்டு கோட்பாட்டின் கீழ் வருகிறது. எனவே இவை சார்ந்த சட்டம், சுதந்திரம் போன்ற கருத்துக்கள் அலசி ஆராயப்பட வேண்டும். 'வெபர்' கூறுவது போல சக்திக்கு உண்டான போராட்டம் அல்லது அதிகாரத்தில் இருக்கக்கூடியவர்கள் சக்தியை பெறுவது அரசியல் ஆகிறது. மேலும் அங்கீகரிக்கப்பட்ட அமைப்புகளுக்கு இடையேயான போராட்டம் அரசியல் ஆகிறது. அமைப்புகள் கட்டுப்பாடு என்ற கூட்டுக்குள் இருந்து செயல்படுவதாலும். இதர கட்டுப்பாடு என்பது தனி மனிதனிலிருந்தும், சமுதாயத்தில் இருந்தும் உணரக்கூடியதாக உள்ளது.

இயற்கையிலேயே மனிதர்களுக்கு கட்டுப்பாடு அவசியமாகிறது. எனவே அரசியலமைப்புகள் கட்டுப்பாடு என்ற

பயனுள்ள அளவுகோல் மூலம் பகுப்பாய்வு செய்வதும் நன்று. மேலும் சக்தியையும் அடிப்படையாக கொண்டு அரசியல் பகுப்பாய்வு செய்யப்படுகிறது. அரசியலில் வளர்ந்த நாடுகள் வல்லரசு நாடுகளாக உள்ளன. இவை எவ்வாறு வல்லரசு நாடுகளாக உருவாக்கப்பட்டன என்பதை ஆய்வு செய்து அளவுகோல்கள் நிர்ணயிக்கப்படுகின்றன. 'மார்கந்தோவின்' கூற்றின்படி சக்தி, ஆதிக்கம் ஆகிய கருத்துக்கள் ஆராய்ச்சிக்கு உகந்ததாக உள்ளது. ஏனெனில் மேற்கூறிய கருத்துகள் நாட்டின் இயல்பை முடிவு செய்யக்கூடியதாக உள்ளன. ஆனாலும் நாடுகளுக்கு இடையேயான கூட்டுறவு, ஒரு மாபெரும் சக்தியினை அடைவதற்காக இன்று நிலுவையில் உள்ளது. இது தொடர்பான ஆராய்ச்சிகள் வலிமைபடுத்தும் சூழ்நிலையில் நாடுகளுக்கு இடையேயான ஒற்றுமை அதிகமாகிறது. மேலும் உளவியல் ரீதியான அணுகுமுறைக்கு 'வாலஸ் மற்றும் பிரைஸ்' போன்றோர் அரசியல் அறிவியலிலே பகுப்பாய்வு செய்துள்ளார்கள்.

தத்துவார்த்த அணுகுமுறை

வரலாற்று அணுகுமுறையும், சமூகவியல் அணுகுமுறையும் அதன் கருத்தாக்கங்களையும், உள்ளடக்கத்தையும் நிலை நிறுத்தியதை பார்த்தோம். இது தவிர்த்து மக்களுக்கு நன்மைகள் செய்யக்கூடியது எது என்ற கேள்வி முக்கியமாக அமைகிறது. தத்துவ ரீதியான அணுகுமுறை இதற்கு விடை அளிக்கிறது. 'ஸ்ட்ராஸ்' அவர்கள் அரசியல் கோட்பாட்டையும் அரசியல் தத்துவத்தையும் சேர்த்து அரசியல் சிந்தனைகளை வெளிப்படுத்துகிறார். ஒரு கருத்தையோ, அல்லது சிந்தனையோ மதிப்பீடு செய்யப்படாமல் அதன் நன்மைகளையும் தீமைகளையும் புரிந்துகொள்ள இயலாது. அரசியல் அறிவியலில் தத்துவ ரீதியான உண்மைகளை கண்டறியும் முறை முக்கியமானதாகும். மேலும் மதிப்புகள் மேம்பட பாடுபடுதல் வேண்டும். எந்த ஒரு பாடத்தையும் மதிப்புகள் இன்றி பார்ப்பது உபயோகம் இல்லாதது. மனித மதிப்புகள் என்பது ஒரு உளவியல் ரீதியான அம்சமாகும்.

அரசியல் நடவடிக்கையில் மதிப்புகளை பகுப்பாய்வு செய்வதன் மூலம் நாம் பல பயன்களை பெறலாம் என்பது ஸ்ட்ராஸ் அவர்களின் கருத்தாக அமைகிறது. நல்லியல்பு, சமூகம் மற்றும் வாழ்க்கையை கண்டறிய உளவியல் ரீதியான பகுப்பாய்வு அவசியமாகிறது. அரசியல் தத்துவமும், அறிவியலும் மனித நடவடிக்கைகளை கண்டறிய உதவும் பிரிவுகள் ஆகும்.

ஒருமித்த முறைமை

தத்துவமும், அறிவியலும் அரசியல் அறிவியலை பகுப்பாய்வு செய்வதற்கு மிக முக்கியமான வழிமுறைகளாக கருதப்படுகிறது. அறிவியல் ரீதியான வழிமுறைகளை தவிர்க்க இயலாது, அதேபோல தத்துவ ரீதியான முறைகளும் அரசியலை பகுப்பாய்வு செய்வதற்கு இன்றியமையாததாய் உள்ளது. ஒரு நாட்டின் வளர்ச்சியை நாம் கண்டறிய முயலும் பொழுது அதன் கலாச்சாரம், பண்பாடு, வரலாறு, பழக்கவழக்கங்கள் போன்றவைகளை அலசி ஆராய்ந்து வேண்டும். அதே சமயத்தில் அறிவியல் ரீதியாக உற்பத்தி, மக்கள் தொகை, படிப்பறிவு, பொருளாதார நிலைகள் போன்றவற்றையும் அதன் விழுக்காடுகளையும் கண்டறிவது சிறப்பு. இதையே ஒருமித்த அணுகுமுறை கூறுகிறது. அரசியலில் அணுகுமுறை என்பது குறிப்பிட்ட முறைகளில் ஒப்புதலை எதிர்நோக்கி உள்ளது. மேலும் இம்முறைகளில் ஆய்வாளர்களை பயிற்சி செய்வதும் அவசியம்.

இவ்வாறு பகுப்பாய்வின் மூலம் உருவாக்கப்படும் பொது விதிகள் ஒவ்வொரு அறிவியல் பாடத்திற்கும் வேறுபடுகிறது. உதாரணத்திற்கு வேதியலில் காணப்படும் பொது விதிகளும், அணுகுமுறைகளும் வானவியலுக்கு பயன்படுவதில்லை. ஆனாலும் "தரவு அளவீடு" என்பது அனைத்து அறிவியலுக்கும் பொருந்துவதாக உள்ளது. 'அரிஸ்டாட்டில் கூறுவது போல எந்த ஆராய்ச்சி துல்லிய தன்மையை நோக்கி பயனிக்கிறதோ அதுவே சிறந்த பங்களிப்பாக விளங்குகிறது'. அரசியல் அறிவியலை முறை சார்ந்து படிப்பதற்கு பல முறைகளை நாம் பயன்படுத்துவது

புதிய வெளிப்பாடுகளை கண்டறிய உதவுகிறது. சமூகவியல் சமூகத்தைப் பற்றியும், உளவியல், தனி மனிதனின் சிந்தனை போக்கையும் கண்டறிய உதவுவதால் இவ்விரண்டு பாடங்களுமே அரசியல் அறிவியல் பகுப்பாய்வுக்கு உதவுகிறது. அரசியல் அறிவியல் அரசை பற்றிய படிப்பதாக இருப்பதால் மாற்றத்திற்கு ஏற்ப புதிய கல்வி முறைகள் தேவைப்படுகின்றன. சில அரசுகள் அரசியல் சட்டத்தை பின்பற்றுவதாக உள்ளது, மேலும் பல அரசுகள் மத சட்டங்களை போற்றி பாதுகாக்கின்றன.

இன்னும் பல அரசுகள் சர்வாதிகாரத்தை மையப்படுத்தி கொள்கைத்துவங்களையும் நடைமுறைப்படுத்தி வந்துள்ளன என்பதை நாம் வரலாற்று ரீதியாக காண்கிறோம். மேலும் அரசியலில் வரலாற்றை ஆய்வு செய்யும் பொழுது எதிர்மறை நிகழ்வுகளும் பயன்பாட்டில் இருப்பதை மறுக்க இயலாது. இவற்றை போல சில விஷயங்களில் அரசியல் அறிவியலை பகுப்பாய்வு செய்யும் பொழுது துல்லிய தன்மை தேவையானதாக உள்ளது. இதற்கு தகுந்தார் போல புள்ளியியல் முறைகள், நேர்காணல் போன்ற யுக்திகளை பயன்படுத்துவது சாலச் சிறந்தது ஆகும். இது ஒரு புறம் இருக்க தத்துவம் தன் நிலைப்பாட்டையும் பாதிப்பையும் அரசியல் அறிவியலில் உள்ளடக்கி உள்ளது. ஸ்ட்ராஸ், க்ரான்ஸ்டன், டில்லிக் போன்றோர் அரசியல் அறிவியலில் தத்துவ சிந்தனைகளின் பாதிப்பை கூறியுள்ளனர்.

சுயசார்பு -அரசியல் அறிவியல்

அரசியல் அறிவியலை அறிவியலுக்குள்ளோ அல்லது தத்துவம் சார்ந்ததாகவோ வைத்து பார்ப்பது அபாயகரமான விளைவுகளை ஏற்படுத்தும் என்று கூறுகின்றார் 'ஜாக்கோப்சன்'. அரசியல் என்பது அறிவியலும் அல்ல தத்துவமும் அல்ல, மாறாக அது தனித்தன்மையை பெற்றிருக்கக் கூடிய கல்வி முறைமையாகும். அறிவுபூர்வமான, ஆக்கபூர்வமான மனித நடவடிக்கைகளில் அரசியல் அறிவியலும் ஒரு பாடம் ஆகும். அரசியலை அதன் இயல்பிலே புரிந்து கொள்வது நன்று என

ஆய்வாளர்கள் விடையளிக்கின்றார்கள். அரசியல் அறிவியலில் இருந்து அறிவியலை பிரித்தோம் என்றால் எஞ்சி இருப்பது வெறும் நன்னெறி வாதமே, மாறாக தத்துவத்தை தள்ளி வைத்து பார்த்தால் முறைமைகளின் தொகுப்பாக மட்டுமே நாம் புரிந்து கொள்ள முடியும். அறிவியல் முறையானது துல்லிய தன்மையை அவசியமாக்குகிறது, தத்துவமானது நன்னெறியை புனித படுத்துகிறது. ஒரு மொழியை களையெடுப்பது என்றால் அதன் அடித்தள விழுமியங்களை கலைப்பதற்கு சமமாக பாவிக்கப்படுகிறது. அரசியல் அறிவியலும் இது போன்ற பாதிப்பை சந்திக்க நேரிடும். இலக்கை நோக்கிய முறையை அரசியல் அறிவியலில் புகுத்துகிறபோது, அங்கே நாம் எதிர்பார்க்கும் பிரதிபலன்கள் கிடைக்க பெற மாட்டாது. தத்துவவியலாளர்கள் உண்மை நிலவரங்களை அறிய முற்படாமல் நன்னெறி பிரசங்கத்தை தொடர்ந்து புகுத்துவதின் மூலம் அரசியல் அறிவியலின் தனித்தன்மையை பாழ்படுத்துகிறார்கள் என்பதே அறிவியலாளர்களின் கருத்தாக அமைகிறது. மேலும் அரசியல் அறிவியலின் தற்போதைய தேவையான அறிவு சார் சிந்தனையே மேலோங்கி உள்ளது. நுட்பங்கள் என்பது அரசியல் அறிவியலுக்கு இரண்டாம் பட்சமாகவே உள்ளது

பழமைவாதம் மற்றும் அறிவியல் வாதம்

பழமைவாதம் மதிப்புகளை மேம்படுத்துகிறது. ஆனால் அறிவியல் வாதமோ உண்மைகளை அங்கீகரிக்கிறது. அரசியல் அறிவியலை ஆய்வு செய்வதற்கு மதிப்புகளை புறந்தள்ளி அறிவியல் ரீதியாக ஆராய முனைந்தார்கள். ஆனால் மனிதர்கள் தொடர்பான அரசின் நடவடிக்கைகளை மதிப்புகள் இன்றி பார்ப்பது பயனற்றது. ஒவ்வொரு மனிதனும் தன் குடும்பம், நிலப்பரப்பு, சமூகம், மாகாணம், நாடு, உலக சமூகம் என்று வளரும்போது பல்வேறு மதிப்புகளை அடிப்படையாக வைத்து வளர்கிறான். அவனுக்கு நல்லது தீயது எது என்பதை குடும்பமும், சமூகமும்

கற்றுத் தருகின்றன. இவ்வாறு வளர்கின்றவன் அரசியல் நடவடிக்கைகளில் ஈடுபடுகின்ற பட்சத்தில் "மக்கள் நலன்" என்கிற மாபெரும் மதிப்பானது தலை தூக்கி நிற்கிறது. அறிவியல் ஆய்வாளர்கள் துல்லியத்தன்மைக்கும், கணிப்பிற்கும் மட்டுமே முக்கியத்துவம் அளிக்கிறார்கள். தாவரவியல், விலங்கியல் போன்ற துறைகள் போல, அரசியல் அறிவியல் அங்கங்களை பற்றியோ, உயிர்களை பற்றியோ படிக்கின்ற படிப்பல்ல என்பதை நாம் புரிந்து கொள்ள வேண்டும். உயிர்கள் என்றால் ஐந்தறிவு மிருகங்களை குறிப்பதாகும். மனித இனம் அரசியல் நடவடிக்கைகளில் ஈடுபடுவதால் நாம் மதிப்புகளை தள்ளி வைக்க இயலாது. அரசியல் ஆய்வு நடுநிலைத் தன்மை பெற்றுள்ளதா என்கிற கேள்விக்கு முன்பாக, நடுநிலைத் தன்மை பெற வேண்டிய அவசியம் என்ன என்று அறிவது நன்று. அறிவியல் வாதத்தை முன்னிறுத்துபவர்கள் பரிசோதனைகளுக்கு முன்னுரிமை அளிக்கின்றார்கள். மதிப்புகளை பரிசோதித்து முடிவுகள் வெளியிடப்பட முடியுமா என அறிவியல் முறைமையை மையப்படுத்துகிறார்கள். அறிவியல்வாத முறைகளை அரசியல் நடவடிக்கைகளுக்கு உட்படுத்துவது மாபெரும் தவறாகும். மனிதனால் உருவாக்கப்பட்ட அறிவியல், மனிதனின் தேவைகளை நிறைவேற்ற பயன்படுகிறது. அறிவியல் என்பது மனிதனின் கீழ் இருக்கும் வரை மனித இனத்திற்கு நன்று. அறிவியலானது மதிப்புகளை பின்தள்ளி விட்டு ஆட்சி செய்யும் போது அங்கே இயந்திர தன்மை தலை தூக்குகிறது. சிறந்த செயல்பாடுகள் எவை? நல்லது கெட்டது எது? என ஆராய்வது, மற்றும் நீதிநெறி போன்றவைகளை புறம் தள்ளுகின்ற பட்சத்தில் மனித இனம் மதிப்பில்லாமல் போவதற்கு வாய்ப்பு அதிகமாகிறது. நேர்மறை வாதிகள் அனைத்து மதிப்புகளும் அர்த்தமற்றதாகவோ அல்லது உபயோகமற்றதாகவோ பார்வையிடுகிறார்கள். ஆனாலும் 'பிரெச்ட்' போன்ற ஆய்வாளர்கள் அறிவியல்வாதமும், மதிப்பு சார்ந்த வாதமும் கலவையாக இருந்து செயலாற்ற வேண்டும் என்று கூறுகிறார்கள்.

பழமைவாத முக்கியத்துவம்

அறிவியல் வாதத்தை தாண்டிய சிந்தனை ஓட்டத்தினை ஒக்கூஷாட், ஹண்ணா பெர்ட்ரன் போன்றோர் ஆதரிக்கின்றார்கள். அறிவியல்வாதம் என்பது அரசியல் அறிவியலை ஒரு குறுகிய வட்டமாக மாற்றுகிறது என்பது மேற்கூறிய சிந்தனையாளர்களின் கருத்தாகும். அரசியல் அறிவியலை அறிவியல் ரீதியாக பகுப்பாய்வு செய்யும் பொழுது மக்களின் நடத்தை, பரிமாணங்கள், எண்ணங்கள் போன்றவற்றை நாம் அறிந்தும் அது மூலமாக கிடைக்கக்கூடிய தகவல்களை முழுமையாக சார்ந்தும் முடிவுகளை பெறுகிறோம். ஆனால் இவ்வாறு பெறப்படும் தகவல்கள் நிலைத்தன்மை இல்லாதது ஆகும். மக்களின் மனம் மாறும் இயல்பை கொண்டதாக உள்ளது. எனவே இப்போதுள்ள கருத்தோட்டம் மறுபடியும் நீடித்து இருக்குமா என்பது கேள்விக்குறியாக உள்ளது. நிலைத் தன்மை இல்லாத தீர்வுகள் என்பது பகுப்பாய்வுக்கு ஒவ்வாததாகும். அதே சமயத்தில் 'ரூசோ'வின், கலாச்சார முன்னேற்றம் மனிதநேயத்தை சீர்குலைக்கிறது என்ற கூற்றின் முக்கியத்துவத்தை சற்று சிந்திக்க வேண்டும். இன்று இக்கூற்றானது பல்வேறு சிந்தனை ஓட்டத்திற்கு முன்னோடியாக உள்ளது. பழமைவாதிகள் எழுதி உள்ள அல்லது வெளிப்படுத்தி உள்ள அத்துனை படைப்புகளும் காலத்தால் அழிக்க முடியாததாக உள்ளது. மேலும் அக்காலத்திற்கு ஏற்றதாகவும் அமைந்தது என்பதை மறுக்க இயலாது. பிளாட்டோ, அரிஸ்டாட்டில் ஆகிய பேரறிஞர்களின் தத்துவ படைப்புகள் இன்றளவிலும் நடைமுறைக்கு ஒத்துப் போகிறது என்பதை நாம் முன்பே இப்பாடத்தில் பார்த்துள்ளோம். பிளாட்டோவின் கல்வி முறை, அரிஸ்டாட்டிலின் சட்ட முறைமைகள் போன்றவை பொக்கிஷங்களாக இன்றளவும் பாதுகாக்கப்பட்டு ஆராய்ச்சி செய்யப்பட்டு வருகின்றன. தத்துவம் என்பது ஒரு மனம் அல்லது ஆயிரம் மனங்களின் ஊடுருவல் ஆகும். மொழி என்பது இதற்கு எப்பொழுதுமே தடை இல்லாததாய் உள்ளது. ஒவ்வொரு கொள்கை வாதத்தையும் மறுபகுப்பாய்வு செய்யும் பொழுது பல புதிய மாற்றம் ஏற்படுத்தக்கூடிய சிந்தனை வாதங்கள் உருவாகின்றன.

மேலும் ஒரு கருத்துக்கு பல மாறுபட்ட பரிமாணங்கள் கிடைக்க பெறுகிறது. மதம் சார்ந்த கொள்கை, மனித உலகம் பற்றிய 'மாக்கியவல்லி ஹாப்ஸ் மற்றும் லாக்' போன்றோர்களின் படைப்புகள் மாபெரும் சிந்தனை பரிமாற்றத்தை உலகிற்கு அளித்தன. இவ்வாறு இன்றளவில் பழமைவாத படைப்புகளுக்கு அதற்குரிய முக்கியத்துவம் வியாபித்து உள்ளதை கண்கூடாக பார்க்கிறோம்.

அரசியல் சிந்தனையின் தொடர்ச்சி

லண்டன் பொருளாதார மற்றும் அரசியல் அறிவியல் பல்கலைக்கழகத்தில் 'ஒக்சாட்' போன்றோர் அரசியல் சிந்தனையின் சீரமைப்பை தொடங்கினார்கள். கோட்பாடுகள் மற்றும் கொள்கைகளை பகுப்பாய்வு செய்யும் பொருட்டு இது அமைந்தது. அமெரிக்காவிலோ நடத்தைவாத த்திற்கு முக்கியத்துவம் அளிக்கப்பட்டு ஆராய்ச்சிகள் அரங்கேறின. ஏற்கனவே இப்பாடத்தில் குறிப்பிட்டுள்ளது போல தத்துவமும், அறிவியலும் இருவேறு பாதைகள் ஆகும். அரசியலை தத்துவார்த்தமாக மாற்றுவதற்கு பலர் முனைந்தார்கள். மேலும் அரசியல் சிந்தனையானது வரலாற்றையும் சார்ந்து இருப்பதாக கூற்று உள்ளது. பழமை காலகட்டத்தில் ஒரு குறிப்பிட்ட அரசியல் பிரச்சனைக்கு எவ்வகையான சிந்தனை ஓட்டம் தீர்வு காண பயன்படுத்தப்பட்டது என்பதை இதன் மூலம் அறியலாம். அதேபோல எவ்வகையான சிந்தனை ஓட்டம் தவறானது என்பதை தெரிந்து கொள்ளும்போது பல்வேறு பிரச்சனைகளில் இருந்து மக்கள் விடுதலை பெற இது வழி வகுக்கிறது.

'அண்ணா ஹரண்டட்' என்கிற அரசியல் அறிவியல் வல்லுநர் சர்வாதிகார வாதத்திற்கும், நடத்தை வாதத்திற்கும் எதிராக பல்வேறு கருத்துக்களை உரைத்திருக்கிறார். சர்வதேச வாதம் என்பது 2300 வருடங்களுக்கு முன்பாகவே அரசியலின் தத்துவார்த்த தந்தையாக கருதப்படுகிற பிளாட்டோ அவர்களின் மூலமாக உருவாக்கப்பட்ட ஒரு கோட்பாடு ஆகும். கார்ல்

மார்க்ஸ், லெனின், முசோலினி, ஹிட்லர் போன்ற அனைத்து உலக சர்வாதிகாரிகளும் சர்வதேச வாதத்தை பிளாட்டோவின் கொள்கைகளின் மூலமாகவே அணுகினர் எனலாம். எப்படிப்பட்ட வாதமாக இருந்தாலும் சர்வதேசவாதத்தையும், நடத்தைவாதத்தையும் ஜூவினல் மற்றும் அண்ணா அரெண்டட் போன்றோர் தங்களுடைய எழுத்துக்களின் மூலம் எதிர்த்து வந்தனர். மேலும் ஜூவினல், அரசியலை ஒரு புதிய உருவாக்க நடவடிக்கையாக கருதுகிறார். பல வல்லுனர்களும் நிபுணர்களும் அரசியல் அறிவியலை அதனுடைய கட்டுமானம் மற்றும் செயல்பாடுகள் மற்றும் நிர்வாக அடிப்படையிலேயே பார்க்கின்ற பொழுது ஜூவினல் இதை புதிய உருவாக்கமாக கருதியதால் அவருடைய கொள்கைத்துவம் தனித்து நிற்கிறது. மேலும் 'அண்ணா அரெண்டட்', 'பெர்ட்ரன்ட்' போன்றோர் மதிப்பு சார்ந்த அரசியலை வரவேற்கின்றனர். மதிப்புகளை நீக்கிவிட்டு செயல்படுத்தப்படுகின்ற அரசியல் நடவடிக்கைகள் ஒவ்வாதது என்றும் கூறுகின்றனர். ஏனெனில் மனிதர்கள் "மதிப்பு" சார்ந்தவர்களாக உள்ளார்கள்.

மனிதனின் மனம் மதிப்புகள் நிறைந்தது. நேர்மறை மதிப்புகளும், எதிர்மறை மதிப்புகளும் மனிதனுடைய மனதில் பதிந்திருக்க கூடிய ஆழமான கருத்துக்கள் ஆகும். பெர்ட்ரன்ட் அவர்கள் அரசியல் அறிவியலை மனிதனுடைய ஒட்டுமொத்த மதிப்புகளின் நடவடிக்கையாக கருதுகிறார். மேலும் இது போன்ற வல்லுநர்கள் அரசியல் அறிவியலில் அறிவியல் வாதத்தை எதிர்க்கின்றனர். முக்கியமாக நடத்தைவாத கோட்பாடு என்கிற கருத்து உருவகத்தை எதிர்த்து பல அரசியல் அறிவியல் வல்லுநர்கள் தங்களுடைய கருத்துக்களை மொழிந்து உள்ளனர். இதில் முக்கியமாக 'லியோஸ்ட்ராஸ்' என்கிற நிபுணர் நடத்தை கோட்பாட்டுக்கு எதிராக தன்னுடைய கருத்தை தெரிவித்துள்ளார் என்பதை நாம் முன்பே பார்த்தோம்.. ஆனாலும் 'பே' போன்றோர் அரசியல் சிந்தனையை பழமை வாதமாக சிந்திக்காமல் ஒரு புதிய பரிமாணத்தில் சிந்திக்க வேண்டும் என்பதை வலியுறுத்துகின்றார்.

பழமைவாத தத்துவங்கள் என்பது ஒவ்வொரு பாடத்திற்கும் அடித்தளமாக கருதப்படுகிறது. மேலும் அரசியல் அறிவியல் தொடர்பான கருத்துக்களை பகுப்பாய்வு செய்வதற்கு இது வெகு அவசியமாக கருதப்படுகிறது. இது வரை உருவாக்கி இருக்கக்கூடிய அடிப்படை கருத்துக்களானது பொறியாளர்கள் எவ்வாறு பாலங்களை உருவாக்குகின்றார்களோ அதே அளவு முக்கியத்துவத்தை பழமைவாத தத்துவ ஞானிகளுடைய தத்துவங்களுக்கு அளிக்கப்பட்டுள்ளன.

கிறிஸ்டியன் பே

அண்ணா ஹரன்டட், பெர்ட்ரான்ட், கிறிஸ்டியன் பே போன்ற வல்லுனர்கள் நடத்தைவாதத்தை பல்வேறு பரிமாணங்களில் அணுகுகிறார்கள். நடத்தைவாதத்தின் அடித்தளங்களை அதீத கேள்விகளுடன் அணுகுகியதை நாம் ஏற்கனவே பார்த்து இருக்கிறோம். நடத்தைவாதம் என்பது ஒரு குறிப்பிட்ட ஆராய்ச்சி பகுதியில் ஆராய்ச்சி செய்யப்படும் பொழுது அங்கே இருக்கக்கூடிய மனிதர்களுடைய நடத்தை, கருத்துக்கள் போன்ற மனித மனம் சம்பந்தப்பட்ட விடயங்களை அறிந்து கொண்டு அதை பகுப்பாய்வு செய்து அறிவியல் ரீதியாகவும், புள்ளியியல் ரீதியாகவும் முடிவுகளை வெளிக் கொணர்தல் ஆகும். இரண்டாம் உலகப்போருக்கு பிறகு நடத்தைவாதம் என்பது அறிவியல் முறைமையாக அரசியல் அறிவியலில் கருதப்பட்டு வருகிறது. இதற்கு முத்தாய்ப்பாக புள்ளியியல் தொடர்பான பல்வேறுபட்ட யுக்திகள் பயன்படுத்தப்படுகிறது. நடத்தைவாதத்தின் உருவாக்கத்தில் 'டேவிட் ஈஸ்டன்' மிகச் சிறந்த பங்கு வகிக்கின்றார். கிறிஸ்டியன் பே, டேவிட் ஈஸ்டன் அவர்களுடைய கருத்தாக்கத்தில் சிறிதளவு ஒத்துக் கொள்ளுகின்றார். டேவிட் ஈஸ்டன் அவர்கள் கூறியது போல அரசியல் என்பது அதிகாரத்தின் மூலமாக வழங்கப்படக் கூடிய "நற்பயன்கள்" ஆகும். ஆனாலும் கிறிஸ்டின் பே நடத்தைவாதத்தின் அடித்தளமாக இருக்கக்கூடிய மக்களுடைய கருத்து மற்றும்

நடத்தைகளை கேள்வி கேட்கின்றார். அரசியல் பகுப்பாய்வில் நடத்தை மற்றும் கருத்தானது உபயோகம் இல்லாததாக உள்ளது. பகுப்பாய்வில் நாட்டு மக்களுடைய பல்வேறு பட்ட பிரச்சனைகளையும் சர்ச்சைகளுக்கு உண்டான தீர்வுகளையும் எடுத்துக் கொள்ள வேண்டும் என்பது பே அவர்களுடைய கருத்தாய்வாக இருக்கிறது. மேலும் பே அவர்கள் பல கல்வி முறைமையை போதிக்கின்றார். அரசியல் அறிவியல், பகுப்பாய்வு செய்யப்படுகின்ற பொழுது அரசியலை மட்டுமே அடித்தளமாக வைக்காது ஏனைய மற்ற பாடங்களான சமூகவியல், நிர்வாகம், மேலாண்மை, தத்துவம், பொருளாதாரம், வாணிபம், மானுடவியல் போன்ற பல்வேறு பாடங்களையும் அதில் உள்ள கருத்துக்களையும், கோட்பாடுகளையும் உபயோகப்படுத்தி பகுப்பாய்வு செய்யப்படுகின்ற பொழுது நாம் எதிர்பார்க்கக் கூடிய புதிய விளை பயன்களை கண்டறியக்கூடும் என்றும் கூறுகின்றார்.

அரசியல் எனப்படுவது வெறுமனே சக்தியையும், அதிகாரத்தையும் மட்டுமே அடிப்படையாகக் கொண்டு உருவாக்கப்படக்கூடிய நடவடிக்கை அல்ல என்றும் கூறுகின்றார். பொதுப் பயன்கள், பொதுநலன் போன்றவைகளும் அரசியல் நடவடிக்கைகளில் உள்ளடக்கமாக காணப்படுகிறது. மேலும் அரசியல் நடவடிக்கைகளில் ஒதுக்கப்பட்ட மக்களுக்கு உண்டான நற்பயன்களை அரசியல் அறிவியல் வல்லுனர்கள் சிந்திக்க வேண்டும் என்பதும் கிறிஸ்டின் பே அவர்களுடைய கருத்தாக அமைந்துள்ளது. அடிப்படை மனித தேவைகளையும் இது வலியுறுத்துகிறது. ஒரு சமுதாயமானது விடுதலை பெற்ற சமுதாயமாக மாற வேண்டும் என்றால் அந்த சமூகத்தில் வாழ்ந்திருக்கக் கூடிய ஏழை எளிய மக்கள் விடுதலை பெறும் பொழுதுதான் அது நிகழ்கிறது என்றும் கூறுகிறார். லாஸ்வெல், டால்காட் போன்ற வல்லுனர்கள் அதிகாரத்தையும் சக்தியையும் அடிப்படையாக வைத்தே அரசியல் அறிவியல் பகுப்பாய்வை அணுகி உள்ளனர். ஆனால் சக்தியும் அதிகாரமும் மட்டுமே அரசியல் அறிவியல் ஆகாது என்றும் கூறுகிறார்கள்.

அரசியலில் புதிய அறிவியல்

எரிக் வோக்லின் போன்ற அரசியல் அறிவியல் நிபுணர்கள் அரசியலை தத்துவார்த்த ரீதியாக மாற்றுவதற்கு பல முயற்சிகளில் ஈடுபட்டார்கள். அரசியலை அறிவியல் ரீதியான கண்ணோட்டத்துடன் மாற்றுவதற்காக எடுக்கப்பட்ட பல்வேறு முயற்சிகளில் ஒன்று தான் நடத்தைவாதம் என்று நாம் முன்பே பார்த்தோம்.

ஆனால் நடத்தைவாதத்தில் எதிர்மறை விடையங்கள் காணப்படுவதால் அறிவியல் ரீதியான முயற்சியானது தோற்றுள்ளது என்பது வல்லுனர்களின் கருத்தாக அமைகிறது.

இந்த வரிசையில் எரிக் வோக்லின் தன்னுடைய பங்களிப்புகளை அளித்துள்ளார். முறைமை கோட்பாட்டிற்கு எதிராகவும் தன்னுடைய வாதங்களை முன்னிறுத்தி உள்ளார்.

முறைமை கோட்பாடு என்பது அடிப்படை அனுபவங்களையும் உள்ளுணர்வையும் புறந்தள்ளி உள்ளது. மேலும் அடிப்படை அனுபவங்களை புறம் தள்ளுகின்ற பொழுது நமக்குத் தேவைப்படக்கூடிய அத்தியாவசியமான விளைபயன்களை நாம் பெற இயலாது என்றும் வோக்லின் எழுதுகிறார்.

நவீன அரசியல் பகுப்பாய்வு என்பது நடத்தையை அடிப்படையாகக் கொண்ட ஒரு கைப்பாவையாக கருதுகிறார். அறிவு என்பது கொள்கைகளிலும், கோட்பாடுகளிலும் உள்ளதே தவிர மனதில் இருக்கக்கூடிய கருத்துக்களில் அல்லது விருப்பங்களில் அறிவு என்பது இல்லை.

அரசியல் அறிவியலில் அறிவு எனப்படுவது பொருட்களுக்கு அப்பாற்பட்ட ஆன்மாவினுடைய வெளிப்பாடாக இருக்க வேண்டும் என்பதுதான் வோக்லின் அவருடைய கருத்தாக அமைந்திருக்கிறது. ஆனால் தற்போது இருக்கக்கூடிய நவீன அரசியல் கோட்பாடு என்பது ஒரு முறையற்ற அறிவாகவே இருக்கிறது அல்லது ஒரு முழுமை அடைந்த அறிவாக கிடையாது

என்பது வாதம். மேலும் உண்மையான அரசியல் அறிவியல் என்பது மனித வாழ்க்கையினுடைய ஒழுங்கு முறையையும், மகிழ்ச்சியையும் அடிப்படையாகக் கொண்டு இருக்க வேண்டும். இது தவிர்த்து செய்யக்கூடிய பகுப்பாய்வு உபயோகமற்றதாகவே முடிகிறது. மேலும் நவீன அரசியல் பகுப்பாய்வு என்பது பகுத்தறிவை அடிப்படையாகக் கொண்ட ஒரு முறை சார்ந்த ஆராய்வாகவே இருக்க வேண்டும்.

தற்சமயம் இருக்கக்கூடிய அரசியல் அறிவியல் பகுப்பாய்வானது அமெரிக்கா மற்றும் ஐரோப்பா நாடுகளுடைய ஆராய்ச்சியின் வெளிப்பாடுகளை மட்டுமே தழுவி நிற்கிறது. ஏனைய பல கண்டங்களில் பல்வேறு ஆராய்ச்சியாளர்கள் தங்களுடைய முடிவுகளையும் ஆராய்ச்சி தீர்வுகளையும் வெளிப்படுத்திக் கொண்டிருக்கின்றார்கள். ஆனால் அமெரிக்கா மற்றும் ஐரோப்பா நாடுகளுடைய ஆதிக்கம் அதிகமாக அமைந்திருக்கிறது என்பது வோக்லினுடைய கருத்து. அரசியல் பகுப்பாய்வை ஒரு புதிய அறிவியல் நோக்கத்துடன் நாம் பார்க்க விழைகிற பொழுது அது நடத்தைவாதத்தையும் பழமைவாத கோட்பாட்டையும் கலந்தாய்வு செய்து புதிய பரிமாணங்களையும் தீர்வுகளையும், உலக சமுதாயம் தொடர்பான பிரச்சனைகளுக்கு உருவாக்க முனைதல் வேண்டும்.

சுருக்கமாக:

1. பிளேட்டோ இலட்சிய நிலையான குடியரசு என்னும் நுண்ணறிவு மற்றும் உருவகங்களை, முதல் அரசியல் விஞ்ஞானமாக தருகிறார்.

2. அரிஸ்டாட்டில் அரசியல் பற்றிய ஆய்வு, ஒழுக்கத்தின் உண்மையான நிறுவனராக இருக்க வேண்டும் என்று கருதுகின்றார்.

3. ஜின்போடின் எனும் பிரெஞ்சு நாட்டு அரசியல் தத்துவ ஞானிதான் அரசியல் அறிவியல் என்ற சொல்லை உருவாக்கினார்.

4. அரசியல் என்பது "போலீஸ்" என்கிற கிரேக்க வார்த்தையிலிருந்து உருவானது

5. கார்னர் என்ற அறிஞர், அரசியல் அறிவியலில் ஆரம்பமும் முடிவும் அரசு பற்றியதுதான் என்று கூறுகிறார்.

6. கிரேக்க அரசியல் தத்துவ ஞானியான அரிஸ்டாட்டில் என்பவர் அரசியல் என்ற சொல்லை முதன்முதலாக பயன்படுத்தினார்.

7. அரசியல் என்ற சொல் நகர அரசு என்ற பொருள்படும் போலிஸ் (polis) என்ற கிரேக்கச் சொல்லிலிருந்து ஆங்கிலச் சொல்லான "பாலிடிக்ஸ்" தோன்றியது.

8. அரசியல் அறிவியல்' என்ற பாடம் முறையாக படிப்பதற்கு கிரேக்க நகர அரசுகள் அடித்தளம் அமைத்துக் கொடுத்தன.

9. 1948 ஆம் ஆண்டு, சர்வதேச அரசியல் அறிவியல் சங்கமானது, பாரீஸ் மாநாட்டை நடத்தியது.

10. அரசியல் அறிவியலின் எல்லைப்பரப்பை பரந்த வகையில் மூன்றாக பிரிக்கலாம். அரசு தொடர்பான, மனித உரிமைகள் தொடர்பான, அரசாங்கம் தொடர்பான.

இயல்-இரண்டு

அரசியல் அறிவியலின் வளர்ச்சி மற்றும் படிநிலைகள்

ஒவ்வொரு பாடமும் அதற்குரிய ஆராய்ச்சி சிந்தனையின் மூலமாக கோட்பாடு உருவாக்கத்திலும் கருத்து உருவாக்கத்திலும் ஈடுபடுகிறது. பல நூறு, ஆயிரம் வருடங்களாக குறிப்பிட்ட பாடத்திலே, சிந்தனையாளர்கள் அந்த பாடத்தின் வளர்ச்சியிலே தம்மை ஈடுபடுத்திக் கொண்டுள்ளார்கள். எப்பொழுது ஒரு பாடத்தின் கோட்பாடு உருவாக்கமும், புதிய கருத்து உருவாக்கமும், சிந்தனைகளும் தடைப்பட்டு நிற்கிறதோ அல்லது ஆராய்ச்சி செய்யப்படவில்லையோ அந்த தருணத்தில் அந்தப் பாடத்தின் வளர்ச்சியானது நீர்த்துப் போகிறது. அரசியல் அறிவியலின் வளர்ச்சி பல்லாயிரம் வருடங்களாக நடந்து கொண்டிருக்க கூடிய ஒரு செயல்பாடு ஆகும். சாக்கிரட்டீஸ், பிளாட்டோ, அரிஸ்டாட்டில் ஆகிய சிந்தனையாளர்களுக்கு முன்பாகவே ஜெனோ, எப்பிகூரியன்ஸ், சோபிஸ்டுகள் போன்ற கிரேக்க நாட்டவர்கள் அரசியல் மூலக்கூறுகளை ஆய்வு செய்தார்கள்.

இந்த இயலானது நவீன காலத்தை ஒட்டிய அரசியல் பகுப்பாய்விற்கு முக்கியத்துவம் அளித்து இருப்பதால், ஆங்காங்கே பழமை காலத்தில் பரிணமித்த வளர்ச்சியையும், பின் நவீன காலத்திலே எவ்வாறு அரசியல் அறிவியல் என்கிற பாடம் வளர்ச்சி பெற்றது என்பதையும் எடுத்துரைக்கிறது.

அரசியல் அறிவியல் என்பது மிகவும் பழமை வாய்ந்த கல்வியாகும். பல்வேறு நாடுகளில் வரலாற்று ரீதியாக அரசியல் நடவடிக்கைகள் செயல்பட்டாலும் முறைமை படுத்தப்பட்ட

அறிவு சார்ந்த அரசியல் கிரேக்க நாட்டிலே தோற்றுவிக்கப்பட்டது. ஸ்பார்ட்டா, ஏதென்ஸ் போன்ற பல கிரேக்க மாகாணங்களில் கடவுள் சார்ந்த கொள்கைவாதங்களை தாண்டி அறிவு சார்ந்த வாதங்கள் முன்னெடுத்து வைக்கப்பட்டது. ஏற்கனவே குறிப்பிட்டுள்ளது போல, முதறிஞர்களான சாக்கிரட்டிஸ், பிளாட்டோ, அரிஸ்டாட்டில், ஜெனோ போன்ற அரசியல் ஞானிகள் தங்களுடைய மேலான கருத்துக்களை அரசியலின்பால் நிலை நிறுத்தினர். தங்களுக்கென்று தனிப்பட்ட முறையில் பள்ளிகளை நிறுவி அதன் மூலமாக அரசு மற்றும் அரசியல் சார்ந்த கருத்துக்களை பரப்புவித்தனர். அரசியல் அறிவியலின் பகுப்பாய்வு தொன்று தொட்டு நடந்த வண்ணம் இருக்கிறது. இரண்டாயிரம் ஆண்டுகளுக்கு முன்பாக ஆரம்பித்து இன்றுவரை அதாவது 2023 வரை ஒவ்வொரு நாளும், ஒவ்வொரு வருடமும், ஒவ்வொரு நூற்றாண்டும் அரசியல் அறிவியல் என்கிற பாடம் அனுபவத்தின் அடிப்படையிலும் வரலாற்று நிகழ்வுகளின் மாற்றத்தின் அடிப்படையிலும் வளர்ச்சி பெற்றுக் கொண்டே இருக்கிறது. மக்கள் ஒருமைப்பாட்டுடன் எவ்வாறு வாழ்வது, நன்னெறி அரசாங்கம் என்பது எது?மக்கள் நலன் பயக்கக்கூடிய அரசாங்கம் அல்லது அமைப்புகள் யாவை?மக்களுக்கு உகந்த சட்டங்கள் எவ்வாறு நடைமுறைப்படுத்தப்படுவது, மக்கள் ஒழுங்கை எவ்வாறு மேம்படுத்துவது? சமூகம், அரசியல், பொருளாதாரம் தொடர்பான பிரச்சனைகளுக்கு நிரந்தர தீர்வுகளை எவ்வாறு உருவாக்குவது போன்ற பல்வேறுபட்ட கேள்விகளுக்கு அரசியல் பகுப்பாய்வின் மூலமாக ஏற்படுத்தப்படக்கூடிய தீர்வுகள் உதவுகின்றன. பழமை காலகட்டத்திலே நாம் எல்லோரும் அறிந்தது போல மன்னர் ஆட்சி முன்னிறுத்தப்பட்டது. எனவே மன்னர் ஆட்சியில் எது நன்னெறி அரசு என்ற கேள்விகளுக்கு பதில்கள் கண்டறியப்பட்டன.

இடைக்கால கட்டத்தில் கடவுளின் அரசாங்கத்தை எவ்வாறு நிறுவுவது என்று பெரும்பாலான ஆத்திகர்கள் ஆராய்வு மேற்கொண்டனர். நவீன காலகட்டத்தில் அதிகாரம், வல்லமை,

சர்வ வல்லமை போன்ற கருத்துகளில் ஆராய்ச்சியும், அரசியல் பகுப்பாய்வும் தொடர்கின்றன. 19வது நூற்றாண்டில் வரலாற்று ரீதியான அணுகுமுறையை 'சாவினி' என்ற அரசியல் அறிவியல் வல்லுனர் முன்னிறுத்தினார். இந்த வரலாற்று ரீதியான அணுகுமுறை அரசியல் அறிவியலில் பெருமளவு மாற்றத்தை ஏற்படுத்தியது. அரசியல் சட்டங்கள் மற்றும் இதர அமைப்புகள் சார்ந்த ஆராய்ச்சியானது மேற்கொள்ளப்பட்டது. அமெரிக்க குடியரசு தலைவரின் ஆட்சியினுடைய நன்மைகள் தீமைகள், பிரிட்டன் பாராளுமன்ற முறைமை, சட்ட ஆட்சி போன்ற பல அரசாங்க அமைப்புகள் தொடர்பான பகுப்பாய்வு மேற்கொள்ளப்பட்டு வரலாற்று ஆராய்ச்சி முறை மேம்படுத்தப்பட்டது. 1853ல் பிரான்ச் லிவர் என்ற அரசியல் ஆராய்வாளர் "குடிமை சுதந்திரம் மற்றும் சுய ஆட்சி" என்ற புத்தகத்தை படைத்தார். இந்த புத்தகத்தில் அரசியல் அறிவியலுக்கு அத்தியாவசியமாக இருக்கக்கூடிய சுதந்திரம், மக்கள் ஆட்சி, கட்டுப்பாடு போன்ற கருத்துக்கள் விவாதிக்கப்பட்டு இருந்தது. மேலும் 1889ஆம் ஆண்டு பர்கஸ் என்கிற அரசியல் நிபுணர் கொலம்பியா கல்லூரியில் அரசியல் அறிவியலுக்கு என்று தனியான ஒரு துறையை ஏற்படுத்தினார். இவர் 1885 ஆம் ஆண்டு "அரசியல் அறிவியல் காலாண்டு" என்கிற பத்திரிக்கையை ஆரம்பித்து அதில் அறிவு சார்ந்த கட்டுரைகளையும், வாதங்களையும் முன்வைத்தார். 1876 ஆம் ஆண்டு தொடங்கப்பட்ட ஜான் ஹாப்கின்ஸ் பல்கலைக்கழகத்தில் பணியாற்றிய ஹெர்பர்ட் ஆடம்ஸ் என்பவர், அரசியல் அறிவியல் மற்றும் வரலாற்று துறைக்கு என்று தனியான ஒரு ஆராய்ச்சி அமைப்பை உருவாக்கினார். இந்த ஆராய்ச்சி அமைப்பு சட்டபூர்வமான விஷயங்களையும், கட்டுமான விஷயங்கள், அதிகாரதத்துவம் தொடர்பான ஆராய்ச்சிகளையும் நடத்த தொடங்கியது. மேலும் ஒற்றை ஆட்சி முறை, கூட்டாட்சி முறை, குடியரசுத் தலைவர் ஆட்சி, பாராளுமன்ற ஆட்சி போன்ற இதர அரசியல் சார்ந்த கருத்து உருவாக்கத்தையும் ஆராய்ச்சி செய்தது. 1888 ஆம் ஆண்டு ப்ரைஸ் என்கிற அரசியல் அறிவியல் ஆய்வாளர்

அரசியல் அறிவியலில் உண்மைகளை கண்டறிய முனைந்தார். எவ்வித ஆராய்ச்சியாக இருந்தாலும் அரசியல் அறிவியலில் உண்மைகள் சார்ந்த ஆராய்ச்சியாக இருக்கும் பட்சத்தில் புதிய கொள்கைகளும், கோட்பாடுகளும் உருவாக்கப்பட்டு அரசியல் அறிவியல் என்கிற பாடம் தொடர்ந்து வளர்ச்சி அடையும் என நம்பினார்.

மேலும் பிரைஸ் அவர்கள் 1924 ஆம் ஆண்டு "நவீன ஜனநாயகங்கள்" என்கிற ஒரு ஆய்வு புத்தகம் வெளியிட்டார். இந்த புத்தகத்தில் அரசியலை ஒரு அறிவியலாக உருவகம் செய்தார். தூய அறிவியலுக்கு இருப்பது போல அரசியல் அறிவியலிலும் பல நிரந்தரமான பண்புகள் மனித இயல்பை அடிப்படையாக வைத்து இயங்குகின்றன என்பதையும் கண்டறிந்தார். ஒரு குறிப்பிட்ட சூழலில் மனிதர்கள், மனித இயல்பு ஒரே மாதிரியாக முடிவெடுக்கும் தன்மையை பெற்றிருப்பதை அவர் கண்டறிந்தார். இது மட்டுமல்லாது 1880 ஆம் ஆண்டு அமெரிக்க முன்னாள் குடியரசுத் தலைவர் வுட்ரோ வில்சன் அவர்கள் அதிகமாக ஆவணங்கள் இல்லாத அரசியல் பிரச்சினைகளை முறையாக பகுப்பாய்வு செய்ய வேண்டும் என்ற ஒரு மாபெரும் கருத்தை நிலை நிறுத்தினார். மேலும் அவர் 1887 ஆம் ஆண்டு, ஒரு கட்டுரையில் அமெரிக்க ஜனநாயகத்தின் பாதுகாப்பையும் வளர்ச்சியையும் வலியுறுத்தினார். இது ஆராய்ச்சி பகுப்பாய்வின் மூலமாக மட்டுமே நடைபெறும் என்பதையும் கண்டறிந்து தன்னுடைய கட்டுரையில் தெரிவித்தார். இருபதாம் நூற்றாண்டின் இடை காலகட்டத்தில் வால்டோ என்கிற ஆராய்ச்சியாளர் ஒப்புமை ஆராய்ச்சியை ஊக்குவித்தார்.

புதிய வளர்ச்சிகள்

நவீன அரசியல் பகுப்பாய்வில் நாம் ஏற்கனவே பார்த்தது போல பழமை வாதம் மற்றும் அறிவியல் வாதம் இவை இரண்டுக்கும் இடையேயான சர்ச்சைகள் எப்பொழுதுமே உள்ளன. புதிய ஆராய்ச்சி வகைப்படுத்துதலும் கண்டுபிடிப்புகளும் ஏனைய

மற்ற பாடங்களில் இருக்கக்கூடிய புதிய கொள்கைகளும், கோட்பாடுகளும் அரசியல் அறிவியலில் பெரிதளவு மாற்றத்தை ஏற்படுத்தின எனலாம். கிரேக்க நாட்டில், என்னதான் அரசியல் அறிவியல் தோற்றமளித்து இருந்தாலும் வகைப்படுத்துதல் இருந்தாலும், அமெரிக்காவினுடைய புதிய கண்டுபிடிப்புகள், அமைப்புகள் மூலமாக அரசியல் அறிவியல் வளர்ந்தது என்றால் அது மிகையாகாது. 1903ல் நியூ ஆர்லியன்ஸ் என்கிற இடத்தில் அமெரிக்க அரசியல் அறிவியல் அமைப்பு உருவாக்கப்பட்டது. இதற்கு முன்பாகவே 1884ல் அமெரிக்க வரலாற்று அமைப்பு உருவாக்கப்பட்டது. அதன் பிறகு அமெரிக்க பொருளாதார அமைப்பு உருவாக்கப்பட்டு அதில் பல்வேறுபட்ட நிபுணர்கள் தங்களுடைய ஆராய்ச்சி தீர்வுகளையும், ஆராய்ச்சி வரைவுகளையும் ஏற்படுத்தி இருந்தார்கள்.

மேலும் காலத்திற்கு ஏற்ப அரசியல் அறிவியல் அதனுடைய மாற்றத்தையும் சந்தித்தது. வரலாற்று ரீதியாக பார்க்கின்ற பொழுது பழைமை காலகட்டத்திலே இருந்திருக்கக்கூடிய அரசாங்கம், அரசாங்க முறை, அரசாங்க கட்டுமானம், அரசியல் சட்டம், சட்டத்துறை நிர்வாகம், நிர்வாகத்துறை, நீதித்துறை போன்றவைகளுடைய அமைப்பு சார்ந்த விஷயங்களையே ஆராய்ச்சி செய்தார்கள் தத்துவ ஞானிகள். இது மேலும் வளர்ச்சி அடைந்து அரசியல் நிறுவனங்கள், நடைமுறைகள் போன்றவை பெருமளவு மாற்றத்தினை ஏற்படுத்தின. பழைமைவாத அணுகுமுறையை பார்க்கின்ற பொழுது வரலாற்று முறை அதில் முக்கிய பங்கு வகிக்கிறது. மேலும் சட்ட நிறுவன முறை, கொள்கை ரீதியான முறை போன்றவைகள் இதில் அடங்கும். ஒவ்வொரு காலகட்டத்திலும் அரசியல் அறிவியலில் பகுப்பாய்வு செய்வதன் மூலமாக மாற்றங்களை வல்லுனர்கள் ஏற்படுத்தினார்கள். காலப்போக்கில் அறிவியல் முறையானது அரசியல் அறிவியலில் மாற்றத்தை ஏற்படுத்தியது. இதுவரை நிர்வாகம், சட்ட கட்டுமானம் அமைப்பு ரீதியாக விளங்கிய

ஆராய்ச்சி மற்றும் பகுப்பாய்வானது, அதிகார இருப்பிடம், செயல்பாடு பற்றிய ஆராய்ச்சியாக மாற்றப்பட்டது.

மேலும் கலாச்சாரத்தின் மூலம் அரசாங்கத்தில் ஏற்படும் பாதிப்பு, அமைப்பு ரீதியான புரிதல், அரசியல் தலைமை, தேர்தல் முறைகள் போன்றவை முக்கியத்துவம் அளிக்கப்பட்டு பகுப்பாய்வு செய்யப்பட்டன. காலப்போக்கில், பழமைவாதம் சார்ந்த பகுப்பாய்விலிருந்து, செயல்பாட்டு ஆராய்ச்சிக்கு மாற ஆரம்பித்தது. அரசியல் அறிவியல் என்பது அரசியல் தத்துவத்தை பகுப்பாய்வு செய்வதோடு மட்டுமல்லாமல் அறிவியல் ரீதியாக ஒரு அமைப்பு எவ்வாறு செயல்படுகிறது, அதனுடைய அதிகார எல்லைகள் எவ்வாறு விஸ்தரிக்கப்படுகிறது, நிர்வாகம் எவ்வாறு செயல்படுகிறது, முறைமையானது நடத்தை ரீதியாக எவ்வாறு செயல்படுகிறது என்பதை பகுப்பாய்வு செய்ய ஆரம்பித்தார்கள் ஆராய்ச்சியாளர்கள். புதிய கருத்துக்கள், வரைவுகள், நுட்பங்கள் போன்றவை அரசாங்கத்தில் எவ்வாறு பயன்படுத்தப்படுவது என்று சிந்திக்க ஆரம்பித்தார்கள். இன்றைய காலகட்டத்தில் அரசியல் அறிவியல் என்பது ஒரு கலவையான படிப்பாக இருக்கிறது என்றால் அதற்கு முன்னோடியாக இருந்தது நடத்தைவாத கோட்பாட்டினை நிறுவியவர்களே ஆவர். இருபதாம் நூற்றாண்டின் அரசியல் அறிவியல் என்பது ஏனைய மற்ற சமூகவியலில் நடத்தப்பட்ட ஆராய்ச்சியின் தீர்வுகளையும், முடிவுகளையும், புதிய கண்டுபிடிப்புகளையும் அடிப்படையாக வைத்து வளர்ந்தது எனலாம். அரசியல் அறிவியல் என்கிற பாடம் தாவரவியல் மற்றும் மானுடவியல் போன்ற பல்வேறு துறைகளில் உள்ள கண்டுபிடிப்புகளையும் அடிப்படையாக வைத்து மாறியது. முற்றிலுமாக இது அறிவியல் ரீதியான அரசியலாக மாறியது எனலாம். கெட்டல் என்கிற அரசியல் அறிவியல் பெருமகனார், அரசியல் அறிவியல் சிறிது சிறிதாக "தரத்தில்" இருந்து "அளவு" சார்ந்த உண்மையாராய்ச்சி பாடமாக மாறிக்கொண்டிருக்கிறது என்கிறார். மேலும் பழமைவாத ஒப்பீட்டு அரசாங்க முறையிலிருந்து பெருமளவு அறிவியல்

ரீதியாக மாறிக் கொண்டிருக்கிறது. பார்வையிடல், அளவிடல் மற்றும் அறிவியல் ஆராய்வு செய்தல் போன்றவை அரசியலில் மாற்றத்தை ஏற்படுத்தியது. புள்ளியியல் போன்ற பாடங்களையும் அரசியல் அறிவியலில் புகுத்தி புதிய வழிமுறைகளை கண்டறிந்தனர் ஆராய்வாளர்கள்.

அரசியல் அறிவியல்-புதிய பரிமாண வளர்ச்சி

அரசியல் அறிவியலில் ஆராய்ச்சி தொடர்பான புதிய கண்டுபிடிப்புகள், அணுகுமுறைகள், பகுப்பாய்வு முறைகள் வேறுபட்டு காணப்படுகின்றன.

நாம் ஏற்கனவே இந்த புத்தகத்தில் பார்த்துள்ளது போல அரசியல் அறிவியல் ஆராய்ச்சியில் பழமைவாதம் மற்றும் அறிவியல் வாதம் என்று இரு வகைப்பாடுகள் உள்ளன. பழமை வாதமானது வரலாறு, சமூகவியல் தத்துவவியல் போன்ற பாடங்களில் உள்ள கோட்பாடுகளை அடிப்படையாக கொண்டு நடத்தப்படக்கூடிய ஆராய்ச்சி முறைமை ஆகும். ஆனால் அறிவியல் வாதமோ அரசியல் அறிவியலிலே ஏனைய பல்வேறு அறிவியல் துறைகளாக இருக்கக்கூடிய இயற்பியல், வேதியல், தாவரவியல், விலங்கியல், மரபனுவியல், கட்டுமானவியல், மருத்துவம் போன்ற பாடத்திட்டங்களில் கண்டுபிடித்து இருக்கக்கூடிய அறிவியல் முறைமைகளையும் கோட்பாடுகளையும் பயன்படுத்துவது ஆகும். அரசியல் அறிவியலிலே புதிய வளர்ச்சிகள் என்று பார்க்கிற பொழுது, 1903ல் நியூ ஆர்லியன்ஸ் என்கிற இடத்தில் அமெரிக்க அரசியல் அறிவியல் சங்கம் தொடங்கப்பட்டு ஆராய்ச்சிகள் மேற்கொள்ளப்பட்டன. இதற்கு முன்பாகவே 1884 இல் அமெரிக்க வரலாற்று சங்கம் உருவாக்கப்பட்டது. இதன் தொடர்ச்சியாக 1885லே அமெரிக்க பொருளாதார சங்கம் உருவாக்கப்பட்டு புதிய கண்டுபிடிப்புகளையும் கொள்கைகளையும் உருவாக்குவதற்கு உண்டான சூழ்நிலையை ஏற்படுத்தியது. இவ்வாறு உருவாக்கப்பட்ட கல்வித்துறை சார்ந்த சங்கங்கள் அறிவியல் ரீதியாக தகவல் தேடல்களையும், ஆய்வுகளையும்,

தொகுப்புகளையும் கண்டுபிடித்து புதிய வளர்ச்சிக்கான பாதையை விதித்திட்டனர். மேலும் அரசியல் அறிவியலில் "அமைப்பு" சார்ந்த ஆராய்ச்சியானது பெருமளவு மாற்றப்பட்டு அரசியல் "முறைகளுக்கு" முக்கியத்துவம் அளித்தனர் எனலாம். மேலும் அறிவியல் வாதம் என்பது இலக்கு நோக்கிய உண்மைகளை கண்டறியக்கூடிய வகையில் உதவி புரிவதாகவும் அமைந்தது.

இது மட்டுமல்லாது, அறிவியலில் இருக்கக்கூடிய பொது விதிகளை போல அரசியல் அறிவியலில் நடத்தப்படக்கூடிய ஆராய்ச்சிகளின் மூலமாக பல பொது விதிகளை உருவாக்கி துல்லியதன்மையையும் இலக்கை நோக்கிய அறிவியல் முறைகளையும் கண்டறிய முயற்சிகள் நடந்தது. ப்ரைஸ் கூறுவது போல வரலாறு, சமூகவியல் போன்ற துறைகளை சார்ந்து இருந்த பழைமை வாதம் என்கிற முறையானது, மாற்றத்திற்கு உட்படுத்தப்பட்டு அறிவியல் வாதமாக ஆகுவதற்கு உண்டான முயற்சிகள் எடுக்கப்பட்டது. இதற்கு "நடத்தைவாதம்" அல்லது நடத்தை கோட்பாடு என்று பெயர் வைக்கப்பட்டது. இந்த நடத்தை கோட்பாட்டின் மூலமாக ஆராய்ச்சியாளர்கள் தகவல்களை அறிவியல் ரீதியாக அல்லது நேர்காணல் முறையின் மூலமாக திரட்டவும் அதை பகுப்பாய்வு செய்யவும், மேற்கொண்டு அதன் மூலமாக பெறக்கூடிய தீர்வுகளை உலகிற்கு எடுத்து உரைப்பதற்க்கும் இந்த முறைகளை பயன்படுத்த ஆரம்பித்தார்கள். இதன் மூலமாக உலக சமூகத்திற்கு அரசியல் அறிவியலில் புதிய யுக்திகள், முறைமைகள், அணுகுமுறைகள், தகவல்கள், புதிய கோட்பாட்டு உருவாக்கங்கள் என்று அதன் எல்லையானது விஸ்தரிப்பு செய்யப்பட்டது. ஒரு காலத்தில் வரலாற்று ரீதியாக அரசியல் அமைப்புகளை மட்டுமே ஆராய்வு செய்து கொண்டிருந்த ஆராய்ச்சியாளர்கள் நடத்தையியல் கோட்பாடுகளின் மூலமாக தனி மனிதர்களுடைய சூழ்நிலையை பகுப்பாய்வு செய்ய ஆரம்பித்தார்கள். கேட்லின் என்கிற அரசியல் ஆய்வாளர் அரசியல் அறிவியலில் "அளவிடல்" முறைமையும், நடத்தையியல் முறையையும் கலந்த கலவையாக உருவாக்கி ஆராய்ச்சி

செய்ய முனைந்தார். "முறை சார்ந்த" அறிவியல் கோட்பாட்டை உருவாக்குவது என்பது நடத்தையியல் கோட்பாட்டை பின்பற்றிய அரசியல் அறிவியல் ஆராய்ச்சியாளர்களின் இலக்காக இருந்தது. புகழ் வாய்ந்த அரசியல் அறிவியல் ஆராய்வாளர்களான சார்லஸ், லோவல், பென்ட்லி போன்றவர்கள் பாடத்தின் எல்லையை விரிவு படுத்தினர். மேலும் பியர்ட் என்கிற அரசியல் அறிவியல் ஆய்வாளர் முழுமையான இலக்குவாதத்தை நோக்கிய அறிவியல் பயணமாக அரசியல் அறிவியலை எடுத்து செல்ல முயன்றார். இதோடு மட்டும் அல்லாமல் அரசியல் அறிவியலில் காரண அடிப்படையில் ஆய்வை அதிகப்படுத்துவதற்கும் முயற்சிகள் நடந்தது. லோவெல் புள்ளியியல் பயன்பாட்டு முறையை பயன்படுத்தி அரசியல் அறிவியல் ஆராய்ச்சிகளின் துல்லியதன்மையை அதிகப்படுத்துவதற்கு முயன்றார். மேலும் இவர் 1889ஆம் ஆண்டுகளிலே "அமைப்பை" படிப்பதை விட "அரசாங்க செயல்பாடுகளை" படிப்பதின் மூலமாக மிகச்சிறந்த பலன்களை அடைய முடியும் என்று நம்பினார். அரசாங்கம் செயல்படுகின்ற பொழுது அதனை பகுப்பாய்வு செய்கின்ற பட்சத்தில் நமக்கு அதனுடைய நன்மை தீமைகள் விளங்குகின்றன. அதே சமயத்தில் அரசாங்கம் செயல்படாது இருக்கின்ற பொழுது, அதை படிப்பது என்பது வீணான ஒன்றாக கருதப்படுகிறது. மற்றொரு சாரார் அரசியல் அறிவியலில் அமைப்பு, கட்டுமானம் போன்றவற்றை படித்து பகுப்பாய்வு செய்யப்படுகின்ற ஆய்வு கட்டுரைகளானது நூலகங்களில் மட்டுமே அலங்கரிக்கப்படுகிறது என்கின்றனர். இதன் மூலமாக கண்டறிந்த தீர்வுகள் அரசியல் பிரச்சனைகளுக்கு முற்றுப்புள்ளி வைக்காமல் வெற்றிடமாக இருந்தது. எனவே அரசியல் மற்றும் பொது வாழ்க்கை செயல்பாடுகள் என்பது மிகவும் முக்கியத்துவம் வாய்ந்ததாக கருதப்படுகிறது.

பேக்ஹார்ட் என்கிற ஆய்வாளர் "இங்கிலாந்து அரசியல் சட்டம்" என்கிற புத்தகத்தில் இங்கிலாந்தில் ஏற்பட்டிருக்கக் கூடிய புரட்சிக்கு பின்புலமாக இருக்கக்கூடிய சமூக நிலைலயை ஆராய்வு

செய்தார். மேலும் அரசியல் முறைமைக்கு அடிப்படை காரணமாக இருக்கக்கூடிய அரசியல் மற்றும் சமூக நிலைத்தன்மையும் ஆராய்வு செய்தார். கிரகம் வாலஸ் என்கிற மற்றொரு ஆராய்வாளர் அரசியல் முறைமைகளின் உளவியல் ரீதியான காரணிகளை ஆராய்வு செய்து தீர்வுகளை வெளியிட்டுள்ளார். அமைப்புகளை பகுப்பாய்வு செய்வதை விட மனிதர்களுடைய மனங்களை பகுப்பாய்வு செய்வது அரசியல் முறைமைகளுக்கு சிறந்த தீர்வுகளை விளைவிக்கும் என்பது வாலஸ் அவர்களுடைய கருத்தாக அமைந்திருக்கிறது. மற்றுமொரு ஆய்வாளர் கேட்லின் அவர்கள் அரசியல் அறிவியல் சார்ந்த ஆராய்ச்சியில் பல கல்வி முறைமையை பொருத்துவதற்கு உண்டான முயற்சிகளை எடுத்தார். பல கல்வி பாடங்களாக இருக்கக்கூடிய இயற்பியல், வேதியல், தாவரவியல், நிர்வாகவியல், மேலாண்மை, பொருளாதாரம், வடிவியல், சமூகவியல், மானுடவியல், உளவியல் போன்ற பாடங்களில் இருக்கக்கூடிய ஆராய்ச்சி நிகழ்வுகளையும் ஆராய்ச்சி வளர்ச்சிகளையும், கொள்கைகளையும் அரசியல் அறிவியலில் புகுத்துகின்ற பொழுது புதிய பரிமாணங்களையும், வளர்ச்சிகளையும் அரசியல் அறிவியலில் நாம் மேற்கொள்ளலாம் என்பது கேட்டலினின் கருத்தாக இருக்கிறது.

சார்லஸ் மரியம்

அரசியல் அறிவியலில் பகுப்பாய்வு ஒரு புதிய வளர்ச்சி கட்டத்தை அடைந்தது என்றால் அதற்கு முதன்மையான காரணமாக அமைந்தது சார்லஸ் மரியம் அவர்களுடைய அறிவியல் சார்ந்த பகுப்பாய்வு ஆகும். 1908 லே இவர் எழுதிய தன்னுடைய புத்தகம் "முதன்மை தேர்தல்கள்" என்பதில் அறிவியல் ரீதியான தகவல் திரட்டலை புகட்டினார். மேலும் 1921ல் அமெரிக்க அரசியல் அறிவியல் ஆய்வு என்கிற பத்திரிக்கையில் இது தொடர்பான புதிய விளக்கங்களையும் அவர் அளித்துள்ளார். இவரால் ஆரம்பிக்கப்பட்ட "சமூக ஆராய்ச்சி அமைப்பு" என்கிற ஆராய்ச்சி நிறுவனத்திற்கு ராக்பெல்லர் மற்றும் இதர பவுண்டேஷன்களில்

இருந்து பெருமளவு நிதிகள் குவிந்ததால் இவருடைய அறிவியல் ரீதியான ஆராய்ச்சி ஒரு புதிய பரிமாணத்தை அடைந்தது. மேலும் சார்லஸ் மரியம் அவர்கள் பன்முக பாட ஆராய்ச்சியையும் மேற்கொண்டு அரசியல் அறிவியலுக்கு ஒரு புதிய அறிவியல் கண்ணோட்டத்தை எடுத்துரைத்தார். சார்லஸ் மரியத்தை பொறுத்தவரை அரசியல் அறிவியலிலே அறிவியல் நுட்பங்களையும், புதிய முறைகளையும் புகுத்துவது என்பது அப்போதைய தேவையாக இருந்தது என்று குறிப்பிட்டார். 1925 லே அமெரிக்க அரசியல் அறிவியல் அமைப்பில் அவர் பேசுகையில் அரசியல் நடத்தை என்பது அனைத்து விதமான ஆராய்ச்சிகளிலும், பகுப்பாய்வுகளிலும் உபயோகப்படுத்த வேண்டும் என்று விழைந்தார். தன்னுடைய புத்தகமான "அரசியலில் புதிய அறிவியல் முறை" என்ற படைப்பினில் வரலாற்று முறைமையானது மேற்கொண்டு அரசியல் அறிவியலுக்கு தேவையில்லாததாக உள்ளது எனவே அறிவியல் ரீதியான வளர்ச்சி சார்ந்த பாதையை அரசியல் அறிவியல் முன்னெடுக்க வேண்டும் என்று கூறினார். மேற்கொண்டு இவர் அரசியல் அறிவியலிலே நடத்திய மாற்றங்களில் 1923, 1924, 1925 போன்ற வருடங்களில் நடத்தப்பட்ட தேசிய கருத்தரங்குகளில், வரலாற்று நிபுணர்களும், சமூகவியல் ஆராய்வாளர்களும் பங்கு பெறவில்லை என்பது உண்மையாகும். பழமை வாத முறைக்கு எதிராக இவருடைய கருத்துக்கள் இருந்ததால் பங்கேற்ப்பு குறைவாக இருந்தது. இந்த கருத்தரங்குகளில் உளவியல் நிபுணர்களும் ஏனைய பல அறிவியல் சார்ந்த துறை நிபுணர்களும் பங்கு பெற்று தங்களுக்கான ஆராய்ச்சி கருத்துக்களை வெளிப்படுத்தினார்கள். மேலும் அரசியல் அறிவியல் ஆராய்ச்சி என்பது பொருளாதாரத்தில் இருக்கக்கூடிய ஆராய்ச்சியில் பணத்திற்கு எவ்வளவு முக்கியத்துவம் அளிக்கப்படுகின்றதோ, அதுபோல அரசியல் அறிவியலிலும் ஏதாவது ஒரு கருத்தை மையப்படுத்தி, பகுப்பாய்வுகளும் ஆராய்ச்சிகளும் நடத்தப்பட வேண்டும் என்று முன்னெடுத்து வைத்துள்ளார்கள் நிபுணர்கள்.

மனிதனுடைய எண்ணப் போக்கை மையப்படுத்தி அரசியல் அறிவியலில் ஆராய்ச்சிகள் தொடர வேண்டும் என்று கூறினார்கள். 1925ல் "அரசியலின் புதிய பரிமாணங்கள்"என்ற புத்தகத்தில் சார்லஸ் மரியம் அவர்கள் தன்னுடைய அனைத்து விதமான புதிய புரட்சிகர கருத்துகளையும் எழுதி உள்ளார். மேலும் இவரின் மூலமாக சிக்காகோவில் அரசியல் அறிவியலின் நடத்தை இயல் என்கிற பள்ளியை ஆரம்பித்து தகவல் அளவீட்டை மையப்படுத்தி ஆராய்ச்சிகளை மேற்கொண்டார். இந்த சிகாகோ நடத்தைவாத பள்ளியிலிருந்து உருவாக்கப்பட்டவர்கள் தான் பிரசித்தி பெற்ற ஆராய்ச்சியாளர்களான 'வியோனார்ட் ஓய்ட், ஸ்கூமன், குயின்சி ரைட், லேசுவல், அல்மொன்ட், சைமன், ட்ரூமன்' போன்ற வல்லுநர்கள். சிக்காகோ பல்கலைக்கழகத்தை தவிர்த்து ஹார்வர்ட் பல்கலைக்கழகத்திலும் அரசியல் அறிவியல் சார்ந்த பகுப்பாய்வு ஆராய்ச்சிகள் மேற்கொள்ளப்பட்டது என்பதில் எந்த ஒரு மாற்றுக் கருத்தும் இல்லை. ஹார்வர்ட் பல்கலைக்கழகத்தில் ரீட் என்கிற ஆராய்ச்சியாளர் சார்லஸ் மரியம் போலவே பல்வேறு ஆராய்ச்சிகளை மேற்கொண்டார். இது தவிர்த்து மன்றோ என்ற ஆய்வாளர் அரசியல் அறிவியல் ஆராய்ச்சியானது இயற்பியலை, மாதிரியாக கொண்டு ஆராய்ச்சியை மேற்கொள்ளலாம் என்றார். நாம் ஏற்கனவே பார்த்தது போல கேட்டலின் என்கிற ஆய்வாளர் அரசியல் அறிவியல், மதிப்பு சாராத ஒரு பாடமாக அமைய வேண்டும் என்று வேண்டுகோள் விடுத்துள்ளார். இதேபோல இலியட், கார்வின், பியர்டு போன்ற அனைத்து ஆராய்ச்சியாளர்களும் அரசியல் அறிவியல் என்பது மதிப்பு சாராத ஒரு பாடமாக அமைய வேண்டும் என்று தங்கள் ஆராய்ச்சி குறிப்புகளில் எழுதி உள்ளார்கள்.

ஐரோப்பா சமூகவியல் ஆய்வாளர்களுடைய பாதிப்பு

நடத்தைவாத கோட்பாட்டிற்கு உண்டான ஆய்வுகளை அதிகமாக ஐரோப்பா நாட்டின் சமூகவியல் பேராசிரியர்கள், வல்லுநர்கள், ஆராய்ச்சியாளர்கள் அரசியல் அறிவியலுக்கு

பங்களிப்பு செய்திருக்கிறார்கள். அரசியல் அறிவியலுக்கு சமூகவியலின் மூலமாக இருக்கக்கூடிய அணுகுமுறைகளை நடத்தைவாத கோட்பாட்டில் உட்புகுத்தினார்கள். அமெரிக்காவில் சமூகவியல் வல்லுனர்களளான 'காம்டே, டர்கீம், வெபர்' போன்றவர்கள் முன்னோடிகளாக திகழ்ந்தனர். இவர்களுள் காம்டே சமூகவியலுடைய தந்தையாக கருதப்படுகிறார். ஏனைய மற்றவர்கள் அனைவரும் அரசியல் அறிவியலில் சமூகவியல் சார்ந்த கொள்கைகளையும், கோட்பாடுகளையும் நடத்தையியல் ரீதியான ஆராய்ச்சிக்கு முன்னெடுத்து சென்றனர். இதில் சமூகவியலின் தந்தையான காம்டே அவர்கள் பிரான்சில் நடத்தைவாத அடிப்படையில் சமூகம் சார்ந்த ஆராய்வுகளை மேற்கொண்டார். இது போலவே ஏனைய மற்ற பாடங்களில் இருந்தும் ஆய்வாளர்கள் அவரவர்களுடைய துறை சார்ந்த கொள்கைகளையும், கோட்பாடுகளையும் அரசியல் அறிவியலிலே செயல்படுத்தி கோட்பாட்டு வளர்ச்சிக்காக பாடுபட்டனர். கட்டுமான மற்றும் செயல்பாட்டு கோட்பாட்டின் தந்தையான டர்க்கிம் அரசியல் அறிவியலிலே நடத்தைவாத கோட்பாட்டை விவரித்துள்ளார். மேலும் சிக்மன்ட் பிராய்ட், உளவியல் பகுப்பாய்வு ரீதியாக அரசியல் அறிவியலுக்கு நடத்தையியல் கோட்பாட்டின் அடிப்படையில் பங்களிப்பு அளித்துள்ளார். சமூகவியல் வல்லுனரான மேக்ஸ் வெபர் அரசியல் அறிவியல், "மதிப்பு" சார்ந்த பாடமாக இருப்பதை சாடுகிறார். மேலும் டால்காட் பார்சன்ஸ் என்கிற சமூகவியல் வல்லுனர் வெபரின் கோட்பாட்டிற்கு இணங்க அமெரிக்காவில் இருக்கக்கூடிய அரசியல் அறிவியல் வல்லுனர்களுக்கு தன்னுடைய ஆராய்வு கட்டுரைகளின் மூலம் உந்துதல் அளித்தார். 1937இல் டால்காட் பார்சன்ஸ் அவர்களால் எழுதப்பட்ட "சமூக நடவடிக்கை கட்டுமானம்" என்ற புத்தகத்தில் செயல்பாட்டு கோட்பாடுகளை விளக்குகின்றார். இதுபோல எண்ணற்ற ஆய்வாளர்கள் டர்கீம், பாரிட்டோ, வெபர் போன்றோர், உலக அளவில் பிரசித்தி பெற்று

தங்களுடைய நடத்தையியல் தொடர்பான கருத்துக்களை முன் வைத்தார்கள்.

இரண்டாம் உலகப் போர்

1939லிருந்து 1945 வரை நடைபெற்ற இரண்டாம் உலகப்போர் முற்று பெற்றிருக்கக் கூடிய தருவாயில் பல அரசியல் அறிவியல் வல்லுனர்களும் சமூகவியல், தத்துவவியல், வரலாறு, பொருளாதாரம், வாணிபம், மானுடவியல் போன்ற துறையில் இருக்கக்கூடிய பெரும் வல்லுனர்களும் உலக பிரச்சனைகளை அலசி ஆராய்ந்து முடிவுகளை எடுக்கக்கூடிய சூழ்நிலையிலே சந்தித்துக் கொண்டார்கள். இந்த சந்திப்பானது நேரடியாக அனைத்து நாடுகளிலிருந்தும் பல வல்லுநர்களை வரவழைத்தது. இரண்டாம் உலகப்போர் முடிவு பெற்ற பிறகு அரசியல் அறிவியல் வல்லுநர்கள் தங்களுடைய துறையானது வளர்ச்சியிலே மட்டுப்படுத்தப்படுகிறது என்கிற அதிருப்தியை வெளியிட்டுள்ளார்கள். உலகப் போர் நடந்ததற்கான காரணங்கள், கம்யூனிசம், நாசிசம், பாசிசம், போன்ற கொள்கைத்துவம் சார்ந்த அரசாங்கங்களின் எழுச்சி, இவை அனைத்துக்கும் காரணங்கள் கண்டறிய முடியாத சூழ்நிலையிலே அரசியல் அறிவியல் என்ற பாடமே கேள்விக்குள்ளானது. ஏனைய மற்ற பாடங்களில் அமைந்து இருக்கக்கூடிய யுக்திகள், ஆராய்ச்சி உபகரணங்கள், அரசியல் அறிவியலிலே இல்லாததாலே இப்பாடமானது பின் தங்கியிருப்பதாக அவர்கள் காரணத்தை தெரிவித்தார்கள். இந்த சூழ்நிலையிலே நடத்தையியல் கோட்பாட்டின் மூலமாக நேர்காணல் முறையை உபயோகப்படுத்தி குறிப்பிட்ட இடத்தில் மனிதர்களுடைய கருத்து, மற்றும் நடத்தை, எண்ண ஓட்டம் போன்றவைகள் ஆராய்வு செய்யப்பட்டு அதன் மூலமாக பல தீர்வுகளையும், பிரச்சனைகளுக்கு உண்டான காரணங்களையும் கண்டறிந்தார்கள். உதாரணத்திற்கு, தேர்தல் தொடர்பான ஆராய்ச்சி சிறந்த துல்லியத்தன்மையை மேற்கூறிய வழிமுறைகலை பயன்படுத்தி கொண்டு வந்தது.

உலகப் போருக்கு பிறகு

நடத்தைவாத கோட்பாடானது 1925லே தோற்றமளித்து இருந்தாலும் இடையிலே நடைபெற்ற இரண்டாம் உலகப் போரின் மூலமாக சிறிது பின் தங்கி இருந்தது. பின்பு 1950களின் முதன்மை கால கட்டங்களில் நடத்தைவாத கோட்பாடானது தனக்கே உரித்தான புதிய பாதையில் சென்றது. ஆனாலும் இக்கோட்பாடு சிக்காகோவில் ஆராய்ச்சி சார்பாக நிலைநிறுத்தபடவில்லை. ஏனெனில் சிகாகோவில் லியோ ஸ்ட்ராஸ் மற்றும் மார்கந்தோ போன்ற அரசியல் வல்லுநர்கள் இக்கோட்பாட்டிற்கு எதிராக தங்களுடைய கொள்கைகளை நிறுவியதால் அங்கே வெற்றியை காண முடியவில்லை. அதே சமயத்தில் மொாஸ்கா, வெபர், பார்சான்ஸ், மர்ட்டர், மூரே போன்றவர்கள் "முறைமை அணுகுமுறையை" பயன்படுத்தி நடத்தையியல் கோட்பாட்டிலே வெற்றி கண்டார்கள். 1945லே நடத்தையியல் கோட்பாட்டினர் பல்வேறு பட்ட ஆராய்ச்சிகளின் மூலமாக அளவுகோல்களையும், யுத்திகளையும் அரசியல் அறிவியலிலே கண்டறிந்தார்கள். இதன் உச்சகட்டமாக 1948லே சமூக அறிவியல் ஆராய்ச்சி குழுவின் தலைவராக பெண்ட்லேடன் ஹெர்ரிங் என்கிற வல்லுநர் தேர்ந்தெடுக்கப்பட்டார். இவருடைய காலகட்டத்திலே நடத்தையியல் கோட்பாடானது உயர்ந்த இடத்தை அடைந்தது. ஆனாலும் இம்மாதிரியான ஆராய்ச்சிகளுக்கு பெருமளவு நிதி தேவைப்பட்டதால் கார்னிச், ராக்பெல்லர், போர்ட் போன்ற பெரிய குழுமங்கள் அந்த நிதி செலவுகளை ஏற்றுக் கொண்டார்கள். அது மட்டுமல்லாமல் இவ்வித குழுமங்கள் பலதுறை ஆராய்ச்சியை ஊக்குவித்தார்கள். நாம் ஏற்கனவே பார்த்துள்ளது போல பலத்துறை ஆராய்ச்சி என்பது அரசியல் அறிவியலிலே பொருளாதாரம், மேலாண்மை, வாணிபம், தத்துவம், மானுடவியல், உளவியல், இயற்பியல், வேதியல், கட்டுமானம், மருத்துவம், போன்ற துறைகளில் உருவாக்கப்பட்ட ஆராய்ச்சிகளையும், ஆராய்ச்சி யுத்திகளையும் பயன்படுத்தி புதிய வழிமுறைகளையும் தீர்வுகளையும் உருவாக்குவது ஆகும்.

பல நிதி அமைப்புகள் நடத்தையியல் கோட்பாட்டிற்கு உதவி புரிந்தன என்று நாம் ஏற்கனவே இப்பகுதியில் பார்த்துள்ளோம். இதில் குறிப்பிட்டு கூறும் பொழுது போர்ட் நிதி நிறுவனமானது நடத்தையியல் கோட்பாட்டிற்கு உண்மையான காரணத்துடனும் தொலைநோக்குடனும் இருக்கக்கூடிய ஆராய்ச்சிகளுக்கு துணைபுரிந்தன. "பாலோ ஆல்டோ" என்கிற நகரத்தில் நடத்தையியல் கோட்பாட்டிற்கு என்று ஒரு தனியான ஆராய்ச்சி அமைப்பு உருவாக்கப்பட்டது. போர்டு பவுண்டேஷன் இந்த நிதிகளின் மூலமாக கணினி வசதியுடன் ஆராய்ச்சியை மேற்கொள்வதற்கு பெரும் நிதி தொகையை வழங்கியது. இந்நிறுவனம் இது போன்ற நிதி உதவி செய்ததால் நடத்தையியல் கோட்பாடு தொடர்பான ஆராய்ச்சி மற்றும் அது சம்பந்தப்பட்ட அரசியல் பிரச்சனைகளுக்கு உண்டான தீர்வுகள் அதிகமாக மேற்கொள்ளப்பட்டன. மிச்சிகன் பல்கலைக்கழகம் போன்ற பல்வேறு கல்லூரிகளும், பல்கலைக்கழகங்களும் தனியாக அரசியல் நடத்தை ஆராய்ச்சிக்கென்று துறைகளை நிறுவின.

மேலும் தொழில்நுட்ப வசதிகளுடனும் சர்வே முறைமை, புள்ளியியல் பகுப்பாய்வு, உள்ளடக்க ஆராய்வு என்ற பல யுக்திகளுடன் கூடிய கணித மாதிரிகளுடன் ஒவ்வொரு நாளும் ஆராய்ச்சிகள் தொடர்ந்து வந்தன. இந்த நடத்தையியல் தொடர்பான ஆராய்ச்சிகள் அரசியல் அறிவியலை ஒரு முழு அறிவியலாக மாற்றுவதற்கும், தூய அறிவியலுக்கு நிகராக மேம்படுத்துவதற்கும் உதவின. மேலும் உளவியல் மற்றும் சமூக அறிவியலில் இருக்கக்கூடிய ஏனைய கல்வி பாடங்கள் தொடர்பான ஆராய்ச்சிகளில் இருந்தும் கோட்பாடுகளை உபயோகப்படுத்தினர்.

அரசியல் அறிவியல் அனைத்து நிலைகளிலும் ஏனைய அறிவியல்கள் போல வளர வேண்டும் எனில் நடத்தையியல் கோட்பாடு மட்டுமே ஒரே தீர்வு என்று அனைவராலும் கருதப்பட்டது. அரசியல் அறிவியல் வல்லுநர்கள் நடத்தையியல்

கோட்பாட்டை அடிப்படையாகக் கொண்டு பின்வரும் விடயங்களை ஆராய்வதற்கு உலக அளவிலே முனைந்தனர்.

1. அரசியல் அறிவியலுக்கென்று ஒரு மாதிரியை உருவாக்குவது

2. அரசியல் தன்மையை இழக்காது இருத்தல்

3. ஆராய்ச்சியுடைய நிலை மற்றும் பங்கை அதிகரித்தல்

4. ஆராய்ச்சியை ஊக்குவித்தல்

இதுபோன்ற முன்னேற்றங்களை நடத்தையியல் கோட்பாட்டின் மூலமாக அரசியல் அறிவியல் ஆய்வாளர்கள் இந்த காலகட்டத்திலே முயற்சி செய்தார்கள். 1960களின் இறுதியிலே நடத்தையியல் கோட்பாட்டை அனைத்து அரசியல் அறிவியல் ஆய்வாளர்களும் பின்பற்ற ஆரம்பித்தனர். 1962ல் "வாரன் மில்லர்" என்கிற அரசியல் அறிவியல் ஆய்வாளர் ஒரு பல்கலைக்கழக கூட்டமைப்பை நிறுவினார். இந்த கூட்டமைப்பானது பல்கலைக்கழகங்களுக்கு இடையேயான கொள்கை ஆராய்ச்சிகளை ஊக்குவித்தது. மேலும் இந்த ஆராய்ச்சியின் மூலமாக பயன்படுத்தப்பட்ட தகவல் மற்ற ஆராய்ச்சிகளின் வளர்ச்சிக்கு தயார் நிலையில் வைத்தது. நடத்தையியல் கோட்பாடு தொடர்பான பன்னாட்டு அளவிலான கருத்தரங்குகளையும் மாணவர்களுக்கு என்று தனியே நடத்த ஆரம்பித்தது. திரட்டப்பட்ட "அனுபவதரவை" அனைவரும் பயன்படுத்துவதற்கு ஏதுவாக இது அமைந்தது. நடத்தையியல் கோட்பாட்டை அடிப்படையாகக் கொண்ட ஆராய்ச்சிகள் வெகுவேகமாக முன்னேற ஆரம்பித்ததற்கு காரணம் கணினி தொடர்பான வளர்ச்சியும், தரவு சேமிப்பு மற்றும் தகவல்களை எளிதாக பெறக்கூடிய வழிமுறைகள் முன்னேற்றம் அடைந்ததாலும் ஆகும். இரண்டாம் உலகப் போரின் பின் பெரும்பாலான நாடுகள் மக்கள் நலன் அரசுகளை மையமாகக் கொண்டு ஆட்சி நடத்தியது. நாசிசம், பாசிசம், கம்யூனிசம் போன்ற கொள்கைவாத அரசுகள் மாற ஆரம்பித்தன.

மாற்றங்களை சந்தித்த மக்கள் நலன் அரசானது வெகு வேகமாக முன்னேற்றம் அடைந்தது. மேலும் ஆட்சியியல் தொடர்பான பிரச்சனைகளும் அதிகரித்தது. அரசியல் ரீதியாக, இவ்வாறான மக்கள் நலன் அரசுகளில் இப்பிரச்சனைகளை சமாளித்து தீர வேண்டும். இந்த தீர்வுகளை அரசியல் அறிவியல் வல்லுனர்கள் மட்டுமே முடிவுக்கு கொண்டு வர முடியும் என்று ஆராய்ச்சியாளர்கள் நம்பினர். அதோடு மட்டுமல்லாமல் காலனியலாதிக்கம், ஏகாதிபத்தியம் போன்ற வல்லரசு நாடுகளின் சூறையாடல்களில் இருந்து வளர்ச்சி குறைந்த நாடுகள் சுதந்திரம் பெற ஆரம்பித்தன. உலக அளவில் இது ஒழுங்கு முறையை மாற்றக்கூடிய விதத்தில் அமைந்தது. இப்படியான நாடுகள், புதிய பாதைகளை பொருளாதார, அரசியல், கலாச்சார ரீதியாகவும் எதிர்பார்க்க ஆரம்பித்தன. புதிய பிரச்சனைகளை சமாளிப்பதற்கு அரசியல் அறிவியல் வல்லுநர்கள் பல புதுமையான அணுகுமுறைகளையும், கொள்கைகளையும், கோட்பாடுகளையும், வழிமுறைகளையும் உருவாக்குவதற்கு முனைந்தனர். இதனால் அரசியல் அறிவியல் வல்லுனர்கள் ஏனைய மற்ற சமூக அறிவியலிலே நிகழ்த்த பெறக்கூடிய ஆராய்ச்சி மாற்றங்களையும் விளைவுகளையும் எதிர்நோக்கி தங்களுடைய பாதையை சீரமைத்தனர்.

பலபாட முறைமை

நாம் ஏற்கனவே இந்த இயலில் பார்த்துள்ளது போல அரசியல் அறிவியல் துறையானது சமூக அறிவியல்களிலிருந்து கொள்கைகளையும், கோட்பாடுகளையும், தீர்வுகளையும் பயன்படுத்தி உள்ளது. அரசியல் அறிவியலின் தத்துவ ஞானியான "ரிபப்ளிக்" "ஸ்டேட்ஸ்மேன்" "லாஸ்" போன்ற புத்தகங்களை உலகத்துக்கு தருவித்துள்ள பிளாட்டோ "ஒரு நாட்டினுடைய அரசியலின் நல்லியல்பினை நிர்ணயிக்கக்கூடிய காரணிகளாக, குடும்பத்தின் அமைப்பையும், கல்வியினுடைய இயல்பையும் கூறுகின்றார். பாலிடிக்ஸ் மற்றும் எத்திக்ஸ் போன்ற அரிய

புத்தகங்களை படைத்துள்ள மற்றுமொரு தத்துவஞானி அரிஸ்டாட்டில் அவர்கள் பொருளாதார பகிர்வையும், மக்கள் குழுமங்களினுடைய நிலைகளையும், நல்லியல்பு அரசை நிர்ணயிக்கிறது என்று கூற்று தெரிவித்துள்ளார். "தாஸ் கேப்பிட்டல்" புத்தகத்தை படைத்துள்ள கார்ல் மார்க்ஸ் அவர்கள் தொழில்நுட்ப வளர்ச்சியும், வகுப்புவாத கட்டுமானமும் அரசியல் நடத்தையை நிர்ணயிக்கக்கூடிய பிரதான மூலமாக கருதுகிறார். பத்தொன்பதாம் நூற்றாண்டினுடைய இறுதி காலகட்டத்திலே ஒவ்வொரு கல்வி பாடமும் அதன் வகைப்பாடுகளை சார்ந்ததாக அமைந்தது. பொருளாதாரம், சமூகவியல், வாணிபம் போன்ற பல பாட திட்டங்கள் தனித்து நின்றன. ஆனால் அரசியல் அறிவியலை ஆராய்ந்து பார்க்கின்ற பொழுது தத்துவம் சார்ந்ததாகவே அதனுடைய பயணம் தொடர்ந்து வந்திருக்கிறது. 1890லே கொலம்பியா பல்கலைக்கழகத்தில் உருவாக்கப்பட்ட அரசியல் அறிவியல் துறை, பொருளாதாரம், சமூகவியல், வரலாறு, புள்ளியியல், மானுடவியல் போன்ற பல துறைகளை உட்கொண்டதாக காணப்பட்டது.

எந்த ஒரு அரசியல் வகைப்பாடாக இருந்தாலும் அது சமூகவியல் கோட்பாடுகளை சார்ந்தே அமைகிறது. அரசியல் அறிவியல் தவிர்த்து ஏனைய மற்ற சமூக அறிவியலில் காணப்படக்கூடிய பாடத்திட்டங்கள் அரசியல் பகுப்பாய்வை ஒட்டியே தங்களுடைய ஆராய்ச்சிகளை நிலை நிறுத்தினர். இதற்கு சிறந்த உதாரணமாக வெபர், மைக்கேல்ஸ், பாரிடோ, டர்கீம் போன்ற சமூகவியல் நிபுணர்களை கூறலாம். தங்களுடைய பாடங்களையும் அரசியல் பகுப்பாய்வையும் சார்ந்தே இவர்களுடைய ஆராய்ச்சி தீர்வுகள் உள்ளது. ஆர்தர் பென்ட்லி என்கிற அரசியல் அறிவியல் நிபுணர் கடைசிவரை சமூகவியலின் உறுப்பினராகவே வாழ்ந்தார். அமெரிக்க சமூகவியலின் தந்தையாக கருதப்படக் கூடிய பிராங்கிளின் கிட்டிங்ஸ் அவர்கள் தன்னுடைய மாணவர்களை "வாக்குநடத்தை" தொடர்பான ஆராய்ச்சியை மேற்கொள்ளுமாறு வலியுறுத்தினார்.

இரண்டாம் உலகப் போரின் இறுதி காலகட்டத்திலே அனைத்து பாடத்திட்டங்களும் ஒருமித்த தன்மையை ஒட்டி இயங்கியது. வளர்ச்சி எனப்படக்கூடிய கருத்தானது ஒரு வரையறைக்கு அப்பாற்பட்ட விடயமாக கருதப்பட்டது. இதனாலேயே அனைத்து துறைகளிலிருந்தும் செயல்படக்கூடிய வல்லுநர்கள் கைகோர்த்து தங்களுடைய ஆராய்ச்சி முறைமைகளையும் தீர்வுகளையும் பகிர்ந்து கொண்டனர். முறைமை மற்றும் கட்டுமான செயல்பாட்டு கோட்பாடு போன்றவைகள் இதற்கு சிறந்த உதாரணமாக கருதப்படுகிறது. பொருளாதார நிபுணரான மிச்சல் அரசியலை பொருளாதார கொள்கைகளோடு ஒப்பீடு செய்து தன்னுடைய ஆராய்ச்சி கட்டுரைகளை எழுதினார். நவீன காலத்தின் பொருளாதார பகுப்பாய்வானது அரசியலை ஒட்டியே அமைந்து வருகிறது.

மானுடவியலும் சமூகவியலும்

கலாச்சார தொடர்பியல், சமூக பரிணாமம், கலாச்சார வேறுபாடு, பண்பாடு பேறு போன்ற வார்த்தைகள் மானுடவியலிலிருந்து பெறப்பட்டதாகும். அரசியல் பகுப்பாய்வை செயல்படுத்துவதற்கு முன்பாக ஒரு குறிப்பிட்ட மக்கள் குழுமத்தினுடைய சமூக கலாச்சாரத்தை ஆராய்வு செய்வது அவசியமாக கருதப்படுகிறது. மேலும் ஒரு நாட்டினுடைய அரசியல், அரசியல் சட்டம், வளர்ச்சி, மேம்பாடு போன்ற விடயங்களை ஆராய்வதற்கு நாட்டுப்புறத்து படிப்பும் அவசியமாகிறது. உள்ளாட்சி அரசியல் அல்லது பஞ்சாயத்து ஆட்சிகளானது ஆராய்வு செய்யப்படக்கூடிய ஒரு பிரத்யோகமான பாடமாகும். சிறு கிராமங்கள், பஞ்சாயத்து ஆட்சிகளை ஆராய்ச்சி செய்வதின் மூலமாக மட்டுமே தேசிய அளவிலே, அரசாங்கம், ஆட்சி, வளர்ச்சி ஆகியவைகளை நாம் நிர்ணயிக்கலாம். கட்டுமானத்துவம் மற்றும் செயல்பாட்டுடைமை போன்ற கோட்பாடுகள் அலசி ஆராயப்பட வேண்டியதாக உள்ளது. மேலும் தற்போது இருக்கக்கூடிய சூழ்நிலையிலே பன்னாட்டு அரசியலை புரிந்து கொள்ள வேண்டும் என்றால்

இனக்குழும படிப்புகளும், பட்டியலின சமூகம் தொடர்பான பிரச்சனைகளையும் அலசி ஆராய்வது நன்று. சமூகவியலில் கூறுவது போல ஒரு சமூகத்தினுடைய இயல்பானது அங்கே வாழக்கூடிய தனிமனிதர்களுடைய நடத்தையை நிர்ணயிக்கிறது. இதனால் சமூகம் என்பது ஆராய்ந்து அறியக்கூடிய முதன்மை விஷயமாக விளங்குகிறது. ஒரு நாட்டினுடைய கலாச்சாரத்தைப் பற்றி பகுப்பாய்வு செய்ய முனையும் பொழுது அங்கே இருக்கக்கூடிய பல்வேறு அமைப்பு சார்ந்த சர்ச்சைகளை நாம் கண்டறிய முற்படவேண்டும். இதன் மூலமாக நாட்டினுடைய வளர்ச்சியிலே சமூகம் சார்ந்த இடர்பாடுகளை இனம் கண்டு அதற்குண்டான தீர்வுகளை கண்டறிந்து வளர்ச்சி பாதையை உண்டாக்கலாம்.

அரசியல் அறிவியல் பொருளாதாரம் மற்றும் உளவியல்

அரசியல் அறிவியல் பொருளாதாரம் மற்றும் மனிதனின் மனதை பற்றிய பகுப்பாய்வு தொடர்பான படிப்பாக இருக்கக்கூடிய உளவியலுக்கும் நெருங்கிய தொடர்பு உள்ளது. என்னதான் முறைமை கோட்பாட்டின் மூலமாக அரசியல் அறிவியல் கருத்துக்களை அறிந்து கொண்டாலும், அரசியல் அறிவியலை தூய அறிவியலுக்கு நிகராக ஒரு சிறந்த ஆராய்ச்சி பாடமாக கொண்டு வருவதற்கு பல்வேறுபட்ட மாதிரிகள் தேவைப்படுகிறது. இவற்றில் முக்கியமான மாதிரிகளாக பொருளாதார மாதிரிகளும், கணித மற்றும் புள்ளியியல் மாதிரிகளும் உதவி புரிகின்றன. பொருளாதார பாடத்தில் இருக்கக்கூடிய கருத்துக்களாக பொருளாதார ஒதுக்கீடு, நிலை, வருமான பங்கீடு, விலை நிலை, வேலை வாய்ப்பு, பேர அரசியல், பணி ஒதுக்கீடு மற்றும் வாக்கெடுப்பு சட்டம், பொருளாதார வெளிப்பாடுகள் ஆகிய இவையாவும் அறிவியல் ரீதியாக "அளவு தரவுகளை" உள்ளடக்கியது ஆகும். இவை தொடர்பான கோட்பாடுகளும் மாதிரிகளும் அரசியல் அறிவியலுக்கு அதனுடைய பகுப்பாய்வை மேற்கொள்வதற்கு பல காலமாக உதவி புரிந்து வந்துள்ளன. பொருளாதார அளவியல்

என்கிற புதிய ஆராய்ச்சி விஸ்தரிப்பை போட்டோ டேவிஸ் என்கிற ஆராய்வாளர், பொருளாதார மாதிரிகளை அடிப்படையாக வைத்து அரசியல் பிரச்சனைகளுக்கு தீர்வு காணும் வகையில் பகுப்பாய்வை செயல்படுத்தி பயனளித்துள்ளார்.

உளவியல்

உலக சமூக பொருளாதார அரசியல் பிரச்சினைகள் அனைத்திற்கும் தனிமனித மற்றும் குழும ரீதியான உளவியல் முறைமையின் மூலமாக தீர்வு கண்டறியலாம் என்பது உளவியல் ஆராய்ச்சியாளர்களின் சொல்லாடலாக இருக்கிறது. அரசியல் தத்துவத்தின் மூதறிஞராக விளங்கக்கூடிய பிளாட்டோவில் இருந்து இன்றைய காலகட்டத்தில் செயலாற்றக்கூடிய அரசியல் அறிவியல் நிபுணர்கள் வரை உளவியல் பாடத்திற்கு முக்கியத்துவம் அளித்தார்கள். மேலும் உளவியல் சார்ந்த "கருத்துக்களுக்கு" மட்டுமே அரசியல் அறிவியலில் முக்கியத்துவம் அளித்தார்கள் என்ற சாடல் ஒரு குறைபாடாகவே இருக்கிறது. ஆனாலும் உளவியல் பகுப்பாய்வில் காணப்படக்கூடிய "அளவு தரவுகள்" அதிகமாக இருந்த போதிலும் அவைகளை அப்படியே அரசியல் அறிவியலில் பயன்படுத்த முடியாத சூழ்நிலை நிலவுகிறது. சைக்கோ பகுப்பாய்வு என்கிற உளவியல் துறையின் விஸ்தரிப்பு பாடமானது அரசியல் அறிவியலில் பல புதிய மாற்றங்களை ஏற்படுத்தி உள்ளது. சிக்மன்ட் பிராய்ட் மற்றும் கார்ல் மார்க்ஸ் ஆகிய இரு மேதாவிகளும் அரசியல் அறிவியல் பகுப்பாய்வை பெருமளவு பாதித்துள்ளார்கள். பிராய்ட் அவர்களால் பங்களிக்கப்பட்ட உளவியல் ரீதியான கருத்துக்களான அடக்குமுறை, பகுத்தறிவு, கணிப்பு அறிமுகம், சுயபரிசோதனை போன்ற பல கருத்துக்கள் அரசியல் அறிவியலிலே உபயோகப்படுத்தப்பட்டது.

1930களிலே கரன் ஆர்னி, ஹாரிஸ் டாக் போன்ற உளவியல் நிபுணர்கள் சைக்கோ பகுப்பாய்வு தொடர்பான வெளிப்பாடுகளை அரசியல் அறிவியலிலே புகுத்தி வெற்றி கண்டிருக்கிறார்கள்.

பிராய்டுக்கு அடுத்தார் போல இருக்கக்கூடிய ஆராய்ச்சிகளுக்கு, தனித்தன்மையை கண்டறிய முற்படுகின்ற பொழுது பிராய்ட் அவர்கள் உள்ளுணர்விற்கு முக்கியத்துவம் அளித்தார்கள். ஆனால் அதற்குப் பின் வந்தவர்களோ "தன்முனைப்பு" என்கிற கருத்துக்கு முக்கியத்துவம் அளித்தார்கள். ஆசை அல்லது ஆர்வம் என்கிற பிராய்டின் கருத்துக்கு முரண்பாடாக "ஈகோ" அல்லது தன்முனைப்புக்கு முக்கியத்துவம் அளிக்கப்பட்டதால் அது அரசியல் அறிவியலுக்கு பயன்படுத்தப்பட்டது. மனிதனின் மனம் சார்ந்த ஆசைகளை தாண்டி சமூகம் மற்றும் புற காரணிகளுக்கு முக்கியத்துவம் அளிக்கப்பட்டது. அர்னால்டு "ரோபோ சைக்கியாட்ரி" என்கிற பாடத்தில் அணுகுமுறைகள் மற்றும் உள்பார்வைகளுக்கு முக்கியத்துவம் அளித்தார். "சைக்கோ பகுப்பாய்வு" என்கிற முறைமையின் மூலமாக, நேர்காணல், ஆவணங்கள், கடிதங்கள், டைரிகள் மற்றும் எழுதப்பட்ட ஆவணங்களில் இருந்து குறிப்பிட்ட ஆளுமையின் எண்ணப் போக்கை அல்லது சிந்தனை ஓட்டத்தை பதிவு செய்யக்கூடிய அளவிலே பகுப்பாய்வு பயன்பட்டது. சைக்கியாட்ரி என்பது சர்ச்சைகளை தீர்க்கக் கூடிய ஒரு பாடமாக உருவாக்கப்பட்டது.

சுருக்கமாக:

1. கெட்டல் என்பார் அரசு பற்றிய பகுப்பாய்வு முறை வரையறுக்கிறார்.

2. ஸ்டிபன் லீகாக் எனும் அறிஞர் அரசியல் அறிவியல் அரசாங்கம் பற்றியது ஆகும் எனக் குறிப்பிடுகிறார்

3. லாஸ்கி, பர்க், மெய்ட்லாண்ட், போன்ற சிந்தனையாளர்கள் அரசியல் அறிவியல் என்பதற்கு பதிலாக அரசியல் என்ற சொல்லையே பயன்படுத்தினார்கள்.

4. காட்வின், விக்கோ, ஹியூம், போடின், ஹாப்ஸ், மாண்டெஸ்கியூ போன்ற சிந்தனையாளர்கள் அரசியல் அறிவியல் என்ற சொல்லையே பயன்படுத்தினார்கள்.

5. மோதல் மற்றும் ஒத்துழைப்பு ஆகியன அரசியல் அறிவியலின் இரு முகங்கள் ஆகும்.

6. அரசியல் கோட்பாடுகள் இரண்டு, அவைகள் மதிப்பீடுகளின் அடிப்படை அல்லது பரிந்துரைத்தன்மை உடையன. ஆய்ந்தறிதல் அடிப்படை அல்லது விவரிப்புத்தன்மை உடையன.

7. பிளேட்டோவின் குடியரசு, ரூசோவின் சமூக ஒப்பந்தம் ஆகியன மதிப்பீடுகளின் அடிப்படையிலான நூல்கள் ஆகும்.

இயல்-மூன்று

அரசியல் அறிவியலின் தேக்க நிலை

முன்னுரை

அரசியல் அறிவியலின் வளர்ச்சியை பல சிந்தனைவாதிகளின் மூலமாகவும் ஆராய்ச்சி கட்டுரைகளின் மூலமாகவும் உருவாகிய வெளிப்பாடுகளை நாம் இரண்டாம் இயலில் பார்த்தோம். இப்பகுதியில் அரசியல் அறிவியலிலே கோட்பாடுகள் உண்மையாகவே வீழ்ச்சியை அடைந்ததா என்ற கேள்விக்கும், அல்லது ஒவ்வொரு காலகட்டத்திலும் புதிய கருத்துருவாக்கங்கள் நடைபெற்று வந்திருக்கிறதா என்பதையும் பார்ப்போம். நாம் ஏற்கனவே பார்த்தது போல ஒரு குறிப்பிட்ட கல்வி பாடத்திலே கோட்பாடு என்பது மையமாக உள்ளது. அந்த கோட்பாடுகளின் வளர்ச்சி அதிகரிக்க அதிகரிக்க அந்த பாடமானது வளர்கிறது. இப்பகுதியில் அரசியல் அறிவியல் கோட்பாட்டினுடைய நிலையை நாம் பகுப்பாய்வு செய்வோம்.

அரசியல் கோட்பாட்டின் இறங்குமுகம்

இருபது மற்றும் 21வது நூற்றாண்டிலும் அரசியல் அறிவியல் தொடர்பான புதிய கோட்பாடுகள் உருவாகாததால் அரசியல் அறிவியல் பாடத்தின் நிலையும் அந்தஸ்தும் உயராமல் அதே இடத்தில் ஸ்தம்பித்து நிற்பதாக பல ஆய்வு நிபுணர்கள் கருத்து தெரிவித்திருக்கிறார்கள். ஆதிகாலத்திலே பிளாட்டோ, அரிஸ்டாட்டில், சாக்ரடிஸ், பொலீபியஸ், சிசரோ, அகஸ்டின், மார்சிக்லியோ, ஹாப்ஸ், லாக், ரூசோ, ஹெகெல், மேக்கியவல்லி,

கார்ல் மார்க்ஸ் போன்ற அரசியல் தத்துவ ஞானிகளுக்கு பிறகு புதிய கோட்பாடுகள் உருவாகவில்லை என்பது வரலாற்று சாட்சியம். அந்தந்த காலகட்டத்திற்கு உள்ள அரசியல் முறைமைகளுக்கு ஏற்பவும் அக்கால கட்டத்திலே வாழ்ந்திருக்க கூடிய சிந்தனையாளர்கள் தங்களுடைய கருத்துக்களை கோட்பாடுகளாக புத்தகத்தில் உணர்த்தினர். ஆனால் இருபதாவது நூற்றாண்டில், உதாரணத்திற்கு ஜனநாயகத்திற்கு எதிராக பாசிசம், கம்யூனிசம் போன்ற பல கொள்கைத்துவங்கள் உருவான பிறகு அதை எதிர்த்து புதிய கோட்பாடுகளோ அல்லது ஜனநாயகம் சார்ந்த கோட்பாடுகளோ உருவாகவில்லை. இதையே அரசியல் அறிவியல் ஆராய்ச்சியாளர்களான ஈஸ்டன் மற்றும் கோபன் சாடுகிறார்கள். பீட்டர் லாஸ்லெட் மற்றும் ராபர்ட் தால் போன்றோர்கள் அரசியல் அறிவியல் கோட்பாடு முன்பே இறந்துவிட்டதாக தங்கள் ஆதங்கத்தை வெளிப்படுத்தி உள்ளார்கள். மார்க்ஸ், மில் மற்றும் லாஸ்கி போன்ற வல்லுனர்களுக்கு பிறகு பிரத்யேக சிந்தனையாளர்கள் இல்லை என்பதே இதற்கு உண்டான அடித்தள கருத்து. மதம் தொடர்பான பிரச்சனைகள் மற்றும் சமூக மாற்றம் தொடர்பான போராட்டங்கள் நடக்கின்ற பட்சத்தில் மட்டுமே அரசியல் கோட்பாடு உருவாவதற்கு உண்டான தகுந்த சூழ்நிலை அமைகிறது. உதாரணத்திற்கு கிரீஸ், பிரான்ஸ், இங்கிலாந்து, சீனா போன்ற நாடுகளில் நடந்த சமூக மாற்றங்கள் மேற்கூறிய கோட்பாட்டிற்கு வலு சேர்க்கிறது.

தற்பொழுதும் ஜனநாயகத்திற்கு எதிராக பல்வேறு பிரச்சனைகள் முளைத்து வேரூன்றி மக்களுக்கு இடர்பாடுகளை உண்டாக்குகின்றன. ஆனால் இது தொடர்பான கோட்பாட்டு உருவாக்கம் குறைவாகவே உள்ளது. ஈஸ்டன் 1951ல் இக்குறையை மனதில் நிலை நிறுத்தி புதிய கோட்பாடுகள் உருவாகாமல் இருப்பதற்கு பல காரணங்களை முன் வைத்துள்ளார். மேலும் பல நிபுணர்கள், புத்துருவாக்க சிந்தனைகள் என்பது அரசியல் அறிவியலிலே குறைந்து வருவதாகவும் கருத்து தெரிவித்துள்ளார்கள்.

காரணியங்கள்

முறைமை தத்துவத்தை உருவாக்கிய ஈஸ்டன் பெருமகனார் அரசியல் அறிவியலிலே கோட்பாட்டு குறைபாடு இருப்பதற்கு பல காரணங்களை கண்டறிந்துள்ளார். முக்கியமாக பல நூற்றாண்டுகள் பழமை வாய்ந்த கோட்பாடுகளையும், தத்துவங்களையும், கருத்துக்களையும் சார்ந்து இருத்தல். இரண்டாவதாக புதிய அரசியல் தொடர்பான கருத்துக்களும், கோட்பாடுகளும் உருவாகாமல் இருத்தல் ஆகும். இருபதாம் நூற்றாண்டில் வாழ்ந்திருக்கக்கூடிய அரசியல் அறிவியல் அறிஞர்கள் பழமைவாத கோட்பாடுகள் தொடர்பான ஆராய்ச்சியில் மட்டுமே தங்களுடைய கவனத்தை செலுத்தி இருந்தார்கள். ஒரு குறிப்பிட்ட வரலாற்று நாகரீக காலகட்டத்திலே கோட்பாடு எவ்வாறு உருவானது, அதனுடைய சூழ்நிலை யாவை, காரணிகள் யாவை, என்பதை பற்றிய ஆய்வுகள் மட்டுமே நடத்தப்பட்டன. இருபதாம் நூற்றாண்டில் முதலாம் உலகப் போர், இரண்டாம் உலகப் போர் மற்றும் சிறு போர்கள், மதம் தொடர்பான போர்கள், கலாச்சார ரீதியான பிரச்சனைகள், சர்ச்சைகள் இவைகளை ஒட்டி கோட்பாடுகளை உருவாக்குவதற்கு அவர்கள் தயார் நிலையில் இல்லை. இன்னும் சொல்லப்போனால் தற்போதைய சமூகம் மற்றும் அரசியல் சார்ந்த தேவைகள் கோட்பாட்டு ரீதியாக புறக்கணிக்கப்பட்டது எனலாம். மேலும் 2300 வருடங்களுக்கு முன்பாக இருந்த "மதிப்பு" தொடர்பான ஆராய்ச்சியில் மட்டுமே நிகழ்காலத்தில் தங்கள் கவனத்தை செலுத்தி வந்தார்கள். மதிப்புகளையும், மதிப்பீடு சார்ந்த கொள்கைகளையும் கோட்பாடுகளையும் புதுப்பிப்பதற்கு அவர்கள் எந்த செயல்பாட்டையும் ஊக்குவிக்கவில்லை என்பது குறைபாடாகும். பாசிசம், நாசிசம், கம்யூனிசம் போன்ற பல மதிப்பு சார்ந்த கொள்கை தொடர்பான அரசியல் நடத்தையை ஆராய்ச்சி செய்ய தவறி விட்டார்கள். மேலும் இது போன்ற அரசியல் முறைமையில் இயங்கக்கூடிய துணை நிறுவனங்கள் தொடர்பாகவும் அவர்கள் ஆராய்ச்சி செய்ய தவறி விட்டார்கள். அரசியல் தத்துவங்களிலும் கோட்பாடுகளிலும் இருக்கக்கூடிய

மதிப்புகளை ஆராய்வு செய்தார்களே ஒழிய உண்மை தொடர்பான ஆராய்ச்சியை செய்யவில்லை. ஒரு குறிப்பிட்ட மதிப்பு கோட்பாட்டின் காரணியங்களை ஆய்வு செய்யவும் இல்லை. அப்படி ஆய்வு செய்யப்படும் பட்சத்தில் மட்டுமே வரலாற்றிலே தவறுகள் எவ்வாறு நடந்தது, எதிர்காலத்திலே இத்தவறுகளை நாம் எவ்வாறு சீர் செய்யலாம் என்பது கோட்பாடு வாயிலாக உருவாக்கப்பட்டிருக்கக்கூடும்.

வரலாற்றுவாதம்(ஹிஸ்டாரிசிசம்)

ஈஸ்டன் கூறுவது போல அரசியல் அறிவியல் ஆய்வாளர்கள், அரசியல் சிந்தனைகள் கடந்த காலத்தில் எவ்வாறு உருவானது என்பதை பற்றி மட்டுமே ஆய்வு செய்தார்கள். டன்னிங், சபைன், லிண்ட்சே, மேக்லவேர் போன்றவர்கள் இது மாதிரியான விஷயங்களுக்கு மட்டுமே முக்கியத்துவம் அளித்தார்கள். இதையே ஈஸ்டன் அவர்கள் சாடுகிறார். பழமை காலத்தில் உருவாக்கப்பட்ட கொள்கைகளும் கோட்பாடுகளும் புதிய காலகட்டத்திற்கும் எதிர்கால உலக சமூகத்திற்கும் எவ்வாறு பயனுற வைப்பது என்ற பாதையில் புதிய கோட்பாடுகளை உருவாக்கவில்லை.

மேலும் மேற்கூறிய ஆய்வாளர்கள் பழமைக் காலத்திலே உருவாக்கப்பட்டிருந்த கருத்தாக்கங்களை ஒப்பிட்டு நோக்குவதிலேயே தங்களுடைய கவனத்தினை செலுத்தினார்கள். இது போன்ற நிபுணர்களின் நிபுணத்துவத்தை நான்கு வகையாக ஈஸ்டன் அவர்கள் பிரிக்கிறார்.

நிறுவனவாதிகள்(இன்ஸ்டிடூஷனலிஸ்ட்)

இந்த வகைப்பாட்டில் கோட்பாட்டாலர்கள் கார்லைல் மற்றும் மேகல்வைன் போன்றோர் வரலாற்று ரீதியாக புதிய கருத்தாக்கங்கள் எவ்வாறு உருவானது என்றும் அரசியல் விருப்பங்கள் மற்றும் அமைப்பு ரீதியான வளர்ச்சி எவ்வாறு உருவானது என்றும் ஆராய்ந்தனர். ஆனால் வரலாற்று ரீதியான இந்த உருவாக்கங்கள், கோட்பாடுகள், கருத்துக்கள் சமகாலத்தில்

அதனுடைய தாக்கத்தை எவ்வாறு நடத்துகிறது என்பதை ஆராய்வு செய்யவில்லை. இதனால் அரசியல் அறிவியல் கோட்பாடானது சமகாலத்திற்கு ஏற்றார் போல் புதியதாகவும் புதுமையானதாகவும் உருவாக்கப்படவில்லை.

கருத்துபரிமாற்றவியலாளர்கள் (இன்டராக்ஷனிஸ்ட்)

ஆலன் மற்றும் கார்லைல் போன்ற நிபுணவாதிகள் ஒரு குறிப்பிட்ட காலகட்டத்தில், கருத்து உருவாக்கத்திற்கும் அப்போதைய காலகட்டத்தில் இருந்த அமைப்புகளுக்கும் இடையேயான கருத்து பரிமாற்றம் பற்றிய ஆராய்வில் ஈடுபட்டார்கள். மேலும் அவ்வாறான கருத்துருவாக்கங்களும் அமைப்புகளும் எவ்வாறு சமூக மாற்றத்தை ஏற்படுத்த உதவின என்பதை ஒவ்வொரு காலகட்டத்திற்கும் ஆராய்வு செய்தார்கள். ஆனால் இதன் மூலமாக தற்போதைய காலகட்டத்தில் உருவாகி வந்து கொண்டிருக்கக் கூடிய புதிய அமைப்புகளை பற்றிய கருத்து உருவாக்கங்கள் நடத்த பெறாமல் விடப்பட்டன. இதுவும் அரசியல் அறிவியல் கோட்பாடு புதியதாக உருவாகாமல் இருப்பதற்கு காரணமாக அமைகிறது.

பொருள்முதல்வாதம்(மெட்டீரியலிஸ்ட்)

டன்னிங், சபைன் போன்ற அரசியல் அறிவியல் வல்லுனர்கள் ஒரு குறிப்பிட்ட கலாச்சார புழக்கமானது எவ்வாறு கொள்கை உருவாக்கத்திற்கும், கோட்பாடு உருவாக்கத்திற்கும் அடிப்படையாக இருந்தது என்பதை ஆய்வு செய்தார்கள். மேலும் குறிப்பிட்ட அமைப்புகள் அல்லது முறைமைகள் எவ்வாறு உருவானது என்பதை வரலாற்று ரீதியாக கண்டறிய முனைந்தார்கள்.

ஒழுக்க சார்பியல்(மாரல் ரிலேடிவிசம்)

அரசியல் அறிவியலில் மதிப்பு ரீதியான கோட்பாட்டு உருவாக்கத்திற்கு ஆதரவும் எதிர்ப்பும் மாறி மாறி இருந்தது எனலாம். கார்லைல், வெபர் போன்றோர் கோட்பாட்டில்

இருந்து மதிப்புகளை புறக்கணிப்பதற்கு முனைந்தனர். இந்த கோட்பாட்டினரின் கருத்திற்க்கேற்ப மதிப்புகள் என்பது ஒவ்வொரு காலகட்டத்திற்கும் வேறுபடுவது ஆகும். அதனால் ஒரு குறிப்பிட்ட கோட்பாட்டை உருவாக்குகின்ற பொழுது மதிப்புகளை தள்ளி வைப்பது சாலச் சிறந்தது என்று கருதினார்கள். 1848இல் இருந்து 1918 வரை மதிப்பு சார்ந்த கோட்பாட்டுத்துவம் உறுதி செய்யப்பட்டது. தேசியம், ஜனநாயகம் போன்ற மதிப்புகள் பரவலாக உலக நாடுகளிடையே விதைக்கப்பட்டது. ஆனாலும் கம்யூனிசம், நாசிசம், பாசிசம் போன்ற மதிப்புகள் ஜனநாயகம் என்கிற மதிப்பு கோட்பாட்டை எதிர்த்து உருவாக்கப்பட்டதாகும். இது ஒரு புறம் இருக்க வல்லுனர்கள் ஜனநாயக ரீதியான, நடப்பு முறைக்கு ஏற்றார் போல, கோட்பாட்டு உருவாக்கத்தை செய்ய தவறிவிட்டார்கள். இதுவும் ஒரு சாடலாகவே இருக்கிறது.

புதிய ஜனநாயக கோட்பாட்டை உருவாக்குவதற்கு முனையவில்லை என்பது மற்றும் ஒரு குறைபாடாகவே உள்ளது. கார்ல்மான்ஹீம் போன்றோர் வரலாற்று-நாகரீக-கலாச்சார வளர்ச்சியில் மதிப்புகளுக்கு என்று தனியான ஒரு இடம் எப்பொழுதும் உண்டு என்று வாதாடினார்கள். மதிப்புகளை ஆராய்வதோடு மட்டுமல்லாமல் புதிய மதிப்பு சார்ந்த கோட்பாடுகளை உருவாக்கும் வேண்டும் என்றது ஒரு சாரார். 1960களில் அமெரிக்க அரசியல் அறிவியல் அமைப்பிலே ஈஸ்டன் அவர்கள் மதிப்பு சார்ந்த ஆராய்ச்சியும், புதிய மதிப்பு உருவாவதிலும் அரசியல் அறிவியல் வளர்ச்சிக்கு வித்திடக்கூடிய தொடர் முயற்சியாக இருக்க வேண்டும் என்று அறிவுறுத்தினார்.

மிகை உண்மைநிலை(ஹைப்பர்பாக்ச்சுவலிசம்)

அரசியல் அறிவியலிலே நடத்தப்படக்கூடிய ஆராய்ச்சியானது 20-வது நூற்றாண்டின் இரண்டாம் கால கட்டத்தில் உண்மைகளை நோக்கிய ஆராய்ச்சியாக மாறியது. அனைத்து ஆராய்ச்சிகளும் உண்மைகளை மட்டுமே இலக்காக கொண்டு நடைபெற்றதால் கோட்பாடு என்பது இரண்டாம் பட்சமாக கருதப்பட்டது.

தகவல் திரட்டல், தகவல் திரட்டும் முறைமைகள், யுக்திகள் போன்ற விடயங்களுக்கு அளிக்கப்பட்ட முக்கியத்துவம் போல், கோட்பாடு உருவாக்கத்திற்கும், கோட்பாட்டின் வளர்ச்சிக்கும் அளிக்கப்படவில்லை. இதுவே "ஹைப்பர்பாக்ச்சுவலிசம்" என்று அழைக்கப்படுகிறது. வாக்கு நடத்தை, பொதுமக்கள் கருத்து, சட்டம் சார்ந்த தலைமை போன்றவற்றை ஆராய்ச்சி செய்த ஆராய்ச்சியாளர்கள் தகவல் திரட்டல் மற்றும் நேர்காணல் முறை, பொது கருத்து, கேள்வித்தாள் உருவாக்கம் போன்ற யுக்திகளிலே அதிக முக்கியத்துவம் அளித்து ஆராய்ச்சியின் இலக்காக உண்மைகளை அடிப்படையாக வைத்தார்கள். இதனாலேயே கோட்பாட்டு உருவாக்கம் என்பது முக்கியத்துவம் அற்றதாக கருதப்பட்டது. இதுவும் அரசியல் அறிவியலிலே கோட்பாடு உருவாக்கத்தை தடுத்து நிறுத்தியது எனலாம்.

சமகாலத்திய நிலை

ஆல்பர்ட் கோபன் என்ற அறிஞரும் ஈஸ்டனைப் போல அரசியல் அறிவியலிலே கோட்பாட்டு உருவாக்கம் நடைபெறவில்லை என்று ஆதங்கம் தெரிவித்துள்ளார். முக்கியமாக 19வது நூற்றாண்டிலும் 20 வது நூற்றாண்டிலும் பெரிய அளவிற்கு வளர்ச்சி பெறவில்லை என்று கருத்து கூறியுள்ளார். 2500 வருடங்களுக்கு முன்பாக கருத்து உருவாக்கங்களும் பல அமைப்புகளும் அவைகளுக்கு இடையேயான கருத்து பரிமாற்றமும் ஆராய்வு செய்யப்பட்டன. 18வது நூற்றாண்டில் இருந்து புதியதாக கருத்து உருவாக்கங்கள், கோட்பாட்டு உருவாக்கங்கள் ஸ்தம்பித்து நின்றன.

ரோமானிய காலத்தில் புதிய கருத்தாக்கத்திற்கு எவ்வாறு முயற்சிகள் எடுக்கப்படவில்லையோ அதேபோல இன்றைய காலகட்டத்தில் மதிப்பு சார்ந்த கோட்பாடுகள் உருவாக்கப்படவில்லை. கிரேக்க காலகட்டத்திலே பிளாட்டோ, அரிஸ்டாட்டில் மூலமாக பல மதிப்பு சார்ந்த கோட்பாடுகள், கொள்கைகள் உருவாக்கப்பட்டன. ஆனால் ரோமில் அவை உருவாக்கப்படவில்லை. இன்றைய காலகட்டத்தில் 21வது

நூற்றாண்டில் அரசினுடைய விரிவாக்க செயல்பாடுகள் மற்றும் அதிகாரத்துவ கட்டுப்பாடு, ராணுவ கருவிகளின் வளர்ச்சி போன்றவை பெரிய அளவிலே மாற்றத்தை ஏற்படுத்தி உள்ளன. ஆனால் இது சார்ந்த கோட்பாட்டு உருவாக்கங்கள் பெரிய அளவிலே இல்லை என்பது தான் நிதர்சனமான உண்மை. கருத்துருவாக்கங்கள் மற்றும் கோட்பாடுகள் ஒவ்வொரு காலகட்டத்திலும் மறு ஆய்வு செய்யப்பட்டு புதுப்பிக்கப்பட வேண்டும். பெரேரோ, கார், ரசல், லாஸ்வெல், மார்கந்தோ போன்றவர்கள் அரசியல் அறிவியல் ஆய்விலே அதிகாரத்தை மட்டுமே அடிப்படையாக கொண்டு கருத்து உருவாக்கம் செய்தனர் என்று கோபன் அவர்கள் கூறியுள்ளார்கள். ஜனநாயகம் சார்ந்த மதிப்பு ரீதியான கோட்பாடு அதிகளவில் உருவாக்குவதற்கு யாரும் முனையவில்லை என்பதும் ஒரு சாடலாக இருந்து வருகிறது.

அரசியல் அறிவியலின் உள்நிலை

இவ்வாறு கோபன் அவர்கள் கூறுவது போல இப்பாடமானது தவறான திசையிலே தன்னுடைய பயணத்தை தொடர்கிறது என்பதுடன் பல ஆய்வாளர்கள் எந்த திசையை நோக்கி ஆராய்வை மேற்கொள்வது என்ற பல கேள்விகளை உள்ளடக்கி உள்ளது. பலதரப்பட்ட ஆராய்ச்சி வெளிக்கொணறுதல்களும் நடந்து கொண்டிருக்கும் பட்சத்தில் அரசியல் சமூகத்தின் இலக்குகளும், தேவைகளும் மறுதலிக்கப்படுகின்றன என்பது கோபன் அவர்களுடைய குறைபாடாக சித்தரிக்கப்படுகிறது. பல நூறு ஆண்டுகளுக்கு முன்பாக இருந்திருக்கக்கூடிய தத்துவ ஞானிகளுடைய கொள்கைத்துவங்கள் மற்றும் கோட்பாடுகள் ஒரு குறிப்பிட்ட தேவையை எதிர்நோக்கியே உருவாக்கப்பட்டன.

அவர்கள் கூறிய அத்துனை விடயங்களிலும் அறம் இருப்பதாக கருதப்படுகிறது. இன்றைய காலகட்டத்திலே அறிவியல் தொழில்நுட்ப யுக்திகள் போன்றவற்றிற்கு முக்கியத்துவம் அதிகமாக அளிக்கப்படுகிறது. மனிதர்கள், சமூகம், அரசியல்

அமைப்பு, மற்றும் இதர கருவிகள் போன்றவை அனைத்துமே மதிப்புகளை அடிப்படையாக வைத்து செயல்படுகின்றன என்பதை ஆய்வாளர்கள் மறந்து விடுகிறார்கள். வரலாறு என்பது மறுபடியும் உருவாகக்கூடிய ஒன்றாக இருந்தாலும் மனிதன், சமூகம் சார்ந்த படிப்பிற்கு மதிப்புகளை ஒட்டிய ஆய்வு முக்கியமாக கருதப்படுகிறது. மேலும் ஏனைய மற்ற அறிவியலில் இருப்பது போல துல்லிய தன்மை, பார்வையிடுதல், உலகத்தன்மை போன்றவைகளை அரசியல் அறிவியலில் புகுத்தும் பட்சத்தில் இப்பாடத்தின் உண்மையான நோக்கத்தையும் புரிதலையும் அடையக்கூடிய சூழ்நிலையை ஏற்படுத்துகிறது.

கருத்தியல் குறைப்புவாதம் (ஐடியாலஜிக்கல் ரிடக்சனிசம்)

கொள்கைத்துவம் என்பது அரசியல் அறிவியலிலே அதிமுக்கியம் வாய்ந்ததாக கருதப்படுகிறது. கொள்கைத்துவங்கள், கோட்பாடுகள் அதிகரிக்கும் பட்சத்தில் பாடத்தினுடைய வலிமை அதிகப்படுத்தப்படுகிறது. கோபன் மற்றும் ஈஸ்டன் சாடுவதைப் போல ஜெர்மினோ, அரசியல் அறிவியல் ஆய்வாளரும் இப்பாடத்தில் இருக்கக்கூடிய கோட்பாட்டு குறையை சுட்டிக் காட்டுகின்றார். 19ஆம் நூற்றாண்டின் இடைக்கால கட்டத்தில் இருந்து ஆரம்பித்து இருபதாவது நூற்றாண்டினுடைய முதல் கட்டம் வரை கோட்பாட்டின் குறைபாடு இருப்பதாக அனைவருமே ஒத்துக் கொண்டார்கள். ஆனால் ஜெர்மினோ என்கிற ஆய்வு நிபுணர் இந்த குறிப்பிட்ட காலகட்டத்திலும் அரசியல் அறிவியல் பாடமானது தன்னை புதுப்பித்து கொள்ளக்கூடிய முயற்சியை எடுத்து இருக்கிறது என்பதை வெளியிட்டார். இந்த காலகட்டத்திலே பெனிடிக்தோ, பெருகுஷன், ஜூலியன் போன்ற ஆய்வாளர்கள் தங்களுடைய கொள்கைகளையும், கோட்பாடுகளையும் வெளியிட்டுக் கொண்டிருந்தார்கள் என்பது இவருடைய கருத்து. அரசியல் அறிவியலை கொள்கைத்துவ கூண்டுக்குள் அடைத்தவர்கள் என்று

பார்த்தால் கிரேசி, காம்டே மற்றும் மாக்ஸ் ஆவார்கள். கிரேசி என்கிற ஆய்வாளரே முதன் முதலில் கொள்கைத்துவம் என்கிற கருத்தை உபயோகப்படுத்தினார். கொள்கைத்துவம் என்பது ஒரு குறிப்பிட்ட புதுமையான கருத்தினுடைய ஆரம்பமாக கிரேசி வர்ணிக்கிறார். உண்மைத்துவம் என்பது நம்முடைய புலன்களின் மூலமாக அறியப்படக்கூடிய ஒன்றாகும் என்றும் கூறுகின்றார். அவ்வாறு புலன்களின் மூலமாக அறியப்பட்டு, அனுபவப்பட்டு உருவாக்கப்பட்ட கொள்கைத்துவமானது பொருளாதார மற்றும் சமுக வாழ்க்கையில் மனிதர்களுக்கு பெருமளவில் பயன்களை அளிக்கிறது என்றும் கூறுகிறார். கொள்கைத்துவம் என்பது உறுதியாக சமுகத்திலும், அரசியலிலும், பொருளாதாரத்திலும் மிகச்சிறந்த மாற்றங்களை ஏற்படுத்தக் கூடியதாக இருக்கிறது என்றும் கருத்து தெரிவிக்கிறார் ஜெர்மினோ.

நேர்மறைவாதம் (பாசிட்டிவிசம்)

பாசிட்டிவிசத்தின் தந்தையாக போற்றப்படுபவர் ஆகஸ்ட் காம்டே என்று அழைக்கப்படக்கூடிய சமுகவியலின் தந்தை என்பதை முன்பே பார்த்தோம். அவர் எல்லாவிதமான சமூக அறிவியல் ஆராய்ச்சிக்கும் அறிவியல் ரீதியான பகுப்பாய்வு பயன்படுத்த வேண்டும் என்று கருத்து கூறுகிறார். முதன்மையாக, இவ்வுலகம் முழுவதும் பகுத்தறிவு முறையின் மூலமாக ஒழுங்கு படுத்தப்பட்டு காணப்படுகிறது. இப்படியான இந்த உலகத்திலே சமுக வளர்ச்சி மற்றும் சமுக விருப்பம் தொடர்பான சட்டங்களை நாம் கண்டறியலாம். இரண்டாவதாக, இந்த சட்டங்கள் கண்டிப்பாக கண்டறியப்பட வேண்டும். ஏனெனில் மனிதர்கள் தங்களுடைய அறிவுத்திறனை பயன்படுத்தி வாழ்க்கையை வாழ்கின்றார்கள். மூன்றாவதாக இந்த அறிவை எதற்காக பயன்படுத்த வேண்டும் என்பதும் மனித இனம் அறிந்து உள்ளது. நான்காவதாக, மனித குலம் அனைத்திற்கும் இலக்குகள் என்று ஒன்று கண்டிப்பாக உண்டு. மேற்கூறிய இந்த விஷயங்களை அடிப்படையாக

வைத்து உலக வரலாற்றை ஆகஸ்ட் காம்டே அவர்கள் மூன்று நிலைகளிலே பிரிக்கிறார்.

மதரீதியான நிலை

முதலாவது, மதரீதியான நிலை, இந்த நிலையானது கடவுள் சார்ந்த அழுத்தத்தை உலகத்திலே நிறுவனப்படுத்தியது. மேலும் இந்த நிலை புரோட்டஸ்டண்ட் சீர்திருத்தம் வரையிலான காலம் வரை நீடித்து நிலைத்திருந்தது என்கிறார்.

மெய்யியல் நிலை

இரண்டாவது மெய்யியல் நிலை, இந்த காலகட்டத்தில் பல்வேறு புரட்சிகளும் சாடல்களும் குறைபாடுகளை ஒட்டிய எதிர்ப்புகளும் உருவான காலமாக சித்தரிக்கப்படுகிறது. இதற்கு உதாரணமாக பிரஞ்சு புரட்சியை நாம் கூறலாம்.

அறிவியல் நிலை

மூன்றாவது நிலையாக அறிவியல் நிலை உள்ளது. மனிதர்கள் பற்றியும் இயற்கையை பற்றியுமான அறிவானது அறியாமை மற்றும் மூடநம்பிக்கைகளை எதிர்த்து போராடி வெற்றி பெற்றிருக்கக் கூடிய காலமாகும். இந்த நிலையிலே அறிவியல் வளர்ச்சியும் சட்ட அறிவும் போற்றத்தக்க இலக்குகளாக உள்ளது என்றும் தன்னுடைய கருத்துக்களை தெரிவித்து இருக்கிறார்.

சமூக அறிவியலை நேர்மறைவாதமாக்கல்

சமூக அறிவியலிலே உண்மைகள் தனியாகவும், மதிப்புகளை தனியாகவும் பிரித்தல் அவசியப்படுகிறது என்பதை பறைசாற்றியுள்ளார்கள் சான்றோர்கள். ப்ரெக்ட் என்கிற சமூக அறிவியல் சிந்தனைவாதி உண்மைகளையும், மதிப்புகளையும் இணைக்கக்கூடிய ஒரு அறநெறி பாதையை உருவாக்க வேண்டும் என்று கூறுகிறார். கான்ட் மற்றும் மில் போன்ற அரசியல் அறிவியல் வல்லுநர்கள் மதிப்புகள் எனப்படுவது

உண்மைகளிலிருந்து தனித்தே நிற்க வேண்டும் என்று கூற்று தெரிவித்துள்ளார்கள். **கல்ப் கொள்கைத்துவம்** என்று அழைக்கப்படக்கூடிய மதிப்பு-உண்மை பாகுபாடு என்கிற கோட்பாட்டை அர்னால்டு சிம்பல் மற்றும் மேக்ஸ் வெபர் போன்றோர்கள் ஆதரிக்கின்றார்கள். அர்னால்டு அவர்கள் 1864லே மதிப்பு மற்றும் உண்மையைப் பற்றிய தன்னுடைய ஆய்வு கட்டுரையை பிரசுரித்து உள்ளார். கிர்ச்மேன் என்கிற மற்றுமொரு சிந்தனையாளர் மதிப்புகளை எதிர்கால கட்டத்தில் உருவாக இருக்கும் உண்மைகளாக சித்தரித்துள்ளார். ரிக்கெட் என்கிற சமூக அறிவியல் ஆய்வாளர் உண்மைகளையும் உண்மை அல்லாதவைகளையும் பிரித்தல் வேண்டும் என்று கூறுகின்றார். தர்க்க ரீதியாக எது உண்மையானது என்பதை கண்டறிய வேண்டும். மேலும் இவ்வுலகத்தில் இல்லாதவைகளையும், வாழாதவைகளையும் நாம் தனியே பிரித்தல் அவசியம். சிம்மல் என்கிற ஆய்வாளர் மதிப்பு சார்ந்த தர்க்க கருத்து வாதமானது உண்மை இல்லாதது என்று கூறியுள்ளார்.

புதிய நேர்மறைவாதம்

வெபர் போன்ற அரசியல் அறிவியல் வல்லுநர்கள் சமூகவியல் ஆராய்ச்சியில் உண்மைகளுக்கு மட்டுமே முக்கியத்துவம் அளிக்கப்பட வேண்டும் என்று போராடினர். சமூகவியல் ஆராய்ச்சியில் மதிப்புகளை தள்ளி வைக்க வேண்டும் என்று கூற்றுக்களை தெரிவித்தார். 1904ல் வெபர் "துள்ளியதன்மை மற்றும் அறிவு" என்கிற ஆராய்ச்சி கட்டுரையில் தன்னுடைய மதிப்பு மற்றும் உண்மை சார்ந்த கருத்துக்களை வெளிப்படுத்தினார். இந்த ஆராய்ச்சி கட்டுரையானது மேற்கத்திய உலகத்திலே கல்வியியலில் மாற்றத்தை பெரிதளவில் ஏற்படுத்தியது எனலாம். மதிப்பு சார்ந்த கோட்பாடுகளுக்கு முக்கியத்துவம் அளிக்கப்பட கூடாது என்று இன்னமும் பல ஆய்வாளர்கள் வெபரோடு தங்கள் கருத்துக்களை ஆராய்ச்சி கட்டுரையின் மூலமாக தெரிவித்துள்ளார்கள். விழுமிய தீர்ப்புகளுக்கு அறிவியலில் இடம்

இல்லை என்றும் அவர்கள் அடிக்கோடிட்டு தெரிவித்தார்கள். மதிப்புகள் மற்றும் மனசாட்சி என்பது தனி மனிதர்களுடைய தனித்துவமான விஷயமாக கருதப்படுகிறது.

மேலும் தனி மனிதர்களுடைய விருப்பம் மற்றும் மனசாட்சியானது அறிவியல் ரீதியாக ஆராய்ச்சி செய்ய முடியாது. மதிப்புகள் என்பது நம்பிக்கையின் மறுபக்கமாகும். அதனால் இது அறிவியலின் கீழ் வராது என்றும் கருத்துக்கள் இருக்கிறது. சமூக பிரச்சனைகளின் உண்மை தன்மையை ஆய்வு செய்வதன் மூலமாக மட்டுமே அரசியல் அறிவியலில் புதிய கோட்பாடுகளையும், தீர்வுகளையும் நாம் உருவாக்க முடியும் என்று அவர்கள் நம்பினார்கள். மற்றும் ஒரு ஆராய்ச்சி கட்டுரையில் வெபர், மதிப்பின் நடுநிலைத் தன்மை என்ற கருத்திற்கு முக்கியத்துவம் அளித்தார். இதன் தொடர்ச்சியாக ஜெர்மினோ அவர்கள் நேர்மறைவாதிகளை நான்கு வகையாக பிரிக்கின்றார்.

திறந்த நிலை நேர்மறைவாதிகள்

இந்த தலைப்பின் கீழ் வரக்கூடிய ஆய்வாளர்கள் வெபர் மற்றும் அர்னால்டு போன்றோர் கூடுமானவரை மதிப்புகளையும் உண்மைகளையும் பிரிப்பதற்கு முயற்சிகள் எடுத்தார்கள்.

கலப்புவாதம்

இவ்வகையை சார்ந்தவர்கள் சைமன் மற்றும் லாஸ்வல், துல்லிய தன்மையை நிலைப்படுத்தினார்கள் எனலாம். மேலும் நடத்தைவாத கோட்பாட்டினை நிலைத்தன்மையாக்குவதற்கு இவர்கள் கல்வியல் ரீதியாக முயற்சிகளை எடுத்தார்கள்.

மிகை உண்மைவாதிகள்

இவ்வகையை சார்ந்தவர்கள் உண்மை தன்மையை மட்டுமே அடிப்படையாகக் கொண்டு ஆராய்ச்சிகளை மேற்கொண்டார்கள்.

குறிப்பிட்டு சொல்ல போகும்போது மதிப்புகளை அறவே இவர்கள் தங்களுடைய கட்டுரையில் பயன்படுத்தவில்லை.

அச்சுயியல் நேர்மறைவாதிகள்

ஈஸ்டன், வால்டோ, கோபன் போன்ற சமூகவியல் ஆராய்வாளர்கள் இவ்வகையை சார்ந்தவர்கள் ஆவர். இருபதாவது நூற்றாண்டில் நேர்மறை வாதமானது அரசியல் அறிவியல், சமூக அறிவியல் மற்றும் உளவியல் போன்ற பாடத்துறைகளிலே கண்டிப்பாக பல்வேறுபட்ட மாற்றங்களை ஏற்படுத்தியுள்ளது. முதலாம் உலகப் போருக்கு பிறகு சமூக அறிவியல் இயற்கை அறிவியலுக்கு சரி நிகராக கருதப்பட்டது. இயற்கை அறிவியலில் காணப்படக்கூடிய நேர்மறை வாதத்திற்கு உண்டான 8 பண்புகளை நாம் இப்போது பார்ப்போம்.

காரண நிர்ணயமானது ஒவ்வொரு பிரச்சனைகளுக்கும் உண்டான காரண அம்சங்களை கண்டறிய கூறுகிறது. இரண்டாவதாக, புலன்களுக்கு அப்பாற்பட்ட கருத்து வாதங்களையும் **இருத்தலியல்** பகுப்பாய்வுகளையும் புறம்தள்ளுகிறது. மூன்றாவதாக, மனித நடத்தை சார்ந்த சட்டங்களை அதனுடைய ஸ்திரதன்மையை உருவாக்க விளைகிறது. நான்காவதாக, அறிவியல் ரீதியான துல்லிய தன்மையை அனைத்து வித ஆராய்ச்சியிலும் புகுத்துமாறு வேண்டிக் கொள்கிறது. ஐந்தாவதாக, ஆராய்ச்சி முறைமையில் கூடிய மட்டும் அளவு ரீதியானதும் அறிவியல் ரீதியானதுமான கருத்துக்களை உபயோகப்படுத்த வேண்டும். ஆறாவதாக, மதிப்பு மற்றும் கலாச்சார தொடர்புத்துவத்தை வெளிப்படுத்த வேண்டும். ஏழாவதாக, சமூக பகுப்பாய்வு. எட்டாவது, பன்முகத்தன்மையும் ஜனநாயகத்துவமும் அமையக்கூடிய சமூக அமைப்பை முன்னிறுத்த வேண்டும்.

நேர்மறைவாத மறைதல்

இவ்வாறாக நேர்மறை வாதம் என்கிற கொள்கைத்துவம் பல வல்லுனர்களால் போற்றப்பட்டு இறுதியிலே 1960களில்

நேர்மறை வாதத்தின் மறைதல் பிரிட்டன் நாட்டில் கண்கூடாக தெரிந்தது. நிகழ்வியல் மற்றும் நவீன யதார்த்தவாதம் போன்ற கருத்து உருவாக்கங்கள் மீண்டும் தலை தூக்கின.

அமெரிக்காவிலும் அறிவியலில் காணப்படக்கூடிய துல்லிய தன்மையை எதிர்த்தும் மதிப்பு நடுநிலைமையை போற்றியும் அறிவியல் ரீதியான அம்சம், சமூக அறிவியலுக்கு தேவையில்லை என்ற நிலைப்பாடும் பரவ ஆரம்பித்தன. மேலும் நேர்மறைவாதமானது தனி மனிதர்களுடைய விருப்பத்தை மட்டுமே அடிப்படையாகக் கொண்டது எனவும் ஒட்டுமொத்த மக்கள் குழுமத்தை ஆராய்வுக்கு எடுக்கவில்லை என்ற குறைபாடும் எழுந்தது.

அரசியல் கோட்பாடு மாற்றமும் தொடர்ச்சியும்

அரசியல் அறிவியலிலே கோட்பாட்டின் உருவாக்கங்கள் மிகவும் குறைந்துவிட்டது என்ற கருத்திற்கு வலு சேர்க்கும் விதமாக ஆராய்ச்சியாளர்கள் தங்களுடைய கருத்தாக்கங்களை முன்னிறுத்தினர். அரசியல் அறிவியலில் மதிப்பு ரீதியாக அணுகுமுறை செய்ய இயலாதவாறு அறிவியல் ரீதியாக கொண்டு செல்லுமாறும் இவ்வகையான தளங்கள் போராடின. இது ஒரு புறம் இருக்க மற்றொரு தளத்திலே அரசியல் அறிவியலிலே கோட்பாடுகள் குறையவில்லை என்றும் மாற்றங்களை சந்தித்துக் கொண்டிருக்கின்றது எனவும் மற்றும் ஒரு சாரார் கருத்து தெரிவித்தனர். அரசியல் கோட்பாடு என்று பார்க்கின்ற பொழுது அதனுடைய பழமை காலகட்டத்திலே இரு வகையாக செயல்பாடுகள் நடைபெற்றன. ஒன்று, அரசாங்கம் எவ்வாறு செயல்படுகிறது என்பதை நடைமுறை ரீதியாக ஆராய்ச்சி செய்தனர். மற்றொரு பாதை அரசினுடைய இலக்குகள் மற்றும் லட்சியங்களை அடிப்படையாக வைத்து தத்துவ ரீதியான கோட்பாடுகளை உருவாக்கினர். இந்த தத்துவ ரீதியான கொள்கைத்துவங்கள் அந்தந்த காலகட்டத்திற்கு ஏற்பவும் தத்துவ ஞானிகளுக்கு ஏற்பவும் மாறிக்கொண்டே

இருந்தன என்பதே உண்மை. தத்துவங்கள் மற்றும் கோட்பாடுகள் இவை யாவும் தனி நபர்கள் மூலமாக உருவாக்கப்படும் பொழுது அவர்களுடைய பாதிப்பும் நேர்மறையான மற்றும் எதிர்மறையான வகைகளில் நடந்தது வெல்டன் என்கிற அரசியல் அறிவியல் ஆய்வாளர் அனைத்து காலகட்டத்திலும் உருவாகி இருக்கக்கூடிய இவ்வகையான கொள்கைகளும் கோட்பாடுகளும் அறிவியல் ரீதியாக பகுப்பாய்வு செய்யப்பட்டு அதனுடைய உண்மை தன்மையையும் துல்லிய தன்மையும் கண்டறிய வேண்டும் என்று விழைகிறார். நடைமுறையில் இருக்கக்கூடிய பிரச்சனைகள், அதற்குண்டான தீர்வுகள் இதையே அரசியல் அறிவியல் வல்லுநர்கள் ஆய்வு செய்ய வேண்டும் என்றும் கூறப்படுகிறது. இது ஒரு புறம் இருக்க பெர்லின் அவர்கள் அனைத்து காலகட்டத்திலும் தத்துவ ரீதியான கொள்கைத்துவங்கள் மாறிக்கொண்டே வந்திருக்கிறது என்று கூறுகின்றார். மார்க்சிசம், நவீன மார்க்சிசம், நவீன தாமிசம், தேசியம் ஹிஸ்டாரிசிசம், இருத்தலியல்வாதம், சமூக வாதம், அரசியல் நடத்தை போன்ற அத்தனை கருத்துக்களுக்குமே புதிய மாற்றங்களை விளைவிக்கக் கூடிய கொள்கைகளும் கோட்பாடுகளும் அந்தந்த காலகட்டத்தில் உருவாகி வந்திருப்பதை பெர்லின் அவர்கள் சுட்டிக் காட்டுகிறார். இதன் மூலமாக நாம் அறியக்கூடியது என்னவென்றால் அரசியல் அறிவியல் கோட்பாடுகள் குறைபாட்டை சந்தித்து வந்தன என்பதை காட்டிலும் புதிய பல மாற்றங்களை சந்தித்து இருக்கிறது என்பதுதான் நிதர்சனமான உண்மை.

சுருக்கமாக:

1. டேவிட் ஈஸ்டன் மற்றும் ஆல்பிரட் கோபன், பீட்டர் லாஸ்லெட் மற்றும் ராபர்ட் டால் ஆகியோர் அரசியல் கோட்பாட்டின் வீழ்ச்சியைப் பற்றி கூறுகிறார்கள்.

2. அரசியல் அறிவியலில் அரசியல் கோட்பாட்டின் வீழ்ச்சி என்பது இயற்கையில் பாரம்பரிய அல்லது நெறிமுறை அரசியல் கோட்பாட்டின் வீழ்ச்சியைக் குறிக்கிறது.

3. பாரம்பரிய அரசியல் கோட்பாடு அரசியல் தத்துவத்துடன் பிரிக்கமுடியாத வகையில் இணைக்கப்பட்டுள்ளது.

4. இருபதாம் நூற்றாண்டின் நடுப்பகுதியில், சமூகத் துறையில் பெரும் மோதல்களும், கலாச்சார மாற்றத்தின் செயல்முறையும் இருந்தது.

5. இன்றுவரையில் உலகில் எந்த நாட்டிலும் குறிப்பிடத்தக்க புதிய அரசியல் தத்துவம் தோன்றவில்லை அல்லது உருவாகவில்லை.

6. டேவிட் ஈஸ்டன், பத்தொன்பதாம் நூற்றாண்டுக்கு முந்தைய நெறிமுறை அரசியல் கோட்பாட்டின் பயன் இப்போது கணிசமாகக் குறைந்துள்ளது என்று கூறுகிறார்

7. மதிப்புகளைக் கைவிட்டு அதை அறிவியல் பூர்வமாக்குவது அரசியல் கோட்பாட்டின் வீழ்ச்சிக்கு வழிவகுத்தது.

8. ஈஸ்டனின் சூழ்நிலையை "கோட்பாட்டு ஊட்டச்சத்து குறைபாடு மற்றும் உண்மைகளின் தெவிட்டு" என்று அழைக்கப்படுகிறது.

9. கோப்பனின் கூற்றுப்படி, அரசியல் கோட்பாட்டின் இந்த வீழ்ச்சிக்கான காரணங்களில் ஒன்று, அரசியல் விஞ்ஞானிகளிடையே குறிப்பிட்ட இலக்குகள் அல்லது குறிக்கோள்கள் இல்லாதது ஆகும்.

10. டான்டே ஜெர்மினோவும் தனது புத்தகமான பியாண்ட் ஐடியாளாசில் ('Beyond Ideology: The Rrvival of Political theory) அரசியல் கோட்பாட்டின் வீழ்ச்சியை கூறுகிறார்.

நடத்தைவாதம் & பின் நடத்தைவாதம்

முன்னுரை

அரசியல் அறிவியல் ஆராய்ச்சியிலே மிக முக்கியமான வளர்ச்சியாக நடத்தைவாதமும் பின்-நடத்தைவாதமும் பங்காற்றியுள்ளது. 1950களில் தொடங்கி இந்த இரண்டு கோட்பாட்டு வாதங்களும் ஆராய்ச்சியில் பயன்படுத்தப்பட்டு வருகின்றன. நடத்தைவாதம் என்பது தனி மனிதர்களையோ அல்லது குழுமத்தையோ அவர்களுடைய கருத்து, பழக்க வழக்கம், பிரதிபலிப்பு, உளவியல் ரீதியான சிந்தனை போன்றவற்றை ஆய்ந்து அறிந்து அதன் மூலமாக குறிப்பிட்ட ஆராய்ச்சி பிரச்சனைக்கு தீர்வுகளை காணுவது ஆகும். இந்த நடத்தைவாத கோட்பாட்டை பயன்படுத்தி ஆராய்ச்சி பிரச்சினைகள் பகுப்பாய்வு செய்யப்படுகிறபொழுது அதிலே கணினி மற்றும் புள்ளியியல் தொடர்பான யுக்திகளை ஆராய்ச்சியாளர்கள் பயன்படுத்துகிறார்கள். இதை "மதிப்பு" ஆதரவாளர்கள் சாடுகிறார்கள். அரசியல் அறிவியல் என்பது தனி மனிதனுடைய சிந்தனை ஓட்டம் மற்றும் கருத்தோட்டத்தை மையமாக வைத்து செயல்படுத்தும் நடவடிக்கைகள் ஆகும். ஆனால் சிந்தனை ஓட்டத்தை எவ்வாறு புள்ளியியல் மூலமாக கண்டறிய முடியும் என்பது மில்லியன் டாலர் கேள்வியாகும். இதை எதிர்த்து பின்-நடத்தைவாதம் உருவாக்கப்பட்டு எந்த சமூக பிரச்சனைக்கும் அது தொடர்பான "மதிப்புகள்" மற்றும் "நடவடிக்கை" முக்கியமாகும் என்று பரிந்துரைக்கப்பட்டது. அரசியல் அறிவியலிலே புள்ளியியல் மற்றும் அறிவியல் ரீதியான யுக்திகளை உபயோகப்படுத்துதல் அதனுடைய சாரத்தை

குறைத்து விடக்கூடும் என்பதும் பின்-நடத்தைவாதிகளுடைய கருத்தாக அமைந்துள்ளது. இப்பகுதியில் விரிவாக இந்த இரண்டு கோட்பாடுகளையும் பார்ப்போம்.

அரசியல் அறிவியலில் முழு அறிவியலின் பண்புகளை உட்புகுத்தும் நோக்கத்துடன் கண்டறியப்பட்டதே நடத்தைவாதம் மற்றும் பின்நடத்தைவாத அணுகுமுறைகள் ஆகும். நாம் ஏற்கனவே பார்த்தது போல, முழுஅறிவியலுக்கு உண்டான முக்கியத்துவம் சமூக அறிவியலுக்கு அளிக்கப்படவில்லை. இதனால் சமூக அறிவியல் பாடங்களான பொருளாதாரம், அரசியல் அறிவியல், பொது நிர்வாகம், சமூகவியல், வாணிபம் போன்றவை வளர்ச்சி அடையாமல் அணுகுமுறையற்று இருக்கின்றன. இக்குறையை போக்கும் விதமாக பல அணுகுமுறைகள் வல்லுனர்களால் உருவாக்கப்பட்டு பரப்பப்பட்டது. அவற்றுள் மிக முக்கியமான அணுகுமுறைகளாக நடத்தைவாதம் மற்றும் பின் நடத்தைவாதம் விளங்குகிறது.

நடத்தைவாதம் என்பது 1930களில் அமெரிக்காவில் தோன்றிய அரசியல் அறிவியலில் ஒரு அணுகுமுறையாகும். பாரம்பரிய அரசியல் அறிவியலின் தன்மை, நோக்கம், முறைகள் மற்றும் முடிவுகளில் ஆழ்ந்த அதிருப்தியானது ஒரு புரட்சியின் தோற்றத்திற்கு வழிவகுத்தது. இதன் விளைவாக அரசியலில் முதன் முதலாக நடத்தை அணுகுமுறை வெளிப்பட்டது.

1950கள் மற்றும் 60களில் ஆதிக்கம் செலுத்தும் அணுகுமுறைகளில் ஒன்றாக இருந்த நடத்தைவாதம், அரசியல் அறிவியலின் பொருள் தெளிவாக கவனிக்கக்கூடிய மற்றும் அளவிடக்கூடிய நிகழ்வுகளுக்கு வரையறுக்கப்பட்டதாக இருக்க வேண்டும் என்றது. அரசியல் நிறுவனங்கள் பெரும்பாலும் அடிப்படை சமூக சக்திகளை பிரதிபலிக்கின்றன என்றும் அரசியல் பற்றிய ஆய்வு சமூகம், கலாச்சாரம் மற்றும் பொதுக் கருத்துடன் தொடங்க வேண்டும் என்றும் அது கருதுகிறது.

நடத்தைவாதத்தின் தோற்றம் பெரும்பாலும் சார்லஸ் மெரியம் என்பவரால் கூறப்பட்டுள்ளன. அவர் தனிநபர்கள் மற்றும் குழுக்களின் அரசியல் நடத்தையை ஆராய்வதன் முக்கியத்துவத்தை வலியுறுத்தினார். மனிதர்கள் சட்டம் அல்லது முறையான விதிகளுக்கு எவ்வாறு கட்டுப்படுகிறார்கள் என்பதை மட்டும் கருத்தில் கொள்ளவில்லை.

நடத்தைவாதத்தின் வரையறைகள்

1. அரசியலுக்கான நடத்தை அணுகுமுறை நடத்தைவாதம் என்று குறிப்பிடப்படுகிறது.

2. "நடத்தைவாதம் என்பது அரசியல் அறிவியலில் ஒரு இயக்கம், இது அரசியல் சிந்தனையாளர்களை கவனிக்கக்கூடிய நடத்தைகளை மட்டுமே பகுப்பாய்வு செய்ய வலியுறுத்துகிறது."

3. "நடத்தைவாதம் எனும் சமூகக் கோட்பாடானது, கவனிக்கத்தக்க ஒன்றாகும். இவை நடத்தைகளின் அடிப்படையில் மட்டுமே கட்டமைக்கப்பட வேண்டும் என்று வலியுறுத்துகிறது, ஏனெனில் அத்தகைய நடத்தை மட்டுமே ஆராய்ச்சிக்கான அளவிடக்கூடிய தரவை வழங்குகிறது."

நடத்தைவாதத்தின் சிறப்பியல்புகள்

டேவிட் ட்ரூமன், ஹெய்ன்ஸ் யூலாவ், சாமுவேல் ஜே. எல்டர்ஸ்வெல்ட், மோரிஸ் ஜானோவிட்ஸ் மற்றும் டேவிட் ஈஸ்டன் போன்ற புகழ்பெற்ற அரசியல் அறிஞர்கள் நடத்தைவாதத்தின் பண்புகள் குறித்து தங்கள் கருத்துக்களை வழங்கியுள்ளனர்.

டேவிட் ட்ரூமன் கூற்றுப்படி அரசியல் நடத்தைவாதம் என்பது அரசியல் நடத்தை அறிவியல் என்று வரையறுக்கிறார். இங்கு அரசியல் நடத்தைகள் என்பது "ஆளும் செயல்பாட்டில்

ஈடுபட்டுள்ள மனிதர்கள் மற்றும் குழுக்களின் நடவடிக்கைகள் மற்றும் தொடர்புகள்" என்று பொருள்படும்.

டேவிட் ட்ரூமனின் கூற்றுப்படி, நடத்தைவாதம் இரண்டு முக்கிய அம்சங்களைக் கொண்டுள்ளது:

i. ஆராய்ச்சி முறையாக இருக்க வேண்டும்,

ii. அனுபவ முறைகளுக்கு முதன்மை முக்கியத்துவம் கொடுக்க வேண்டும்.

ஹெய்ன்ஸ் யூலாவ், சாமுவேல் ஜே. எல்டர்ஸ்வெல்ட், மோரிஸ் ஜானோவிட்ஸ் ஆகியோர் அரசியல் நடத்தை அணுகுமுறையின் பின்வரும் நான்கு பண்புகளைக் குறிப்பிடுகின்றனர் அதாவது:

1. நடத்தைவாதம் என்பது நிகழ்வுகள், கட்டமைப்புகள், நிறுவனங்கள் அல்லது சித்தாந்தங்களை விட நபர்கள் மற்றும் சமூகக் குழுக்களின் நடத்தைக் கோட்பாடு மற்றும் அனுபவப் பகுப்பாய்வினை முன் வைக்கிறது. அதாவது பொது மக்களின் கருத்துகளையும் எண்ண ஒட்டங்களையும் கண்டறிவதாக உள்ளது. உதாரணத்திற்கு, கேப்பிடலிசத்தின் நிறை குறைகளை மக்களின் கருத்துகளை அடிப்படையாக கொண்டு ஆய்வு செய்ய முற்படுகிறது.

2. நடத்தைவாதம் என்பது இட-ஒழுங்கு கவனத்தை ஆதரிக்கிறது. இது சமூக உளவியல், சமூகவியல் மற்றும் கலாச்சார மானுடவியல் ஆகியவற்றுக்கு பொதுவான, குறிப்பு சட்டத்தில் கோட்பாடு மற்றும் ஆராய்ச்சியை முன்வைக்கிறது.

3. நடத்தைவாதம் கோட்பாடு என்பது ஆராய்ச்சியின் பரஸ்பரத்தை ஒன்றுக்கொன்று சார்ந்திருப்பதை வலியுறுத்துகிறது. இந்த கோட்பாடு கேள்விகள் மற்றும் அனுபவ ஆராய்ச்சியின் நோக்கத்திற்கான செயல்பாட்டு அடிப்படையில் கூறப்பட வேண்டும். அனுபவ கண்டுபிடிப்புகள் அரசியல் கோட்பாட்டின் வளர்ச்சியில் தாக்கத்தை ஏற்படுத்த வேண்டும்.

4. நடத்தைவாதம் என்பது கடுமையான வடிவமைப்புகளை உருவாக்கவும், அரசியல் நடத்தை சிக்கல்களுக்கு துல்லியமான பகுப்பாய்வு முறைகளைப் பயன்படுத்தவும் முயற்சிக்கிறது. இது ஆராய்ச்சிக்கான அறிவியல் செயல்முறையைக் குறிக்கிறது.

டேவிட் ஈஸ்டன் பின்வரும் எட்டு முக்கிய அனுமானங்கள் அல்லது நடத்தைவாதத்தின் பண்புகளை அளித்துள்ளார்.

1. Regularities (ஒழுங்குமுறைகள்)

2. Verification (சரிபார்ப்பு)

3. Quantification (அளவீடு)

4. Value (மதிப்பு)

5. Techniques (நுட்பங்கள்)

6. Systematization (முறைப்படுத்தல்)

7. Pure Science (தூய அறிவியல்)

8. Integration (ஒருங்கிணைப்பு)

1. ஒழுங்குமுறைகள்

அரசியல் நடத்தையில் புரிந்துகொள்ளக்கூடிய ஒற்றுமைகள் உள்ளன. இவை விளக்கமாகவும் மற்றும் முன்கணிப்பு மதிப்புகளுடன் பொதுமைப்படுத்தல் (Generalization) அல்லது கோட்பாடுகளில் வெளிப்படுத்தலாம். ஒரு குறிப்பிட்ட கட்சிக்கு வாக்களிப்பதற்கு காரணம் கொள்கையோ அல்லது ஆளுமைத்தன்மையோ இருக்கும் பட்சத்தில் இந்த காரணியை பொதுமைப்படுத்தலாம்.

2. சரிபார்ப்பு

அரசியல் நடத்தையில் பொதுமைப்படுத்தல்களின் செல்லுபடியாகும் தன்மை, அதன் தொடர்புடைய நடத்தையைக் குறிப்பிடுவதன் மூலம் சோதிக்கப்பட வேண்டும். நேர்காணல்

முறையின் மூலமாக நடத்தப்படும் ஆய்வு ஒரே மாதிரியான பதிலை பெறும்போது ஆய்வின் முடிவுகள் சரிபார்க்கப்பட்டு முடிவுகள் முன்கூட்டியே கணிக்கப்படுகிறது.

3. அளவீடு

தரவுகளின் பதிவு மற்றும் கண்டுபிடிப்புகளின் கூற்று ஆகியவற்றில் துல்லியமான அளவீடு தேவைப்படுகிறது. ஆனால் மற்ற நோக்கங்களின் வெளிச்சத்தில் சாத்தியமான, பொருத்தமான மற்றும் அர்த்தமுள்ள இடங்களில் மட்டுமே இவை தேவைப்படுகின்றன.

4. மதிப்பு

மதிப்பு என்பது நெறிமுறை மதிப்பீடு மற்றும் அனுபவ விளக்கம் இரண்டு வெவ்வேறு வகையான முன்மொழிவுகளை உள்ளடக்கியது. இது தெளிவுக்காக பகுப்பாய்வு ரீதியாக வேறுபட்டதாக இருக்க வேண்டும்.

5. நுட்பங்கள்

தரவைப் பெறுவதற்கும் மற்றும் விளக்குவதற்குமான வழிமுறைகளை சாதாரணமாக எடுத்துக்கொள்ள முடியாது. அவை முறையாக சுயநினைவுடன் ஆராயப்பட வேண்டும், மற்றும் அதோடு இவற்றை சரியான முறையில் சரிபார்க்கப்பட வேண்டும். இதனால் நடத்தைகளை அவதானிக்க, பதிவுசெய்ய மற்றும் பகுப்பாய்வு செய்ய கடினமான வழிமுறைகளைக் காணலாம்.

6. முறைப்படுத்தல்

ஆராய்ச்சி என்பது முறையானதாக இருக்க வேண்டும். கோட்பாடு மற்றும் ஆராய்ச்சி ஆகியவை நெருக்கமாக ஒன்றோடொன்று இணைந்ததாகவும், ஒரு ஒத்திசைவான மற்றும் ஒழுங்கான அறிவின் பகுதியாகவும் காணப்பட வேண்டும்.

7. தூய அறிவியல்

அறிவியலின் பயன்பாடு என்பது கோட்பாட்டு புரிதலைப் போலவே விஞ்ஞான நிறுவனத்தின் ஒரு பகுதியாகும். ஆனால் அரசியல் நடத்தையின் புரிதலும், விளக்கமும் தர்க்கரீதியாக முந்தியது. அதோடு சமூகத்தின் அவசர நடைமுறை சிக்கல்களைத் தீர்ப்பதில் அரசியல் அறிவைப் பயன்படுத்துவதற்கான முயற்சிகளுக்கு அடிப்படையை வழங்குகிறது.

8. ஒருங்கிணைப்பு

சமூக அறிவியல் முழு மனித சூழ்நிலையையும் கையாள்வதால், அரசியல் ஆய்வுகள் மற்ற துறைகளின் கண்டுபிடிப்புகளை புறக்கணிக்க முடியும். இது செல்லுபடியாகும் தன்மையைப் பலவீனப்படுத்தும் மற்றும் அதன் சொந்த முடிவுகளின் பொதுவான தன்மையைக் குறைமதிப்பிற்கு உட்படுத்துகிறது. இந்த இடை-உறவை அங்கீகரிப்பது, அரசியல் அறிவியலை முந்தைய நூற்றாண்டுகளின் நிலைக்குக் கொண்டு வரவும், சமூக அறிவியலின் முக்கிய பகுதிக்கு திரும்பவும் உதவும்.

இந்த எட்டு அனுமானங்களும் ஏறக்குறைய அனைத்து நடத்தைவாதிகளின் கருத்துகளின் பொதுவான மையமாக அமைகின்றன.

இவ்வாறு, நடத்தைவாதம் என்பது மற்ற சமூக அறிவியலுக்குப் பொதுவான குறிப்புக் கட்டமைப்பில் மனித நடத்தையின் ஒரு அம்சமாக அரசியலைப் படிக்க முயல்கிறது, ஒரு அறிவியல் கோட்பாட்டை உருவாக்கும் நோக்கத்துடன் தரவு சேகரிப்பு மற்றும் பகுப்பாய்வுக்கான அனுபவ ஆராய்ச்சி, கணித-புள்ளி விவர-அளவிடல் நுட்பங்களைப் பயன்படுத்த பரிந்துரைக்கிறது.

பின் நடத்தைவாதம்

பின்-நடத்தைவாதம் ஒரு கருத்தியல் புரட்சி ஆகும். இது சீர்திருத்த இயக்கமாகவும் கருதப்படுகிறது. இது "நடவடிக்கை" மற்றும்

"பொருத்தத்தின்"மீது அழுத்தத்தை அளிக்கிறது. நடத்தைவாதிகள் 1960ஆம் ஆண்டு இறுதிக்கு முன்பே நடத்தைவாதத்தின் பயன் குறித்த கேள்விகளை எழுப்பத் தொடங்கினர். இதன் விளைவாக, பின் நடத்தைவாதம் என்று ஒரு புதிய இயக்கம் தொடங்கப்பட்டது. பின் நடத்தைவாதம் என்பது நடத்தைவாதத்தில் சீர்திருத்த இயக்கம் மற்றும் முற்போக்கான படியாகும்.

பின் - நடத்தைவாதமானது சமூகம் மற்றும் அரசியல் அமைப்பின் பிரச்சினைகள் மற்றும் அச்சுறுத்தல்களை ஆய்வு செய்து தீர்க்க முயற்சிக்கிறது. சமூகத்தின் உண்மையான தேவைகளின் பின்னணியில் அரசியல் அறிவியலின் ஆராய்ச்சி மற்றும் ஆய்வு பொருத்தமானதாக இருக்க வேண்டும் என்பதை வலியுறுத்துகிறது.

சமூக மற்றும் அரசியல் பிரச்சனைகளில் அலட்சியமாக இருக்காமல், நடுநிலையாக இருந்து சமூகத்தை வழிநடத்தி படிக்குமாறு அரசியல் அறிஞர்களை பிந்தைய நடத்தைவாதம் தூண்டுகிறது.

நடத்தைவாதம் ஒரு புரட்சியாக வந்தது. ஒரு குறுகிய காலகட்டத்துக்கு பிறகு ஒவ்வொரு புரட்சியையும் போலவே உண்மையான தளத்தை மட்டுமே வைத்திருக்க முடியும் என்பதை அறிவுறுத்துகிறது.

இருபது ஆண்டுகளுக்குள், பல விரிசல்கள் தோன்றினாலும் நடத்தைவாதிகள் மற்றும் அவர்களில் பலர் "சீர்திருத்தங்களின்" அவசியத்தை வலியுறுத்தத் தொடங்கினர்.

அவர்களில் யாரும் நடத்தைவாதத்தை நிராகரிப்பதை ஆதரிக்கவில்லை என்றாலும், அவர்கள் அனைவரும் முன் பழைமைவாதத்திலிருந்து இருந்து விலகி எதிர்காலத்தில் நன்னெறி சமூகத்தை வேண்டியதன் அவசியத்தை ஏற்று வாதிட வேண்டும் என்பதை அறிந்துகொண்டனர்.

பொருத்தம் மற்றும் செயல்

பின் நடத்தைவாதத்தின் இரண்டு முக்கிய தூண்கள் "பொருத்தம்" மற்றும் "செயல்" ஆகும். ஆராய்ச்சி மற்றும் கோட்பாடு கட்டமைப்பு இருக்க வேண்டும். உண்மையான சமூக நிலைமைகள் மற்றும் அரசியலின் பட்டவர்த்தமான உண்மைகள் மற்றும் பொருத்தமானது சமூகத்தில் ஒரு நடைமுறையாக உள்ளதால், பின்நடத்தைவாதம் இவற்றில் பங்கு வகிக்கிறது.

பின்-நடத்தைவாதத்தின் முக்கிய அம்சங்கள் பின்வருமாறு:

பின் நடத்தைவாதத்தின் முக்கிய ஆதரவாளர் டேவிட் ஈஸ்டன் இரண்டு முக்கிய அம்சங்களைக் கொடுத்துள்ளார் -

1. **பொருத்தத்தின் மீதான அழுத்தம்:** அரசியல் அறிவியலில் தொழில்நுட்பம் என்பது பொருத்தமாக இருப்பது அவ்வளவு முக்கியமல்ல. சமூகப் பிரச்சினைகளுக்குத் தீர்வு காண்பதற்கு உதவவில்லை என்றால் ஆராய்ச்சியை கைவிடுவது நல்லது.

2. **சமூக மாற்றத்தின் மீதான அழுத்தம்:** நடத்தைவாதம் எப்போதும் சமூக ஸ்திரத்தன்மையை வலியுறுத்த பயன்படுகிறது. எனவே, அது உண்மைகளின் பகுப்பாய்வில் மட்டுமே கவனம் செலுத்தியது. ஆனால் அரசியல் விஞ்ஞானம் சமூக மாற்றங்களை எதிர்கொள்ள தன்னைத்தானே மாற்றிக்கொண்டு பரந்த சமூக சூழலுடன் இணைக்கப்பட வேண்டும்.

3. **பிரச்சனைகளுக்கு பயனுள்ள மற்றும் நம்பகமான தீர்வு தேவை:** பின்-நடத்தைவாதம் சமகால சமூக பிரச்சனைகளின் தீர்வில் அழுத்தம் கொடுக்கிறது. அரசியல் அறிவியல், சமூகப் பிரச்சினைகளைத் தீர்க்கும் போது மட்டுமே பயனுள்ளதாக இருக்கும் என்று நம்பப்படுகிறது. இந்நாட்களில் தொற்றுநோய்கள், வறுமை, ஊட்டச்சத்து

குறைபாடு, மாசுபாடு, அணு ஆயுதப் போர் பயம் போன்றவற்றால் மனித நாகரீகம் அழிவை நோக்கி இழுத்துச் செல்லப்படுகிறது. அத்தகைய சூழ்நிலையில், அரசியல் விஞ்ஞானம் இதுபோன்ற பிரச்சினைகளைத் தீர்க்க முயற்சிக்க வேண்டும். அப்போதுதான் பயனுள்ளதாக இருக்கும்.

4. **மதிப்புகளின் முக்கிய பங்கு:** பின் நடத்தைவாதம் மதிப்புகளின் தீர்மானிக்கும் பாத்திரத்தை ஏற்றுக்கொள்கிறது. விழுமியங்களை அடிப்படையாகக் கொண்ட மனித சமுதாயத்திற்கு அந்த அறிவு மட்டுமே பலனளிக்கிறது. சமூக அறிவியலின் நோக்கம் சிறந்த மனித சமுதாயத்தை வடிவமைப்பதாகும். எனவே, மதிப்பு அடிப்படையிலான அறிவு அவசியப்படுகிறது.

5. **அறிவுஜீவிகளின் பங்கு:** சமூகத்தில் அறிவுஜீவிகளின் பங்கை ஒரு முக்கியமான அம்சமாக பின்-நடத்தைவாதம் கருதுகிறது. மனித விழுமியங்களைப் பாதுகாப்பது என்பது உரிய கடமையாகும். அறிவுஜீவிகள் அறிவியல் ஆராய்ச்சியாளர்களாக மட்டும் இருக்க வேண்டும், சமூகத்தை வழிநடத்த வேண்டும் என்று அவர்கள் நம்புகிறார்கள்.

6. **செயல் அடிப்படையிலான அறிவு:** பின்-நடத்தையானது செயலில் அழுத்தத்தை அளிக்கிறது. அரசியல் விஞ்ஞானம் சமூகத்தை மறுசீரமைப்பதில் தொடர்ந்து ஈடுபட வேண்டும். அறிவு நடைமுறையில் முக்கியத்துவம் வாய்ந்ததாக இருக்க வேண்டும். சமூகப் பிரச்சனைகளைத் தீர்க்க உதவும் இத்தகைய செயல்களை ஆராய்ச்சியாளர்கள் செய்ய வேண்டும்.

7. **தொழில்களின் அரசியல்மயமாக்கல்:** பின்-நடத்தைவாதம் விஞ்ஞானிகளின் செயலற்ற தன்மையை ஆதரிப்பதில்லை. அனைத்தையும் அரசியலாக்குவதில் அழுத்தம் அளிக்கப்படுகிறது. சமுதாயத்தின் நோக்கங்கள்

ஒழுங்கமைக்கப்பட்ட மற்றும் முறையான திசையை வழங்குவதற்காக அறிஞர்கள் சமூகத்தில் ஒரு நேர்மறையான **பங்கை** வகிக்க வேண்டும்.

டேவிட் ஈஸ்டன் அரசியல் அறிவியலுக்கு பின்-நடத்தை அணுகுமுறையின் ஏழு முக்கிய அம்சங்களைப் பற்றி குறிப்பிட்டுள்ளார். இந்த ஏழு அம்சங்களைக் கருத்தில் கொண்டு, நுட்பத்தை விட பொருளுக்கு முன்னுரிமை இருக்க வேண்டும், அரசியல் விஞ்ஞானம் சமூக மாற்றத்திற்கு முக்கியத்துவம் கொடுக்க வேண்டும், சமூக அறிவியலில் ஆராய்ச்சி யதார்த்தத்துடன் தொடர்பை இழக்கக்கூடாது, படிப்பு மதிப்புமிக்கதாக இருக்க வேண்டும், படிப்பும் எதிர்காலத்தை நோக்கியதாக இருக்க வேண்டும் என்று அவர் கருத்து தெரிவித்தார்.

எனவே, பின் நடத்தைவாத அணுகுமுறை, நுட்பத்தை விட பொருளுக்கு முக்கியத்துவம் அளிக்கிறது என்று நாம் கூறலாம். இது அரசியல் அறிவியலுக்கான நடைமுறை, சமூக மாற்றம் சார்ந்த அணுகுமுறையை உருவாக்குவதற்கான முயற்சியாகும். உண்மையில், பிந்தைய நடத்தைவாத அணுகுமுறை நடத்தைவாத அணுகுமுறையை செம்மைப்படுத்துகிறது மற்றும் அதை ஏற்றுக்கொள்ள முயற்சிக்கிறது.

பின் நடத்தைவாத அணுகுமுறை என்பது ஒரு இயக்கம் மற்றும் கல்விப் போக்கு. அரசியல் அறிவியலை மதிப்பு இல்லாத அறிவியலாக மாற்றுவதற்கான நடத்தைவாத அணுகுமுறையின் முயற்சிகளை அது எதிர்த்தது. பிந்தைய நடத்தைவாத அணுகுமுறை என்பது நிகழ்காலம் மற்றும் எதிர்காலம் ஆகிய இரண்டின் பிரச்சினைகளையும் தீர்க்க விரும்பும் எதிர்கால நோக்குடைய அணுகுமுறையாகும். இந்த அணுகுமுறைக்கு, அரசியல் அறிவியல் படிப்பு சமூக மாற்றத்திற்கு முக்கியத்துவம் கொடுக்க வேண்டும். அதற்கு அரசியல் அறிவியலுக்கு சமூகத்தில் சில தொடர்பு

இருக்க வேண்டும். பொருத்தத்துடன், இந்த அணுகுமுறை நடவடிக்கையே அரசியல் அறிவியலின் அடிப்படை என்று நம்புகிறது. அரசியல் அறிவியல், அரசியல், சமூக மாற்றம், மதிப்புகள் போன்ற அனைத்து உண்மைகளையும் ஆய்வு செய்ய வேண்டும் என்பதை அது ஏற்றுக்கொள்கிறது.

சுருக்கமாக:

1. இரண்டாம் உலகப்போரின் (1939-45) முடிவுக்கு பின்பு நடத்தை சார்இயக்கம் தோன்றியது.

2. சார்லஸ் எட்வர்ட் மெரியம் (1874-1953) அரசியல் அறிவியலுக்கான நடத்தை அணுகுமுறையை நிறுவினார்,

3. ராபர்ட் எ. தால் கருத்துப்படி நடத்தை சார் என்பது அரசியல் அறிவியலில் தோன்றிய எதிர்ப்பு இயக்கம் ஆகும்

4. நடத்தை சார் அணுகுமுறை என்பது சிறிய அளவிலான ஆய்வுகளுக்கு மட்டுமே உதவும்.

5. 1960ம் ஆண்டு பிற்பகுதி காலத்தில் நடத்தை சார் இயக்கத்திற்கு எதிராக ஒரு புது இயக்கம் தோன்றியது. அந்த இயக்கம் பிந்தைய நடத்தையியல் இயக்கம் என்று அழைக்கப்பட்டது.

6. பிந்தைய நடத்தையியல் வாதிகள் அரசியல் அறிவியல் என்பது மானிட வாழ்க்கை அவற்றில் ஏற்படும் பிரச்சினைகளைச் சார்ந்து அவைகளை தீர்ப்பதாக இருக்க வேண்டுமென கருதினார்கள்.

7. நடத்தை சார் சிந்தனையாளர்கள், கேப்பிரியல் ஆல்மாண்ட், ராபர்ட் தால், டேவிட் ஈஸ்டன் ஆகியோர் அவர்களில் குறிப்பிடத்தக்க சிலர் ஆவர்.

8. டேவிட் ஈஸ்டன் என்பவர் பின்நடத்தையியல் வாதிகளில் குறிப்பிடத் தகுந்தவர்.

9. பிந்தைய நடத்தையியல் என்பது செயல், மற்றும் பொருத்தம் சார்ந்ததாகும்.

10. நடத்தை சார் அணுகுமுறை கருதுகோள்களை எவ்வாறு இருக்கின்றன என்ற அடிப்படையில் கள ஆய்வை மேற்கொள்ளவும் உதவும்.

இயல்-ஐந்து

நவீனத்துவம், பின்நவீனத்துவம்

முன்னுரை

நவீனமயமாக்கல் என்பது சமூகவியலில், பாரம்பரிய, கிராமப்புற, விவசாய சமூகத்திலிருந்து மதச்சார்பற்ற, நகர்ப்புற, தொழில்துறை சமூகமாக மாறுதல் ஆகும். நவீன சமுதாயம் தொழில்துறை சமூகம் ஆகும். ஒரு சமூகத்தை நவீனமயமாக்குவதற்கு, முன்னர் அதை தொழில்மயமாக்க வேண்டும். வரலாற்று ரீதியாக, நவீன சமுதாயத்தின் எழுச்சியானது தொழில்துறை சமுதாயத்தின் தோற்றத்துடன் பிரிக்கமுடியாத வகையில் இணைக்கப்பட்டுள்ளது. நவீனத்துவத்துடன் தொடர்புடைய அனைத்து அம்சங்களும் சுமார் 250 ஆண்டுகளுக்கு முன்பே தோன்றியது.

நவீனமாதல் என்பது சமூகத்தை "தற்காலபணியாதல்" என்று அர்த்தம். தற்காலபணியாதல் என்ற சொல் பழைய நடைமுறையை குறிக்கின்ற ஒரு புதிய சொல்லாகும். இச்செயலின் மூலம் பின்தங்கிய அல்லது முன்னேற்றம் அடையாத சமூகங்கள் முன்னேறும் நோக்கத்தோடு முன்னேற்றம் அடைந்த சமூகங்களை பின்பற்றி செல்வது. இதனை சுருக்கமாக கூற வேண்டுமெனில் சமூக சூழ்நிலைகளில் ஏற்படும் மாற்றங்களுக்கு ஏற்றவாறு ஒரு அரசியல் கலாச்சாரம் மாறுபடுவதையே தற்கால பணியாதல் என்ற என்று பொருள்படும். இரண்டாம் உலகப்போருக்கு பின் சமூக மாற்றத்தில் ஏற்பட்ட நடவடிக்கைகளை குறிக்க ஐரோப்பிய பணி மையம் ஆக்குதல், ஆங்கில பணி மையமாதல் மேற்கத்திய பணிமயமாக்குதல் என்ற மாறுபட்ட சொற்கள் பயன்படுத்தப்பட்டன. ஆனால் போருக்குப் பின் இச்சொற்கள் எல்லாம் சமூக மாற்றத்தை குறிப்பிட முழுமையாக உணர்த்தும்

படியான சொல்லாக இல்லை என சமூக அறிவியல் அறிஞர்களால் உணரப்பட்டது.

ஆகவே சமூக மாற்றத்தை முழுமையாக புரிந்து கொள்ள உதவும் ஒரு புதிய சொல்லாக தற்கால பணியாதல் என்ற சொல் வெளியிடப்பட்டது. லூசியன் பை என்பவர் தற்கால பணி ஆக்குதலுக்கான இலக்கணத்தை வகுத்து தந்தார். இவர் உலக கலாச்சாரம் பரவுதல் என்ற பொருளை குறிப்பிடுவதற்கு கூட தற்கால பணியாதல் என்ற சொல்லை பயன்படுத்தலாம் என்று கூறுகிறார். நவீனமயமாக்கல் என்பது ஒரு தொடர்ச்சியான மற்றும் திறந்த செயல்முறையாகும். சமூகங்களுக்குள் நவீனமயமாக்கல் செயல்முறையை விளக்க நவீனமயமாக்கல் கோட்பாடு பயன்படுத்தப்படுகிறது. 1950கள் மற்றும் 1960களின் நவீனமயமாக்கலின் பழமை கோட்பாட்டின் மீது கார்ல் மார்க்ஸ், எமிலி துர்கெய்ம் மற்றும் மேக்ஸ் வெபர், ஹார்வர்ட், சமூகவியலாளர் டால்காட் பார்சன்ஸின் எழுத்துக்களால் வலுவான தாக்கத்தை ஏற்படுத்தியது.

1991 ஆம் ஆண்டுக்குப் பிறகு, ∴பிரான்சிஸ் ∴புகுயாமா பனிப்போரின் முடிவைப் பற்றி நவீனமயமாக்கல் கோட்பாட்டினை பற்றி எழுதியபோது அது மீண்டும் வந்தது. ஆனால் கோட்பாடு ஒரு சர்ச்சைக்குரிய மாதிரியாக இருந்தது.

நவீனமயமாக்கல் என்பது நவீனத்திற்கு முந்தைய அல்லது பாரம்பரியம் என்பதிலிருந்து "நவீன" சமுதாயத்திற்கு முற்போக்கான மாற்றத்தின் மாதிரியைக் குறிக்கிறது. நவீனமயமாக்கல் கோட்பாடு பாரம்பரிய சமூகங்கள் நவீன நடைமுறைகளைப் பின்பற்றும்போது வளரும் என்று கூறுகிறது. நவீனமயமாக்கல் கோட்பாட்டின் ஆதரவாளர்கள், நவீன நாடுகள் செல்வம் மிக்கவை மற்றும் அதிக சக்தி வாய்ந்தவை என்றும், அவர்களின் குடிமக்கள் உயர்ந்த வாழ்க்கைத் தரத்தை அனுபவிக்க சுதந்திரமாக உள்ளனர் என்றும் கூறுகின்றனர்.

இந்த கோட்பாடு ஒரு நாட்டின் உள் காரணிகளைப் பார்க்கிறது. அதே சமயம், பாரம்பரிய நாடுகளின் உதவியுடன், மேலும் வளர்ந்த நாடுகளைப் போலவே, பாரம்பரிய நாடுகளையும் வளர்ச்சிக்குக் கொண்டு வர முடியும் என்று கருதுகிறது. நவீனமயமாக்கல் கோட்பாடு சமுக முன்னேற்றத்திற்கும் சமூகங்களின் வளர்ச்சிக்கும் பங்களிக்கும் சமூக மாறிகளை அடையாளம் காண முயற்சிக்கிறது மற்றும் சமூக பரிணாமத்தின் செயல்முறையை விளக்க முயல்கிறது. டேனியல் லெர்னர் போன்ற ஆசிரியர்கள் நவீனமயமாக்கலை மேற்கத்தியமயமாக்கலுடன் வெளிப்படையாக சமன்படுத்தினர்.

இன்று, நவீனமயமாக்கல் என்ற கருத்து மூன்று வெவ்வேறு அர்த்தங்களில் புரிந்து கொள்ளப்படுகிறது:

1. ஐரோப்பிய புதிய சகாப்தத்துடன் தொடர்புடைய மேற்கு ஐரோப்பா மற்றும் வட அமெரிக்காவின் உள் வளர்ச்சி.

2. நாடுகளின் முதல் குழுவிற்குச் சொந்தமில்லாத நாடுகள், அவற்றைப் பிடிப்பதை நோக்கமாகக் கொண்ட ஒரு செயல்முறையாக.

3. மிகவும் நவீனமயமாக்கப்பட்ட சமூகங்களின் (மேற்கு ஐரோப்பா மற்றும் வட அமெரிக்கா) பரிணாம வளர்ச்சியின் செயல்முறைகளாக.

நவீனமயமாக்கல் கோட்பாடு சோசலிச தடையற்ற சந்தை சித்தாந்தங்கள், உலக அமைப்புக் கோட்பாட்டாளர்கள், உலகமயமாக்கல் கோட்பாட்டாளர்கள் மற்றும் சார்புக் கோட்பாட்டாளர்கள் மத்தியில் இருந்து வரும் விமர்சனங்களை ஏற்றுகொள்கிறது. இக்கோட்பாடு மாற்றத்தின் செயல்முறையை மட்டுமல்ல, அந்த மாற்றத்திற்கான பதில்களையும் வலியுறுத்துகிறது. சமூக மற்றும் கலாச்சார கட்டமைப்புகள் ஆகியவற்றைக் குறிப்பிடும் போது இது உள் இயக்கவியலைப் பார்க்கிறது.

நவீனமயமாக்கல் கோட்பாட்டின் எழுச்சி மற்றும் வீழ்ச்சி

1950கள் மற்றும் 1960களின் நவீனமயமாக்கல் கோட்பாடு, கிளாசிக்கல் பரிணாமக் கோட்பாடு மற்றும் பாரம்பரியத்திலிருந்து நவீன சமுதாயத்திற்கு மாறுவது பற்றிய வெபரின் கருத்துகள் வெகுஜன மக்களை ஈர்த்தது.

நவீனமயமாக்கல் கோட்பாட்டுடன் தொடர்புடைய சில சிந்தனையாளர்கள் மரியன் ஜே. லெவி, கேப்ரியல் அல்மண்ட், சீமோர் மார்ட்டின் லிப்செட், வால்ட் ரோஸ்டோ, டேனியல் லெர்னர், லூசியன் பை, டேவிட் ஆப்டர், அலெக்ஸ் இன்கெல்ஸ், சிரில் எட்வின் பிளாக், பெர்ட் எஃப். ஹோசெலிட்ஸ், மைரன் வீனர், மற்றும் கார்ல் டாய்ச் ஆகியோர்கள் ஆவார்.

1960களின் பிற்பகுதியில் நவீனமயமாக்கல் கோட்பாட்டிற்கான எதிர்ப்பு வளர்ந்தது. ஏனெனில் கோட்பாடு மிகவும் பொதுவானது, ஆனால் இது அனைத்து சமூகங்களுக்கும் ஒரே மாதிரியாக பொருந்தவில்லை. ஆயினும்கூட, பனிப்போர் முடிவடைந்தவுடன், நவீனமயமாக்கல் கோட்பாட்டை புதுப்பிக்க சில முயற்சிகள் மேற்கொள்ளப்பட்டன. பிரான்சிஸ் ஃபுகுயாமா நவீனமயமாக்கல் கோட்பாட்டை உலகளாவிய வரலாறாகப் பயன்படுத்த முயற்சித்தார்.

நவீனமயமாக்கல் கோட்பாட்டை மறுபரிசீலனை செய்வதற்கான ரொனால்ட் இங்கிள்ஹார்ட் மற்றும் கிறிஸ்டியன் வெல்செல் ஆகியோர் முயற்சி செய்தனர். இங்கிள்ஹார்ட் மற்றும் வெல்செல் ஆகியோர் 1960களில் நவீனமயமாக்கல் கோட்பாட்டை குறிப்பிடத்தக்க வழிகளில் திருத்தினார்கள். தொழிற்துறை வளர்ச்சியை ஜனநாயக மயமாக்கலுடன் தொடர்புபடுத்தினார் லிப்செட் என்கிற ஆய்வாளர். ஆனால் இங்கிள்ஹார்ட் மற்றும் வெல்செல் தொழில்மயமாக்கலுக்கும் ஜனநாயகமயமாக்கலுக்கும் இடையே ஒரு தொடர்பு இல்லை. மாறாக, தொழில்துறைக்கு பிந்தையதாக பொருளாதார நவீனமயமாக்கல் செயல்பாட்டின்

பிற்பகுதியில் மட்டுமே ஜனநாயகமயமாக்கலுக்கு உகந்த மதிப்புகள் தோன்றியதாக அவர்கள் கருதினர். இதனை இங்கிள்ஹார்ட் மற்றும் வெல்செல் "சுய வெளிப்பாடு மதிப்புகள்" என்று அழைக்கின்றனர்.

சமூக தற்கால பணியாற்றுதலின் அளவு கூறுகள்:

பொருளாதார அளவில் நவீனமாதல் பொருளாதார வளர்ச்சியை குறிக்கின்றது. நாட்டின் உற்பத்தியை பெருக்குதல், தனிமனித சம்பளம், பொருளாதார வளர்ச்சி திட்டம், தொழில்மயமாக்குதல், முதலீட்டை பெருக்குதல், நகரமயமாக்குதல், விவசாயத்தில் ஈடுபட்டுள்ளவர்களின் எண்ணிக்கையை குறைத்தல், வணிகத்தை வளர்த்தல் போன்ற துறைகளில் ஏற்படும் முன்னேற்றத்தை நவீன மாயமாதல் என்று குறிக்கலாம். அறிவாற்றல் சார்ந்த துறையில் தற்கால பணியாதல் என்பது விஞ்ஞான வளர்ச்சியையும், கல்வித்துறையிலும், மக்கள் செய்தி தொடர்பு துறையிலும் ஏற்படும் முன்னேற்றத்தினை குறிக்கலாம். சமுதாய புள்ளி விவர ஆய்வுத்துறையில் நவீனமாதல் வாழ்க்கை தர உயர்வு, மக்களிடம் மாற்றம், நகரமாகுதல் போன்ற துறைகளில் ஏற்படும் வளர்ச்சியை குறிக்கின்றது. உளவியல் அடிப்படையில் பார்ப்போமானால் மக்களின் மரபுகளிலும், தகவுகளிலும், ஆற்றுப் பயிற்சிகளிலும் ஏற்படும் மாற்றங்களை குறிக்கின்றது.

வரலாற்று அடிப்படையில் பார்ப்போமானால் நவீனமாதல் என்பது வடக்கு ஐரோப்பாவிலும் வடக்கு அமெரிக்காவிலும் சமூகப் பொருளாதார அரசியல் முறைகளில் ஏற்பட்ட மாற்றங்களை குறிக்கின்றது.

நவீனமாதலின் அறிகுறிகள்:

நவீனமாதலின் அறிகுறிகள் தற்காலத்தில் பார்ப்போம்

- ✓ நகரமயமாதல்,
- ✓ தனிமனித வருமானம்,

- ✓ தேசிய பொருள் உற்பத்தி பெருக்கம்,
- ✓ கல்வி அறிவு அதிகரித்தல்,
- ✓ அதிக அளவு அரசியல் பங்கேற்பு,
- ✓ சமயச் சார்பின்மை,
- ✓ அரசியல் அதிகாரத் தன்மை,
- ✓ வரவு செலவு திட்டத்தில் தொழிலுக்கு அதிக பங்கு அளித்தல்
- ✓ தொழிலாளர்கள் உழைப்பை பெறுகுதல்
- ✓ தேசிய ஒருமைப்பாட்டை பேணுதல் ஆகியவை ஆகும்.

அரசியல் நவீனமாதலும் சமுக மாற்றமும் என்று பார்த்தோமானால் இக்கருத்தின் அடிப்படையில் உலகில் உள்ள சமுக முறைமைகளை மூன்று வகைகளாக பிரிக்கிறார்கள். அவைகள், பழைய முறை மற்றும் பின் தங்கிய சமுக முறையமைவு, வளரும் சமுகம் முறையமைவு, வளர்ந்த சமுகம் முறையமைவு ஆகும். நவீனமாதலை ஹண்டிங்டன் மூன்று படிவங்களாக கூறுகிறார். ஒன்று பிரிட்டிஷ் வகை, இரண்டாவது அமெரிக்க படிவம், மூன்றாவது ஐரோப்பிய கண்ட படிவம்.

நவீனமாதலுக்கு சில தடைகள் உள்ளன. அவையே உறவு தொடர்பு முறை, சமுகத்தில் பெண்களுக்கு அந்தஸ்து, மக்கள் பெருக்கம், சமயம், முதியவர்களின் விழுக்காடு, அரசியல் தற்கால பணியாதல், செய்தி தொடர்பு, பணி ஈடுபாடு, சமுக நிலைகள் ஆகியவை ஆகும்.

பின்னவீனத்துவம்

17ஆம் நூற்றாண்டிலிருந்து இரண்டாவது உலகபோர் வரை நாம் அதை நவீன யுகம் என்று அழைக்கிறோம். இரண்டாம் உலகப் போரிலிருந்து இன்றைய காலகட்டம் பின்னவீனத்துவ யுகம் என்று அழைக்கப்படுகிறது. பின்னவீனத்துவம் என்பது நவீனத்துவத்தின் சில அம்சங்களுக்கு எதிரான எதிர்வினையாக உருவான ஒரு இயக்கமாகும். இது முதலில் கேலை, இலக்கியம், தத்துவம்

ஆகியவற்றில் தொடங்கியது. பின்னர் அரசியல் தத்துவத்தில் அதன் தோற்றம் இருந்தது. பின்னவீனத்துவம் முதலில் நவீன வாழ்க்கை முறையின் பல அம்சங்களில் அதிருப்தியாகத் தொடங்கியது, எ.கா. நவீனத்துவம் நாடுகளிடையே போர்களுக்கு வழிவகுத்தது, சுற்றுச்சூழலைச் சுரண்டுவதற்கு வழிவகுத்தது. பின்னவீனத்துவம் ஒரு தத்துவமாக அல்லது சிந்தனையின் பள்ளியாக உருவானது.

நவீனத்துவத்தின் மேலாதிக்கத்திற்கு எதிரான ஒரு கூர்மையான எதிர்வினையாக பின்னவீனத்துவம் கருதப்படுகிறது. நவீனத்துவம் என்பது தொழில்துறை சகாப்தத்தின் விளைவாகும். பின்னவீனத்துவம் என்ற சொல்லை முதன்முறையாக லியோடார்ட் தனது புத்தகமான 'தி போஸ்ட்மோடர்ன் கண்டிஷனில்' பயன்படுத்தினார். அவர் பின்னவீனத்துவத்தை இலக்கை நோக்கிய நம்பிக்கை என்று வரையறுக்கிறார்.

அதன் பிறகு இந்த வார்த்தை 1914 இல் J. M. தாம்சன் எழுதிய "தி ஹிபர்ட் ஜர்னல்" இல் வெளியிடப்பட்ட கட்டுரையில் *பயன்படுத்தப்பட்டது.* பின்னவீனத்துவத்தின் சாராம்சத்தைப் புரிந்துகொள்வதற்கு, சில முக்கிய பின்னவீனத்துவ சிந்தனையாளர்களான லியோடார்ட், டெரிடா மற்றும் ∴பூக்கோ, லாக்லோ மற்றும் மெள∴பே (Lyotard, Derrida and Foucault, Laclou and Mouffe.) போன்றவர்களின் உண்மை எழுத்துக்களைப் பார்ப்பது அவசியம்.

ஜீன் ∴பிராங்கோயிஸ் லியோடார்ட் (Jean Francois Lyotard)

பிரெஞ்சு அரசியல் தத்துவவாதி மற்றும் கலாச்சார விமர்சகர் ஆவார். பின்னவீனத்துவ தத்துவத்தின் மிகவும் செல்வாக்கு மிக்க நபர்களில் ஒருவர். அவரது புத்தகம் "பின்னவீனத்துவ நிலை: அறிவு பற்றிய அறிக்கை" பின்னவீனத்துவத்தின் பைபிளாகக் கருதப்படுகிறது. நாம் **ஒரு கதையை மட்டும் கேட்கக்கூடாது, பல கதைகள் உள்ளன** என்று அவர் பரிந்துரைக்கிறார். **சிறுகதைகளை மட்டும் கேட்க வேண்டும்** என்று கூறுகிறார்.

வெவ்வேறு நபர்கள் ஒரு நிகழ்வை வித்தியாசமாக அனுகுகிறார்கள். எனவே கருத்துக்கள் என்பது வேறுபட்டு காணப்படுகிறது.

ஜாக் டெரிடா(Jacques Derrida)

இவர் ஒரு பிரஞ்சு தத்துவஞானி ஆவார். இவர் "டிகன்ஸ்ட்ரகூஷன்" எனப்படும் பகுப்பாய்வின் வடிவத்தை உருவாக்குவதில் மிகவும் பிரபலமானவர். அவர் பிந்தைய கட்டமைப்புவாதம் மற்றும் பின்நவீனத்துவ தத்துவத்துடன் தொடர்புடைய முக்கிய நபர்களில் ஒருவர். டிகன்ஸ்ட்ரகூஷன் என்ற சொல் முதன்முதலில் அவரால் அவரது இலக்கணவியல் புத்தகத்தில் பயன்படுத்தப்பட்டது. மேலும் இது முன்னெப்போதும் இல்லாத வகையில் மேற்கத்திய தத்துவ பாரம்பரியம் மற்றும் பரந்த அளவில் மேற்கத்திய கலாச்சாரத்தின் அனுமானங்களை கேள்விக்குள்ளாக்கியது. டெரிடா மேற்கத்திய கலாச்சாரத்தின் அனுமானங்களுக்கு விடுத்த சவாலை சிதைவு என்று அழைத்தார்.

1. டிகன்ஸ்ட்ரகூஷன்(Deconstruction) என்பது உரையை விளக்குவதற்கான ஒரு வழியாகும்.

2. இவ்வுலகையும் உரையாகக் கொள்ளலாம். எனவே இது சிதைவின் மூலம் ஆய்வு செய்யப்பட வேண்டும்.

சிதைவின் சாராம்சம் என்ன?

எந்தவொரு புரிதலும் உண்மையில் ஒரு தவறான புரிதல். ஏன்? நம்மை நாமே முழுமையாகத் தொடர்புகொள்ளும் அளவுக்கு மனித மொழி வளர்ச்சியடையவில்லை. நான் என்ன பேச விரும்புகிறேனோ அதை என்னால் பேச முடியும் என்பதும், நான் யாருடன் தொடர்பு கொள்கிறேனோ, அவர்களால் நான் சொல்ல வருவதைப் புரிந்துகொள்ள முடியும் என்பதும் அவசியமில்லை. எனவே ஒவ்வொரு புரிதலும் ஒரு தவறான புரிதல். எனவே என்ன செய்ய வேண்டும்? என்ற கேள்விகள் மூலம் இவர் பின்நவினத்துவத்தை விளக்குகிறார்.

போகால்ட் (Foucault)

சொற்பொழிவுகள் என்ற சொல் போகால்டால் கோட்பாடுகள் அல்லது அறிவு அமைப்புகளின் தன்மையை விளக்கப் பயன்படுத்தப்பட்டது. சொற்பொழிவு என்றால் என்ன? இது கருத்துகளின் தொகுப்பாகும். சொற்பொழிவு என்பது ஒரு சிந்தனை அமைப்பு, கருத்துக்கள், அணுகுமுறைகள், செயல்பாட்டின் போக்குகள், நம்பிக்கைகள், நடைமுறைகள், பாடங்கள், பேசும் மொழி ஆகியவற்றை முறையாகக் கட்டமைக்கிறது. சொற்பொழிவுகள் பற்றிய இவரின் கருத்து, கடவுள் இறந்துவிட்டார், அறிவுதான் சக்தி என்ற நீட்சேயின் கருத்துக்களால் பாதிக்கப்படுகிறது. நீட்சேவைப் போலவே, இவரும் இறுதியில் உண்மை இல்லை என்று நம்புகிறார். இந்த உலகத்திற்கு வெளியே உண்மை/கடவுள் என ஒன்று இல்லை. உண்மை என்பது இந்த உலகத்தின் ஒரு 'பொருள்'. நாம் உண்மையைக் கண்டுபிடிப்பதில்லை, உண்மைகளை உருவாக்குகிறோம். 'உண்மையின் ஆட்சிகள் இவ்வுலகத்தில் நிறைந்திருப்பதாக இவர் கூறுகிறார். பெரும்பான்மையினரால் ஏற்றுக்கொள்ளப்பட்ட உண்மை/உரையே மேலாதிக்கப் பேச்சாக மாறுகிறது. நீட்சேவைப் போலவே, அறிவு ஒருபோதும் அதிகாரத்தின் செயல்பாட்டிலிருந்து விடுபடாது என்று நம்புகிறார். உண்மை என்பது பெரும்பான்மை மற்றும் அதிகாரத்தின் வெளிப்பாடு. பாலியல், குற்றவியல், இயல்பற்ற தன்மை போன்ற சொற்பொழிவுகள் எவ்வாறு கட்டமைக்கப்பட்டுள்ளன என்பதை போக்கால்ட் காட்டியுள்ளார். சொற்பொழிவுகள் கருத்துகளில் மட்டுமல்ல, நிறுவனங்களிலும் உள்ளன.

போக்கால்ட், பிரெஞ்சு தத்துவஞானி மற்றும் வரலாற்றாசிரியர் மற்றும் தலைசிறந்த பின்நவீனத்துவ கோட்பாட்டாளர்களில் ஒருவர். அவரது படைப்புகள் அரசியல் அறிவியல், சமூகவியல், தத்துவம், வரலாறு ஆகியவற்றின் ஒழுங்குமுறை எல்லைகளைத் தாண்டி, மனநலம், மருத்துவம், மொழியியல், தண்டனை நடைமுறை, சிறைச்சாலைகள் மற்றும்

பாலியல் நடத்தை போன்ற அனைத்து முக்கிய கருப்பொருள் துறைகளிலும் மனிதர்களைப் பற்றிய சிந்தனை அமைப்புகளை வெளிப்படுத்துகின்றன.

எட்வர்ட் -ஒரியண்டலிசம்

எட்வர்ட் சைட் பரிந்துரைத்த ஒரியண்டலிசம் அறிவு-சக்தி இணைப்பை நோக்கிச் செல்கிறது. காலனித்துவ எஜமானர்கள், ஏகாதிபத்தியம் மற்றும் காலனித்துவத்தை நியாயப்படுத்துவதற்காக, கிழக்கு நாடுகளின் காட்டுமிராண்டித்தனம், பெண்பால் மற்றும் குழந்தை போன்ற விடயங்களை சாடுகிறார்கள். மேற்கு நாடுகளில் நாகரீகம், ஆண்பால் மற்றும் பகுத்தறிவு போன்றவை வளர்ச்சி அடைந்துள்ளது என்றும் கூறுகிறார்கள். கிழக்கின் முன்னேற்றம் மேற்கு நாடுகளால் வழிநடத்தப்படும் போது மட்டுமே உலகம் வளர்ச்சி அடைகிறது. ஒரியண்டல் ஆய்வுகளின் நோக்கம் உண்மையைச் சொல்வது அல்ல, ஆனால் உண்மையை உருவாக்குவது. இவ்வாறு ஒரியண்ட் ஆய்வு ஒரு திட்டமாக இருந்தது. அது அறிவு-சக்தி இணைப்பில் இருந்து விடுபடவில்லை. எனவே எட்வர்ட் சைட் 'ஒரியண்டலிசம்' என்ற சொல்லைப் பயன்படுத்துகிறார். ஒரியண்டலிசம் என்பது வரலாற்றின் கருத்தியல் விளக்கத்தைக் குறிக்கிறது. இஸ்லாம் பற்றிய சொற்பொழிவை மேற்குலகம் எவ்வாறு உருவாக்கியது என்பதை எட்வர்ட் சைட் காட்டியுள்ளார். கிழக்கில் உள்ள மக்களை மேற்கு பகுதி மக்கள் வழியாக தங்களைப் புரிந்து கொள்ள வேண்டும் என்று அவர் பரிந்துரைக்கிறார். எட்வர்ட் சைட்டின் ஒரியண்டலிசம் பிந்தைய காலனித்துவம் எனப்படும் சிந்தனைப் பள்ளியின் தோற்றத்திற்கு வழிவகுத்தது. பிந்தைய காலனித்துவம் என்றால் என்ன? காலனித்துவத்திற்குப் பிந்தைய உலகின் அறிஞர்கள் கல்வியாளர்களை காலனித்துவமயமாக்கும் முயற்சி இது. கல்வியில் மேற்குலகின் மேலாதிக்கம் உள்ளது. தற்போதுள்ள கோட்பாடுகள் மூன்றாம் உலக மக்களின் பார்வையில்

எழுதப்பட்டவை அல்ல. எனவே இந்த கோட்பாடுகள் சரியான விளக்கத்தை கொடுக்கவில்லை அல்லது சரியான தீர்வுகளை வழங்கவில்லை. மறுபுறம் அவை மேலும் சிக்கல்களை உருவாக்குகின்றன. பிந்தைய காலனித்துவத்தின் மூன்று முக்கிய பிரதிநிதிகள் 1. எட்வர்ட் சைட், 2. ஹோமி பாபா மற்றும் 3. காயத்ரி ஸ்பிவக். ஹோமி பாபாவின் கூற்றுப்படி, கிழக்கு மற்றும் மேற்கு என்ற இருவேறு பார்வையை நாம் எடுக்கக்கூடாது. எ.கா. கிழக்கு பகுதி நாடுகள் காட்டுமிராண்டித்தனம், மேற்கு பகுதி நாடுகள் நாகரீகம். எந்த கலாச்சாரமும் முற்றிலும் தனிமைப்படுத்தப்படவில்லை. கலாச்சாரங்களுக்கு இடையே கொடுக்கல் வாங்கல்கள் உள்ளன. காயத்ரி ஸ்பிரக், இவர் கல்வியில் மேற்கின் மேலாதிக்கத்தை தொடர்புபடுத்தி இரண்டு கேள்விகளை எழுப்புகிறார் 1. அதாவது கிழக்கின் முன்னோக்கைக் கேட்க மேற்கு தயாரா? 2. மேற்கிற்கு பேசும் திறன் இருக்கிறதா, அவர்களுக்கு சொந்த புரிதல் இருக்கிறதா?

கார்ல் மார்க்ஸ் : கார்ல் மார்க்ஸ் அடிப்படை மற்றும் மேற்கட்டுமானத்தை வேறுபடுத்தினார். நம்மில் பெரும்பாலோர் தவறான உணர்வில் இருக்கிறோம் அல்லது தவறான புரிதலில் இருக்கிறோம் என்று அவர் பரிந்துரைத்தார்.

கிராம்சி: கிராம்சியின் மேலாதிக்கம் பற்றிய கருத்து. இது பொது அறிவு வரம்பை வரையறுக்கிறது. ஒவ்வொரு சகாப்தத்திலும் ஆளும் வர்க்கத்தின் கருத்துக்கள் "ஆளும் கருத்துக்கள்" என்று பரிந்துரைத்தனர். ஆதிக்கம் செலுத்தும் எண்ணமே யாருக்கு அதிகாரம் அளிக்க வேண்டும் (அறிவு சக்தி இணைப்பு) என்பதை விளக்குகிறது.

அல்தூசர்: அல்தூசர் இடையெழுத்து என்ற கருத்தைத் தந்துள்ளார். இது மேலாதிக்கம் என்ற கருத்தை ஒத்தது. இடைக்கணிப்பு என்பது குடும்பம், தேவாலயம், பள்ளி போன்ற கருத்தியல் அரசு எந்திரங்கள் மூலம் ஆதிக்க வர்க்கத்தின்

கலாச்சார விழுமியங்களின் பரவலாகும். ஒரு நபர், மற்றவர் விரும்புவதை, குறைந்தபட்ச எதிர்ப்புடன் செய்யும் சூழலை உருவாக்குவது போன்றது. முறைகள் கண்ணுக்கு தெரியாதவை என்பதால், எதிர்ப்பு சாத்தியமில்லை எ.கா. தற்போதைய காலத்தில், நாம் முதலாளித்துவ மதிப்புகளுடன் இடைக்கணிக்கப்படுகிறோம்.

தாமஸ்குன்: *அறிவியல் புரட்சியின் அமைப்பு*

முன்னுதாரணம் என்ற கருத்தைத் தந்துள்ளார். அறிவியல் கோட்பாடுகள் கூட கோட்பாடுகள் என்று அழைக்கப்படுவதில்லை, அவை முன்னுதாரணங்கள். முன்னுதாரணமானது ஒரு கருத்தியல் கட்டமைப்பாகும். அறிவியல் சமூகம் சில கருத்தியல் கட்டமைப்புகளுடன் செயல்படுகிறது, அவை கோட்பாடு அல்லது ஆய்வறிக்கை என்று அழைக்கப்படுகின்றன. முன்னுதாரணங்களின் பரிணாம வளர்ச்சியின் நிலைகளை குன் அளித்துள்ளார்.

1வது நிலை - முன் மாதிரி நிலை: தற்போதைய முன்னுதாரணமானது பெரும்பாலான கேள்விகள் அல்லது சிக்கல்களுக்கு பதிலளிக்கக்கூடிய ஒரு நிலை. முன்னுதாரணமானது விஞ்ஞான சமூகத்தால் ஏற்றுக்கொள்ளப்பட்ட நெறிமுறைகளை பிரதிபலிக்கிறது, ஏனெனில் பெரும்பாலான சிக்கல்கள் அல்லது கேள்விகளை விளக்க இது போதுமானது.

2வது நிலை - நெருக்கடி நிலை: தற்போதைய முன்னுதாரணத்தால் பெரும்பாலான கேள்விகளுக்கு பதிலளிக்க முடியாமல் போகும் போது நெருக்கடி ஏற்படுகிறது. பின்னர் புதிய முன்னுதாரணத்திற்கான தேடல் தொடங்குகிறது.

3வது நிலை - இது புதிய முன்னுதாரணம் அல்லது புதிய கட்டமைப்பின் பரிணாமத்தை காட்டுகிறது, இது பெரும்பான்மையான அறிவியல் சமூகத்தால் ஏற்றுக்கொள்ளப்படுகிறது.

இயற்கை அறிவியலில் உள்ள அறிவு உட்பட ஒவ்வொரு அறிவும் தற்காலிகமானது என்பதை மேற்கண்ட கருத்து காட்டுகிறது.

கார்ல்பாப்பர், பொய்மைப்படுத்தல் என்ற கருத்தை வழங்கியுள்ளார். கோட்பாட்டின் அறிவியல் தன்மையை மதிப்பிடுவதற்கு சரிபார்ப்பை விட பொய்மைப்படுத்தல் ஒரு அளவுகோலாகும் என்று அவர் கூறுகிறார். சோதனைகள் மற்றும் சரிபார்ப்புகளின் எண்ணிக்கை போதாது. ஒரு கோட்பாடு ஆயிரம் முறை சரிபார்க்கப்படலாம், ஆனால் அடுத்த முறை அது பொய்யாகிவிடும் நிகழ்தகவு உள்ளது.

நீட்சே: பின் நவீனத்துவத்தின் தந்தை என அறியப்படுகிறார். கடவுள் இறந்துவிட்டார் என்று காட்சி தந்துள்ளார். இறுதி உண்மை இல்லை என்பதை இது குறிக்கிறது. ஆரம்பத்தில் இருந்தே அறிஞர்கள் நம்மை தவறாக வழிநடத்துகிறார்கள். தத்துவவாதிகள் பொய்யர்கள். பிளாட்டோ மிகப்பெரிய பொய்யர். அவர் உண்மை உள்ளது என்று மட்டும் சொல்லவில்லை, காரணம் மூலம் (தத்துவ மன்னரால்) அறிய முடியும் என்றும் அவர் நம்பினார். இவ்வாறு பிளேட்டோ மக்களை தத்துவஞானி மன்னரின் சர்வாதிகாரத்தின் கீழ் வைக்கிறார். அறிவியலின் புறநிலை மற்றும் படிநிலையை வலியுறுத்தும் அறிவொளி மரபையும் அவர் விமர்சிக்கிறார்.

நவீனத்துவம் & பின் நவீனத்துவம் வேறுபாடு.

நவீனத்துவம்	பின் நவீனத்துவம்
புறநிலை தேவை மற்றும் புறநிலை அறிவு சாத்தியம் என்று அவர்கள் நம்புகிறார்கள்.	புறநிலை என்பது சாத்தியமில்லை அல்லது விரும்பத்தக்கது அல்ல.
பிரபஞ்சத்தில் ஒரு அமைப்பு இருப்பதாக நவீனத்துவம் நம்புகிறது	பின் நவீனத்துவம் கட்டமைப்புகள் / குழப்பம் இல்லை என்று கூறுகிறது.
அறிவியலின் படிநிலையை நம்புகிறார்.	படிநிலை இல்லை.
மையப்படுத்தல், அதிகாரம் மற்றும் கட்டுப்பாடு.	உள்ளூர்மயமாக்கல், சுதந்திரம் மற்றும் அராஜகம்.
கவனிப்பு என்பது அறிவின் ஆதாரம்.	அனுபவம் என்பது அறிவின் ஆதாரம் மற்றும் மக்களின் அனுபவங்கள் மாறுபடலாம்.
நவீனத்துவம் ஒருமைப்படுத்தலை நம்புகிறது.	பின் நவீனத்துவம் பன்முகத்தன்மையை அங்கீகரிக்கிறது.
நவீனத்துவம் அடிப்படைவாதமானது.	அடிப்படைவாத எதிர்ப்பு.
உலகளாவியவாதி.	இது சிறப்பு வாய்ந்தது.
மெட்டா கதைகளை நம்புகிறார்	பல கதைகளைக் கேட்க பரிந்துரைக்கிறது.

இயல்-ஆறு

முறைமை மற்றும் கட்டுமான செயல்பாட்டு கோட்பாடுகள்

முன்னுரை

நாம் ஏற்கனவே அரசியல் அறிவியலை ஆய்வு செய்வதற்கு பல அணுகுமுறைகளும் கோட்பாடுகளும் இருப்பதை பார்த்தோம். இந்த பகுதியிலே முறைமை கோட்பாடு மற்றும் கட்டுமான செயல்பாட்டு கோட்பாடுகளை விரிவாக பார்க்க இருக்கிறோம். டேவிட் ஈஸ்டன் அவர்களால் தோற்றுவிக்கப்பட்ட முறைமை கோட்பாடு என்பது அரசியல் நடவடிக்கைகளை ஒரு முறைமையாக கருதுகிறது. இந்த முறைமை என்பது உள்ளீடு மற்றும் வெளியீடு, சுற்றுப்புற சூழல் போன்றவற்றை அடிப்படையாகக் கொண்டு உருவாக்கப்பட்டது. உள்ளீடு என்பது மக்களுடைய தேவைகளாக அமைந்துள்ளது, வெளியீடு என்பது விநியோகமாக, அதாவது அரசியல் நடவடிக்கையாக உள்ளது. இவை இரண்டும் குறிப்பிட்ட அமைப்பிலே சூழலின் மூலமாக நேர்மறையாகவோ எதிர்மறையாகவோ பாதிக்கப்படுகிறது என்பது தான் இந்த கோட்பாட்டின் அம்சமாகும். இது போலவே கட்டுமான செயல்பாட்டு கோட்பாட்டிலும் பல்வேறு மூலக்கூறுகள் காணப்படுகின்றன. செயல்பாடு மற்றும் கட்டுமானம் ஆகியவைகளை அடிப்படையாக கொண்டு அரசியல் நடவடிக்கைகள் பகுப்பாய்வு செய்யப்படுகிறது.

அரசியல் அறிவியலில் **அமைப்புக் கோட்பாடு**(சிஸ்டம்ஸ் தியரி) என்பது சைபர்நெட்டிக்ஸ் மூலம் தாக்கம் செலுத்தப்பட்ட ஒன்று. 1953 இல் டேவிட் ஈஸ்டன் என்பவரால் அரசியல்

அறிவியலுக்கான அமைப்புக் கோட்பாட்டை தழுவி உருவானதுதான் இந்த அமைப்புக் கோட்பாடு.

முறைமைவுப் பகுப்பாய்வு முறையை அரசியல் பாட ஆய்வில் கையாள துவங்கியதோடு, அரசியல் அறிவியலில் அரசியல் முறைமைவுகளை ஆய்வு செய்ய துவங்கியது. இந்த மாற்றத்திற்கு முக்கிய காரணம் அரசியல் அறிவியலில் ஏற்பட்ட ஆய்வு வளர்ச்சியேயாகும். ஏராளமான அரசியல் விஞ்ஞானிகள் அரசியல் முறைமைகளை, அரசாங்கத்தை சாராத நிறுவனங்களை அடிப்படையாகக் கொண்டு ஆய்வு செய்ய துவங்கினர். டேவிட் ஈஸ்டன், ஆல்மண்ட், கார் டோஸ், கப்லான் போன்ற சமூகவியல் அறிஞர்கள் அரசியல் நிகழ்ச்சிகளை அறிய சட்டமன்றம், அமைச்சரவை, நீதிமன்றம் போன்ற அமைப்புகள் போதிய வழிகாட்டிகளாக இல்லை என்று திடமாக நம்பினர். இதற்கு மாறாக அரசியல் நிகழ்ச்சிகளை அறிவதற்கு எல்லா நாடுகளிலும் காணக்கூடிய சில அமைப்புகளையும் அவற்றின் பணிகளையும் ஆய்வு செய்ய வேண்டும் என அவர்கள் வாதிட்டு வந்தனர்.

முறைமை கோட்பாட்டின் மூலமாக அரசியல் அறிவியலின் குறிக்கோள், ஆய்வு செய்யும் பிரச்சனைகள், வழிமுறைகள் ஆகியவற்றில் ஒரு பெரும் மாற்றமே ஏற்பட்டுள்ளது. இது மட்டுமின்றி அனைத்து சமூக இயல்களிலும் பகுப்பாய்வு கடைபிடிக்கப்பட்டு வருகிறது. இந்த அரசியல் அறிவியல் முறைமைப் பகுப்பாய்வுக்கு மிகவும் தூண்டுதலாக இருந்தது இயற்கை அறிவியலே ஆகும். உளவியல் ரீதியான அணுகுமுறைகள் சமூகவியலில் ஆய்வுக்கு பயன்படுத்தப்படுவதினால் மற்ற சமூக இயல் பாடத்துறைகள் இடையே எவ்வித தொடர்பும் இன்றி ஒவ்வொரு பாடத்துறையும் தனியாக விளங்குகிறது. இதனால் சமூக அறிவியலில் ஒரு துறையை சார்ந்த மாணவர் மற்ற சமூக இயல்களின் துணையோடு ஒரு பிரச்சனையை ஆய்வு செய்வார் எனில், விஞ்ஞான பூர்வமான ஆய்வுக்கு முன், சமூக இயல் அறிவு வளர்ச்சிக்கு அதிகமான வாய்ப்புகள் உண்டு என இந்த

அமெரிக்க அரசியல் அறிவியல் வல்லுனர்கள் கருதி வந்தனர். இதனால் இவர்கள் பகுப்பாய்வுக்கு பல இயல் அணுகுமுறையின் முக்கியத்துவத்தை வலியுறுத்துகின்றனர்.

இரண்டாவது உலகப் போருக்குப் பிறகு இயற்கை அறிவியல்களில் கடைபிடிக்கப்பட்ட முறையமைவு பகுப்பாய்வு அரசியல் விஞ்ஞானிகளின் கவனத்தை மிகவும் ஈர்த்தது. மனிதனின் நடவடிக்கையை பகுப்பாய்வு செய்ய ஒருமைப்படுத்தப்பட்ட ஒரு கோட்பாட்டை உருவாக்குவதற்கான சாத்தியக்கூறுகளை அமெரிக்க அரசியல் அறிவியல் வல்லுனர்கள் மூலம் பல மாநாடுகள் நடத்தப்பட்டு அதன் விளைவாக பொதுமுறையமைவுப் பகுப்பாய்வு கோட்பாடு அரசியல் அறிவியலில் தோன்றியது. இக்கோட்பாட்டின் மையக்கருத்து முறையமைவு எப்படி செய்வது என்பது ஆகும். இதில் ஒவ்வொரு பாடத்தையும் தனித்தனியாக மற்ற பாடத்துறைகளுடன் தொடர்பின்றி செயல்படுவதை தவிர்க்க உதவுகிறது. பல்வேறு பாடத்துறைகள் ஒன்றோடு ஒன்று தொடர்புடன் இருப்பதால், ஒரு பாடத்துறையில் தோன்றும் அறிவு வளர்ச்சி மற்ற பாடத்துறைகளுக்கு பரவும். இதனால் எல்லா சமூகவியல்களும் பயனடையும். எனவே முறையமைப்பு ஆய்வானது பல இயல் அணுகுமுறையை மையமாகக் கொண்டதாகும். முறையமைப்பு பகுப்பாய்வு சில அடிப்படை கருத்துகளை கொண்டுள்ளது அவையாவன,

1. **வகைப்படுத்துவதற்கு உதவும் மதிப்புகள் பற்றிய கருத்துக்கள்**

ஜனநாயக அரசியல் முறை, ஜனநாயகமல்லாத அரசியல் முறை அமைவு ஆகியவற்றை பிரித்துப் பார்க்க இந்த பகுப்பாய்வு பயன்படுகிறது. இதற்கிடையே உள்ள வேற்றுமைகளை சுட்டிக்காட்ட உதவுகிறது. இதனை உள்ளீடு(இன்புட்), வெளியீட்டினை(அவுட்புட்) பயன்படுத்தி பகுப்பாய்வு செய்யலாம். இந்தியாவின் ஜனநாயகத்திற்கும் கம்யூனிச அரசாங்கத்திற்கும் இடையேயான சுதந்திர அளவை இதன் மூலம் கண்டறியலாம்.

2. **ஒழுங்குமுறை மற்றும் பாதுகாப்பு மாறியின் கருத்து.**

ஒரு முறைமையை சமநிலைப்படுத்துவதற்கு இந்த பகுப்பாய்வு பயன்படுத்தப்படுகிறது. ஒவ்வொரு முறைமைக்கும் ஒரு சமநிலை கண்டிப்பாக இருக்க வேண்டும். அந்த சமநிலை நிலையுடையதாகவோ அல்லது நிலை இல்லாததாகவும் இருக்கலாம்.

3. **மாற்றத்தை உண்டு பண்ணும் சக்திகள் பற்றிய கருத்துக்கள்**

ஒவ்வொரு நிகழ்விலும் ஒரு மாற்றம் நடைபெறும். இந்த மாற்றம் இடையூறு விளைவிக்க கூடியதாகவும் இருக்கலாம் அல்லது இடையூறு விளைவிக்காமலும் இருக்கலாம். அதனை தொடர்பு கிடைக்கக்கூடிய முறையிலோ அல்லது தொடர்பு கெடாத முறையில் இருக்கலாம் என்று கூறலாம். சூழ்நிலையில் மாறுபட்ட நிலைகளுக்கு ஏற்ப மாற்றத்தை உருவாக்கும் பொழுது அங்கு தொடர்பு கெடாத மாற்றம் ஏற்படுகிறது.

பொதுமுறை அமைப்பு கோட்பாட்டின் பயன்

முதலாவது பொதுமுறை அமைப்பு கோட்பாடு அரசியல் நிகழ்வுகளை ஆய்வு செய்ய விரிவாகவும், பரவலாகவும், அடிக்கடியும் பயன்படுத்தப்படுவது இல்லை என்பது உண்மை. இதற்குக் காரணம் கோட்பாட்டை பயன்படுத்தி எந்த ஒரு அரசியல் அறிவியல் விஞ்ஞானியும் ஆய்வில் அதிக தூரம் பயணிக்க முடியாது. தனது ஆய்வினை ஒரு குறுகிய காலத்திலேயே முடித்து விட வேண்டும்.

பொதுவாக முறையமைவு கோட்பாட்டின் தத்துவங்கள் தனித்தனியாக பிரிக்கப்பட்டுள்ளன. அதாவது உள்ளீடு, வெளியீடு, **உறுதி,** திரும்ப ஊட்டுதல்(Feedbacks) போன்றவைகளாக பிரிக்கப்பட்டுள்ளன. எனவே இந்த தத்துவங்களை அடிப்படையாக வைத்து ஒரு சிறந்த அறிவியல் பகுப்பாய்வு முறையை உருவாக்க முடியாது.

ஆனால் அரசியல் தன்மையுடைய செய்தி குறிப்புகளை வகைப்படுத்திப் பிரிக்க இந்த முறை சாலச் சிறந்தது. இருப்பினும் அரசியல் விஞ்ஞானிகள் தங்களுடைய அனுபவரீதியான ஆய்வுக்கு இம்முறையில் உள்ள உள்ளீடு, வெளிப்பாடு, உறுதி, நடுநிலை, திரும்ப ஊட்டுதல் போன்ற கருத்துக்களை பயன்படுத்துகின்றனர். இக்கருத்துக்களை பயன்படுத்துவதன் மூலம் ஜனநாயக நாடுகள், ஜனநாயகம் அல்லாத நாடுகள், வளர்ச்சியுள்ள நாடுகள், வளர்ந்து வரும் நாடுகள் ஆகியவற்றின் முறை அமைப்புகளை தீவிரமாக ஆய்வு செய்ய முடியும். அணுகுமுறை அரசியல் முறையமைப்புகளில் எவ்வாறு மாற்றங்கள் ஏற்படுகின்றன என்பதை புரிந்து கொள்ள முடியும். அரசியல் வளர்ச்சி, அரசியல் சிதைவு ஆகியவை எத்திசை நோக்கி செல்கின்றன என்பதை அறிய உதவும். மேலும் முறையமைப்பு பகுப்பாய்வு அணுகுமுறையை ஊக்குவிக்கிறது. இதனால் அரசியல் முறைமை கல்வி, அதிகமாக அறிவியல் தகவல்களைப் பெற்று வளர்ச்சி அடைந்துள்ளது.

இது அனுபவ அறிவை கொண்ட தற்கால அரசியல் கோட்பாட்டின் வளர்ச்சிக்கு பெரிதும் உதவியது. இதன் காரணமாகத்தான் முறையமைவு பகுப்பாய்வின் இரு பிரிவுகளான உள்ளீடு வெளியீடு அணுகுமுறையும், அமைப்பு பணி அணுகுமுறையும் அரசியல் விஞ்ஞானிகள் அடிக்கடி பயன்படுத்தும் ஒன்றாக இருக்கிறது.

டேவிட் ஈஸ்டனின் உள்ளீடு வெளியீடு பகுப்பாய்வு என்பது பொது முறையமைவு கோட்பாட்டில் இருந்து தோன்றியதுதான். அரசியல் முறைமைகள் எவ்வித நெருக்கடிகளுக்கு இடையேயும், பிரச்சனைகளுக்கு இடையேயும் தங்களை தொடர்ந்து தக்க வைத்துக் கொள்ளுகின்றன என்று அறிய இப்பகுப்பாய்வு பயன்படுகிறது. எனவே அரசியல் முறைமைகள் இரண்டு பணியை செய்கின்றன அவையாவன;

1. சட்டபூர்வமான தகவல்களையும் பணிகளையும் மக்களுக்கு ஒதுக்குதல்.

2. சட்டபூர்வமான ஒதுக்கிய தகவல்களையும் பணிகளையும் மக்கள் ஏற்கும் படி செய்தல்.

எளிமையான சொற்களில் கூறவேண்டுமானல், ஈஸ்டனின் அரசியலுக்கான நடத்தை அணுகுமுறை, ஒரு அரசியல் அமைப்பை வரையறுக்கப்பட்ட மற்றும் முடிவெடுப்பதில் மாறும் படி முறையாக கொண்டிருக்கலாம் என்று முன்மொழிந்தது. அரசியல் அறிவியல் மற்றும் அரசியல் அமைப்பு ஆகியவற்றில் கணினிகளின் செல்வாக்கு ஒரு சூழலில் வேலை செய்கிறது. ஒரு குறிப்பிட்ட பிரிவினரின் விஷயத்தில் இடஒதுக்கீடு முறை போன்ற சமூகத்தின் தேவைகள் பல்வேறு பிரிவினரிடமிருந்து பல்வேறு கோரிக்கைகளை சுற்றுச்சூழல் உருவாக்குகிறது. இது இன்புட் என அழைக்கப்படுகிறது..

அரசியல் அமைப்பைச் சுற்றியுள்ள சமூக அல்லது இயற்பியல் சூழலில் ஏற்படும் மாற்றங்கள், அரசியல் நடத்தை மூலம், அரசியல் அமைப்பை நோக்கிய "உள்ளீடுகளாக" இயக்கப்படும் "கோரிக்கைகள்" மற்றும் "ஆதரவுகளை" உருவாக்குகின்றன. இந்தக் கோரிக்கைகள் மற்றும் ஆதரவுக் குழுக்கள் ஒரு அரசியல் அமைப்பில் போட்டியைத் தூண்டுகின்றன. இது சுற்றியுள்ள சமூக அல்லது அமைப்பு சூழலின் சில அம்சங்களில் முடிவுகள் அல்லது வெளியீடுகளுக்கு வழிவகுக்கும்.

ஒரு முடிவு அல்லது வெளியீடு செய்யப்பட்ட பிறகு (எ.கா., ஒரு குறிப்பிட்ட கொள்கை), அது அதன் சூழலுடன் தொடர்பு கொள்கிறது. மேலும் அது சூழலில் மாற்றத்தை உருவாக்கினால், விளைவுகள் ஏற்படும். ஒரு புதிய கொள்கை அதன் சுற்றுச்சூழலுடன் தொடர்பு கொள்ளும்போது, முடிவுகள், புதிய கோரிக்கைகள் அல்லது ஆதரவுகள் மற்றும் குழுக்களுக்கு ஆதரவாக அல்லது கொள்கைக்கு எதிராக ("கருத்து") அல்லது சில தொடர்புடைய விஷயங்களில் புதிய கொள்கையை உருவாக்கலாம். பின்னூட்டம்(பீட்பாக்), மீண்டும் உள்ளீடுகளாக இட்டுச் சென்று, முடிவில்லாத சுழற்சியை உருவாக்குகிறது.

கட்டமைப்பு-செயல்பாட்டு கோட்பாடு

கட்டமைப்பு-செயல்பாட்டு அணுகுமுறை என்பது முறையான பகுப்பாய்வின் ஒரு வடிவமாகும். கட்டமைப்பு-செயல்பாடு அரசியல் அமைப்போடு ஒத்துபோவதால் அனைத்து சூழல்களிலும் தாக்கத்தை ஏற்படுத்துகிறது. கட்டமைப்பு செயல்பாட்டுவாதம், அல்லது வெறுமனே செயல்பாட்டுவாதம் என்பது சமூகத்தை ஒரு சிக்கலான அமைப்பாகக் கருதும் கோட்பாட்டைக் கட்டமைப்பதற்கான ஒரு கட்டமைப்பாகும். அதன் கருத்துக்கள் ஒற்றுமையை மேம்படுத்துவதற்கு ஒன்றாக வேலை செய்கின்றன.

இந்த அணுகுமுறை சமூகத்தை ஒரு மேக்ரோ-லெவல் நோக்குநிலை மூலம் பார்க்கிறது. இது சமூகத்தை ஒட்டுமொத்தமாக வடிவமைக்கும் சமூக கட்டமைப்புகளில் ஒரு பரந்த கவனம் செலுத்துகிறது. மேலும் சமூகம், உயிரினங்களைப் போலவே உருவாகியுள்ளது என்று நம்புகிறது. இந்த அணுகுமுறை சமூக கட்டமைப்பு மற்றும் சமூக செயல்பாடுகள் இரண்டையும் நோக்குகிறது. செயல்பாட்டுவாதம் அதன் அங்க கூறுகளின் செயல்பாட்டின் அடிப்படையில் ஒட்டுமொத்த சமூகத்தையும் வரையறுக்கிறது. அதாவது விதிமுறைகள், பழக்கவழக்கங்கள், மரபுகள் மற்றும் நிறுவனங்கள்.

ஹெர்பர்ட் ஸ்பென்சரால் பிரபலப்படுத்தப்பட்ட ஒரு பொதுவான ஒப்புமை, சமூகத்தின் இந்தப் பகுதிகளை உடலின் சரியான செயல்பாட்டை நோக்கிச் செயல்படும் உறுப்புகளாக முன்வைக்கிறது. இது ஒவ்வொரு அம்சத்திற்கும், வழக்கம் அல்லது நடைமுறைக்கும், உறுதியான ஒருங்கிணைக்கப்பட்ட அமைப்பின் செயல்பாட்டில் அதன் விளைவை, முடிந்தவரை கடுமையாகக் கணக்கிடுவதற்கான முயற்சியை வலியுறுத்துகிறது. டால்காட் பார்சன்ஸைப் பொறுத்தவரை, கட்டமைப்பு-செயல்பாட்டுவாதம் என்பது ஒரு குறிப்பிட்ட சிந்தனைப் பள்ளியைக் காட்டிலும்

சமூக அறிவியலின் வழிமுறை வளர்ச்சியில் ஒரு குறிப்பிட்ட கட்டத்தை விவரிக்க உருவாகியது என்று கூறுகிறார்.

ரூசோ போன்ற அரசியல் தத்துவஞானிகளால் முன் வைக்கப்பட்ட சமூகங்களுக்கான கரிம ஒப்புமைகளின் தர்க்கரீதியான நீட்டிப்பாக செயல்பாட்டுவாதத்தை ஒருவர் கருதினாலும், தொழில்மயமான முதலாளித்துவ சமூகத்திற்கும் தனித்துவமான நிறுவனங்களுக்கும் சமூகவியல் உறுதியான கவனத்தை ஈர்க்கிறது.

சமூகம் என்பது உயிரியல் மற்றும் கனிமப் பொருட்களிலிருந்து வேறுபட்ட யதார்த்தத்தின் ஒரு தனி "நிலை" என்று அகஸ்டே காம்டே நம்பினார். எனவே, சமூக நிகழ்வுகளின் விளக்கங்கள் இந்த மட்டத்திற்குள் கட்டமைக்கப்பட வேண்டும்.

மார்செல் மவுஸ், ப்ரோனிஸ்லாவ் மாலினோவ்ஸ்கி மற்றும் ராட்க்ளிப்-பிரவுன் போன்ற கோட்பாட்டாளர்களின் படைப்புகளில் செயல்பாட்டுவாதம் மானுடவியலை அடிப்படையைக் கொண்டுள்ளது. ராட்க்ளிப்-பிரவுன், பெரும்பாலான நிலையற்ற, பழமையான சமூகங்கள், வலுவான மையப்படுத்தப்பட்ட நிறுவனங்கள் இல்லாதவை, கார்ப்பரேட்-வம்சாவளி ஆகியவை குழுக்களின் கூட்டமைப்பை அடிப்படையாகக் கொண்டவை. அதாவது அந்தந்த சமூகத்தின் அங்கீகரிக்கப்பட்ட குழுக்களை அடிப்படையாகக் கொண்டவை. முன்னோக்கை நேரடியாக அரசியல் பழமைவாதத்துடன் ஒப்பிடுவது எளிமையானது. இருப்பினும், ஒருங்கிணைந்த அமைப்புகளை வலியுறுத்தும் போக்கு, சமூகப் பிரச்சனைகள் மற்றும் சமத்துவமின்மைகளை வலியுறுத்தும் மோதல் கோட்பாடுகளுடன் செயல்படும் கோட்பாடுகளை வேறுபடுத்துகிறது.

ஹெர்பர்ட் ஸ்பென்சர

ஹெர்பர்ட் ஸ்பென்சர் (1820-1903) ஒரு பிரிட்டிஷ் தத்துவஞானி ஆவார். இவர் சமூகத்தில் இயற்கையாகவே கோட்பாட்டைப்

பயன்படுத்துவதில் பிரபலமானவர். உண்மையில், துர்கெய்ம் பாசிடிவிஸ்ட் கோட்பாட்டாளர்களிடையே மிகவும் முக்கியமான செயல்பாட்டுவாதியாக பரவலாகக் கருதப்பட்டாலும், அவரது பெரும்பாலான ஆய்வுகள் ஸ்பென்சரின் படைப்புகளை, குறிப்பாக அவரது சமூகவியலின் கோட்பாட்டு படிப்பில் இருந்து எடுக்கப்பட்டதாக அறியப்படுகிறது. சமூகத்தை விவரிப்பதில், ஸ்பென்சர் மனித உடலின் ஒப்புமையைக் குறிப்பிடுகிறார். மனித உடலின் கட்டமைப்பு பாகங்கள் - எலும்புக்கூடு, தசைகள் மற்றும் பல்வேறு உள் உறுப்புகள் - முழு உயிரினமும் உயிர்வாழ உதவுவதற்கு சுயாதீனமாக செயல்படுவது போல், சமூக கட்டமைப்புகள் சமூகத்தை பாதுகாக்க ஒன்றிணைந்து செயல்படுகின்றன. கலாச்சார மானுடவியலை தொடர்ந்து செயல்பாட்டுவாதம் தற்போது பயன்படுத்துகிறது.

கொடுக்கப்பட்ட அரசியலில் மையப்படுத்தப்பட்ட மற்றும் ஒருங்கிணைக்கப்பட்ட அதிகாரத்தின் அளவு அதன் மாற்றியமைக்கும் திறனை உருவாக்கலாம் அல்லது உடைக்கலாம் என்பதை அங்கீகரித்தார். வேறு வார்த்தைகளில் கூறுவதானால், அதிகாரத்தை மையப்படுத்துவதற்கான ஒரு பொதுவான போக்கை அவர் தேக்க நிலைக்கு இட்டுச் செல்வதையும், இறுதியில், அதிகாரத்தை மையப்படுத்துவதற்கான அழுத்தங்களையும் வரையறுத்தார்.

மேலும் குறிப்பாக, ஸ்பென்சர் மூன்று செயல்பாட்டுத் தேவைகள் உருவாக்கும் முன் நிபந்தனைகளை அங்கீகரித்தார். அவை ஒழுங்குமுறை செயல்பாடு மற்றும் விநியோகம், அனைத்து சமூகங்களின் கட்டுப்பாடு மற்றும் ஒருங்கிணைப்பு, பொருட்களின் உற்பத்தி சேவைகள் ஆகும். ஆரம்பத்தில், பழங்குடி சமூகங்களில், இந்த மூன்று தேவைகளும் பிரிக்க முடியாதவை. மேலும் உறவு அமைப்பு அவர்களை திருப்திப்படுத்தும் மேலாதிக்க அமைப்பாகும். பல அறிஞர்கள் குறிப்பிட்டுள்ளபடி, அனைத்து நிறுவனங்களும் உறவுமுறை அமைப்பின் கீழ் இணைக்கப்பட்டுள்ளன. ஆனால், அதிகரித்து வரும் மக்கள்

தொகையுடன் தனிநபர்களுக்கு உணவளிப்பதில் சிக்கல்கள் எழுகின்றன. இதனால் புதிய அமைப்புகள் உருவாக்கப்படுகின்றன.

சமூகத்தின் கட்டமைப்பு பகுதிகள் (எ.கா. குடும்பங்கள், வேலை) சமூகம் செயல்பட உதவுவதற்காக ஒன்றுக்கொன்று சார்ந்து செயல்படுகின்றன. எனவே, சமூகக் கட்டமைப்புகள் சமூகத்தைப் பாதுகாக்க ஒன்றாகச் செயல்படுகின்றன.

டால்காட் பார்சன்ஸ்

டால்காட் பார்சன்ஸ் 1930 களில் தன்னுடைய சிந்தனைகளை எழுதத் தொடங்கினார். சமூகவியல், அரசியல் அறிவியல், மானுடவியல் மற்றும் உளவியல் ஆகியவற்றில் பங்களித்தார். பார்சன்ஸனின் கட்டமைப்பு செயல்பாடு நிறைய விமர்சனங்களைப் பெற்றுள்ளன. பல விமர்சகர்கள் பார்சன்ஸின் அரசியல் மற்றும் பணப் போராட்டம், சமூக மாற்றத்தின் அடிப்படைகள், குணங்கள் மற்றும் தரங்களால் கட்டுப்படுத்தப்படாத சூழ்ச்சி, நடத்தை ஆகியவற்றைக் குறித்து வலியுறுத்தியுள்ளனர். பார்சன்ஸனின் கட்டமைப்பு செயல்பாடு படைப்புகளின் பெரும்பகுதி, நிறுவனமயமாக்கப்பட்ட மற்றும் நிறுவனமயமாக்கப்படாத நடத்தை மற்றும் நிறுவனமயமாக்கல் நிகழும் நடைமுறைகளுக்கு இடையேயான தொடர்புகள் பற்றிய அவரின் வரையறைகளில் போதுமானதாக இல்லை.

பார்சன், டர்கெய்ம் மற்றும் மேக்ஸ் வெபர் ஆகியோரால் பெரிதும் கவரப்பட்டார். அவர்களின் பெரும்பாலான படைப்புகளை அவரது செயல் கோட்பாட்டில் ஒருங்கிணைத்தார். இதனை அவர் அமைப்பு கோட்பாட்டு கருத்து மற்றும் தன்னார்வ நடவடிக்கையின் வழிமுறை கொள்கையின் அடிப்படையில் அமைத்தார். சமூக அமைப்பு தனிநபர்களின் செயல்களால் ஆனது என்று அவர் கூறினார். அவரது தொடக்கப் புள்ளி, அதற்கேற்ப, அவர்கள் எவ்வாறு செயல்படலாம் என்பது குறித்த பல்வேறு தேர்வுகளை எதிர்கொள்ளும் இரு நபர்களுக்கிடையேயான தொடர்பை பகுப்பாய்வு செய்கிறார்.

ஒவ்வொரு தனிநபருக்கும் மற்றவரின் செயல் மற்றும் அவர்களின் சொந்த நடத்தைக்கான எதிர்வினை பற்றிய எதிர்பார்ப்புகள் இருப்பதாக பார்சன்ஸ் தீர்மானித்தார். மேலும் இந்த எதிர்பார்ப்புகள் (வெற்றி பெற்றால்) அவர்கள் வாழும் சமூகத்தின் ஏற்றுக்கொள்ளப்பட்ட நெறிமுறைகள் மற்றும் மதிப்புகளிலிருந்து பெறப்பட்டதாக இருக்கும். பார்சன்ஸ் அவர்கள் வலியுறுத்தியது போல், ஒரு பொதுவான சூழலில் நடத்தைகள் மற்றும் விதிமுறைகளுக்கு இடையே எந்த சரியான பொருத்தமும் இருக்காது, எனவே அத்தகைய உறவு ஒருபோதும் முழுமையானதாகவோ அல்லது சரியானதாகவோ இருக்காது.

சமூக நெறிமுறைகள் எப்பொழுதும் பிரச்சனைக்குரியதாகவே இருந்தன. சமூக நெறிமுறைகள் பொதுவாக ஏற்றுக்கொள்ளப்பட்டு ஒப்புக்கொள்ளப்பட்டவையாய் இருந்தன. சமூக நெறிமுறைகள் ஏற்றுக்கொள்ளப்பட்டதா இல்லையா என்பது பார்சன்ஸுக்கு ஒரு வரலாற்றுக் கேள்வியாக இருந்தது.

பார்சன்ஸ் ஒரு நபர் அல்லது உறுப்பினர் என்பது "குறிப்பிட்ட, உறுதியான பங்கு-கூட்டாளர்களுடன் சமூக தொடர்புகளின் உறுதியான செயல்பாட்டில் ஒரு நபரின் நெறிமுறை ஒழுங்குபடுத்தப்பட்ட பங்கேற்பு" என வரையறுக்கின்றார். எந்தவொரு தனிநபரும், கோட்பாட்டளவில், எந்த செயல்பாட்டையும் நிறைவேற்ற முடியும் என்றாலும், அந்த நபர் அவர்கள் நிறைவேற்றும் செயல்பாட்டின் தன்மையை நிர்வகிக்கும் விதிமுறைகளுக்கு இணங்க வேண்டும் என்று எதிர்பார்க்கப்படுகிறது.

ஒரு நபர் ஒரே நேரத்தில் பலவிதமான செயல்பாடுகளைச் செய்ய முடியும். ஒரு வகையில், ஒரு தனிநபர் அவர் தன்மையின் கலவையாக இருப்பதைக் காணலாம். இன்று, தங்களை பற்றி விவரியுங்கள் என்று கேட்டால், பெரும்பாலான மக்கள் தங்கள் சமூகப் தன்மையினைப் பற்றி பதிலளிப்பார்கள்.

பார்சன்ஸ் பின்னர் சமுதாயத்திற்கான செயல்பாடுகளை நிறைவேற்றுவதில் ஒருவருக்கொருவர் பூர்த்தி செய்யும் தன்மையினைப் கூட்டு தன்மைகளின் கருத்தாக உருவாக்கினார். சில தன்மைகள், நிறுவனங்கள் மற்றும் சமூக கட்டமைப்புகளில் பிணைக்கப்பட்டுள்ளன. சமூகம் இயங்குவதற்கு உதவுவதோடு, சமூகம் சீராக இயங்கும் வகையில் அதன் செயல்பாட்டுத் தேவைகளை நிறைவேற்றும் வகையில் இவை செயல்படுகின்றன.

இந்த எதிர்பார்ப்புகளை நிறைவேற்றும் அல்லது பூர்த்தி செய்யாத தன்மைகளின் நேர்மறை மற்றும் எதிர்மறையான அனுமதியால் சமூகமயமாக்கல் ஆதரிக்கப்படுகிறது. சிறைச்சாலைகள் மற்றும் மனநல இல்லங்கள் போன்ற நிறுவனங்கள் மூலம் ஒரு தண்டனையானது முறைசாரா அல்லது வதந்திகளாக இருக்கலாம். இந்த இரண்டு செயல்முறைகளும் சரியாக இருந்தால், சமூகம் நிலையானதாகவும் மாறாததாகவும் மாறும்.

பார்சான்ஸ் அமைப்பின் கட்டமைப்பை பிரச்சனைக்குரியதாகவும், மாற்றத்திற்கு உட்பட்டதாகவும் கருதுகிறார். மற்றும் சமநிலையை நோக்கிய அவரது கருத்து மாற்றத்தின் மீதான ஸ்திரத்தன்மையின் அனுபவத்தின் மூலமாக குறிக்கவில்லை. இருப்பினும், இந்த மாற்றங்கள் ஒப்பீட்டளவில் மென்மையான வழியில் நிகழ்கின்றன என்று அவர் குறிப்பிடுகிறார்.

மாறிவரும் சூழ்நிலைகளுடன் தொடர்பு கொள்ளும் நபர்கள் பங்கு, பேரம் போன்ற செயல்முறையின் மூலம் மாற்றியமைக்கிறார்கள். தன்மைகள் நிறுவப்பட்டவுடன், அவை மேலும் நடவடிக்கைகளுக்கு வழிகாட்டும் விதிமுறைகளை உருவாக்குகின்றன. மேலும் அவை நிறுவனமயமாக்கப்பட்டு, சமூக தொடர்புகளில் ஸ்திரத்தன்மையை உருவாக்குகின்றன. சமூக மாற்றத்தின் இந்த மாதிரியானது, "நகரும் சமநிலை" என விவரிக்கப்படு சமூக ஒழுங்குக்கான விருப்பத்தை வலியுறுத்துகிறது.

டேவிஸ் மற்றும் மூர்

கிங்ஸ்லி டேவிஸ் மற்றும் வில்பர்ட் ஈ. மூர் (1945) ஆகியோர் "செயல்பாட்டுத் தேவை" கருத்தின் அடிப்படையில் சமூக அடுக்குமுறைக்கு ஒரு வாதத்தை அளித்தனர். இது 'டேவிஸ்-மூர் கருதுகோள்' என்றும் அழைக்கப்படுகிறது. எந்தவொரு சமூகத்திலும் மிகவும் கடினமான வேலைகள் அதிக வருமானம் கொண்டவை என்றும், இது தொழிலாளர் பிரிவின் மூலம் தேவைப்படும் உறுப்பினர்களை நிரப்ப தனிநபர்களை ஊக்குவிக்கிறது. எனவே, சமத்துவமின்மை சமூக நிலைத்தன்மைக்கு உதவுகிறது.

ஆனால் பல்வேறு கோணங்களில் இருந்து இந்த வாதம் தவறானது என விமர்சிக்கப்பட்டது. எப்படி இந்த வாதம் இருந்தது என்றால், மிகவும் தகுதியான நபர்களே அதிக வெகுமதி பெறுவார்கள், இல்லையெனில் எந்த ஒரு தனிநபரும் செயல்பட மாட்டார்கள் சமூகம் மட்டுமே செயல்பட வேண்டும். பிரச்சனை என்னவென்றால், இந்த வெகுமதிகள் அகநிலை உந்துதல்களை விட புறநிலை தகுதியின் அடிப்படையில் இருக்க வேண்டும். சில பதவிகள் சமூகத்தில் அதிகமான மக்களுக்கு பயனளிக்கும் போது, எ.கா., விளையாட்டு வீரர்கள் மற்றும் திரைப்பட நட்சத்திரங்களுடன் ஒப்பிடும் போது, சில பதவிகள் ஏன் அதிக மதிப்புடையவை என்பதற்கான வாதம் தெளிவாகக் இல்லை. கட்டமைப்பு சமத்துவமின்மை தனிப்பட்ட வெற்றி அல்லது தோல்விக்கு ஒரு காரணத்தை கூறுகிறது.

ராபர்ட் மெர்டன்

ராபர்ட் கே. மெர்டன் செயல்பாட்டுவாத சிந்தனைக்கு முக்கியமான சுத்திகரிப்புகளைச் செய்தார். அவர் அடிப்படையில் பார்சன்ஸ் கோட்பாட்டுடன் உடன்பட்டார். ஆனால் பார்சன்ஸ் கோட்பாடு கேள்விக்குட்படுத்தப்படலாம் என்று ஒப்புக்கொண்டார். ஆனால் அது மிகவும் பொதுவானது என்று நம்பினார். மெர்டன் ஒரு பெரிய கோட்பாட்டைக் காட்டிலும் நடுத்தர வரம்புக் கோட்பாட்டை வலியுறுத்த விரும்பினார். எந்தவொரு சமூக

அமைப்பும் அநேகமாக பல செயல்பாடுகளைக் கொண்டிருப்பதாக மெர்டன் நம்பினார். அவர் மூன்று முக்கிய வரம்புகளை அடையாளம் கண்டார்: செயல்பாட்டு ஒற்றுமை, உலகளாவிய செயல்பாட்டுவாதம் மற்றும் இன்றியமையாமை. அவர் விலகல் கருத்தை உருவாக்கினார் மற்றும் வெளிப்படையான மற்றும் மறைந்த செயல்பாடுகளுக்கு இடையே வேறுபாட்டை உருவாக்கினார். மறைந்த செயல்பாடுகள் எந்த சமூக வடிவத்தின் அங்கீகரிக்கப்படாத மற்றும் திட்டமிடப்படாத விளைவுகளைக் குறிக்கின்றன என்பதையும் விளக்கினார்.

தற்போது சமூகத்தின் செயல்பாடுகளை நிறைவேற்றும் நிறுவனங்கள் மற்றும் கட்டமைப்புகளுக்கு செயல்பாட்டு மாற்றுகள் இருக்கலாம் என்றும் மெர்டன் குறிப்பிட்டார். அதாவது தற்போது இருக்கும் நிறுவனங்கள் சமூகத்திற்கு இன்றியமையாதவை அல்ல. மெர்டன் கூறுகையில், ஒரே உருப்படி பல செயல்பாடுகளைக் கொண்டிருப்பது போல, அதே செயல்பாடு மாற்றுப் பொருட்களால் பலவிதமாக நிறைவேற்றப்படலாம். செயல்பாட்டு மாற்றுகளின் இந்த கருத்து செயல்பாட்டின் போக்கைக் குறைக்கிறது.

மெர்டனின் விலகல் கோட்பாடு துர்கெய்மின், அனோமியின் யோசனையிலிருந்து பெறப்பட்டது. ஒரு அமைப்பில் உள் மாற்றங்கள் எவ்வாறு நிகழலாம் என்பதை விளக்குவதில் இது முக்கியமானது. மெர்டனைப் பொறுத்தவரை, அனோமி என்பது கலாச்சார இலக்குகளுக்கும் அவற்றை அடைவதற்கான ஏற்றுக்கொள்ளப்பட்ட முறைகளுக்கும் இடையே உள்ள தொடர்ச்சியைக் குறிக்கிறது.

எடுத்துக்காட்டக, ஒரு நபர் எதிர்கொள்ளும் 5 சூழ்நிலைகள் இருப்பதாக மெர்டன் நம்புகிறார்.

1. ஒரு நபருக்கு சமூகமயமாக்கப்பட்ட கலாச்சார இலக்குகளை அடைவதற்கான வழிமுறைகளும் விருப்பமும் இருக்கும்போது இணக்கம் ஏற்படுகிறது.

2. ஒரு நபர் ஏற்றுக்கொள்ளப்பட்ட கலாச்சார இலக்குகளை அடைய முயற்சிக்கும் போது புதுமை ஏற்படுகிறது, ஆனால் அதை ஏற்றுக்கொள்ளப்படாத முறையைத் தேர்ந்தெடுக்கும்.

3. ஒரு நபர் சமூகத்தால் பரிந்துரைக்கப்பட்ட விஷயங்களைத் தொடர்ந்து செய்கிறார், ஆனால் இலக்குகளை அடைவதை இழக்கும்போது முறைகள் ஏற்படுகிறது.

4. பின்வாங்குதல் என்பது சமூகத்தின் வழிமுறைகள் மற்றும் குறிக்கோள்கள் இரண்டையும் நிராகரிப்பதாகும்.

5. கிளர்ச்சி என்பது சமூக இலக்குகள் மற்றும் வழிமுறைகளை நிராகரிப்பது மற்றும் பிற இலக்குகள் மற்றும் வழிமுறைகளின் மாற்றீடு ஆகியவற்றின் கலவையாகும்.

இதனால் சமூகத்தில் புதுமை அல்லது கிளர்ச்சி மூலம் மாற்றம் ஏற்படுவதைக் காணலாம். சமூகம் இந்த நபர்களைக் கட்டுப்படுத்தவும் மாற்றங்களை மறுக்கவும் முயற்சிக்கும் என்பது உண்மைதான். ஆனால் புதுமை அல்லது கிளர்ச்சி வேகத்தை உருவாக்கும்போது, சமூகம் இறுதியில் மாற்றியமைக்கும் அல்லது கலைப்பை எதிர்கொள்ளும்.

ஆல்மண்ட் மற்றும் பவல்

1970களில், அரசியல் விஞ்ஞானிகளான கேப்ரியல் அல்மண்ட் மற்றும் பிங்காம் பவல் ஆகியோர் அரசியல் அமைப்புகளை ஒப்பிடுவதற்கு ஒரு கட்டமைப்பு-செயல்பாட்டு அணுகுமுறையை அறிமுகப்படுத்தினர். ஒரு அரசியல் அமைப்பைப் புரிந்துகொள்வதற்கு, அதன் நிறுவனங்களை மட்டுமல்ல, அவற்றின் செயல்பாடுகளையும் புரிந்துகொள்வது அவசியம் என்று அவர்கள் வாதிட்டனர். இந்த நிறுவனங்கள், சரியாக புரிந்து கொள்ள, அர்த்தமுள்ள மற்றும் ஆற்றல்மிக்க வரலாற்று சூழலில் வைக்கப்பட வேண்டும் என்றும் அவர்கள் வலியுறுத்தினர்.

இந்த யோசனை ஒப்பீட்டு அரசியலில் அரசு சமூகக் கோட்பாடு மற்றும் சார்புக் கோட்பாடு ஆகியவற்றில் நடைமுறையில்

உள்ள அணுகுமுறைகளுக்கு முற்றிலும் மாறுபட்டது. சர்வதேச உறவுகளில் டேவிட் ஈஸ்டனின் சிஸ்டம் கோட்பாட்டின் வழித்தோன்றல்கள், அனைத்து அரசியல் அமைப்புகளையும் ஒரே மாதிரியான "தூண்டுதல் மற்றும் பிரதிபலிப்பு" அல்லது உள்ளீடுகள் மற்றும் வெளியீடுகளின் அதே சட்டங்களுக்கு உட்பட்டு, தனிப்பட்ட குணாதிசயங்களுக்கு சிறிது கவனம் செலுத்தும் என்று கருதுகிறது. ஒரு அரசியல் அமைப்பு, ஆர்வக் குழுக்கள், அரசியல் கட்சிகள் மற்றும் அரசாங்கத்தின் கிளைகள் உட்பட பல முக்கிய கூறுகளால் ஆனது என்ற கண்ணோட்டத்தின் அடிப்படையில் கட்டமைப்பு-செயல்பாட்டு அணுகுமுறை அமைந்துள்ளது.

அல்மண்ட் மற்றும் பவல் "ஒரு அரசியல் அமைப்பு பல்வேறு செயல்பாடுகளைக் கொண்டுள்ளது. அவற்றில் முக்கியமானது அரசியல் சமூகமயமாக்கல், ஆட்சேர்ப்பு மற்றும் தகவல் தொடர்பு". சமூகமயமாக்கல் என்பது சமூகங்கள் தங்கள் மதிப்புகள் மற்றும் நம்பிக்கைகளை அடுத்தடுத்த தலைமுறைகளுக்கு அனுப்பும் வழியைக் குறிக்கிறது. ஒரு சமூகம் குடிமை நற்பண்புகளை அல்லது பயனுள்ள குடியுரிமையின் பழக்கவழக்கங்களை வளர்க்கும் செயல்முறையை விவரிக்கிறது. ஆட்சேர்ப்பு என்பது ஒரு அரசியல் அமைப்பு குடிமக்களிடமிருந்து ஆர்வம், ஈடுபாடு மற்றும் பங்கேற்பை உருவாக்கும் செயல்முறையைக் குறிக்கிறது. தகவல்தொடர்பு என்பது ஒரு அமைப்பு அதன் மதிப்புகள் மற்றும் தகவல்களை வெளியிடும் முறையைக் குறிக்கிறது.

1940கள் மற்றும் 1950களில் கட்டமைப்புச் செயல்பாடு அதன் செல்வாக்கின் உச்சத்தை எட்டியது. மேலும் 1960களில் விரைவான சரிவைச் சந்தித்தது. சில விமர்சன அணுகுமுறைகள் அமெரிக்காவில் பிரபலமடைந்தாலும், ஒழுக்கத்தின் முக்கிய நீரோட்டமானது, எந்தவொரு மேலோட்டமான கோட்பாட்டு நோக்குநிலையும் இல்லாத எண்ணற்ற அனுபவசார்ந்த நடுத்தர வரம்பு கோட்பாடுகளுக்கு மாற்றப்பட்டுள்ளது. 1960களில் செயல்பாட்டுவாதத்தின் செல்வாக்கு குறையத் தொடங்கியதும், மொழியியல் மற்றும் கலாச்சார திருப்பங்கள் சமூக அறிவியலில்

எண்ணற்ற புதிய இயக்கங்களுக்கு வழிவகுத்தன. கிடன்ஸின் கூற்றுப்படி, 1960களின் பிற்பகுதியிலும் 1970களின் பிற்பகுதியிலும் மரபுவழி ஒருமித்த கருத்து நிறுத்தப்பட்டது. மற்றபடி போட்டியிடும் முன்னோக்குகள் வழிவகுத்தது மற்றும் பல்வேறு வகையான போட்டிக் கண்ணோட்டங்களால் மாற்றப்பட்டது. இந்த மூன்றாம் தலைமுறை சமூகக் கோட்பாட்டில் தோற்றவியல் ரீதியாக ஈர்க்கப்பட்ட அணுகுமுறைகள் என்னவென்றால், விமர்சனக் கோட்பாடு, இனவியல், குறியீட்டு தொடர்புவாதம், கட்டமைப்புவாதம், பிந்தைய கட்டமைப்புவாதம், மற்றும் ஹெர்மனியூட்டிக்ஸ், பாரம்பரியத்தில் எழுதப்பட்ட கோட்பாடுகள் ஆகியவை அடங்கும்.

அனுபவ சமூகவியலில் இல்லாதபோதும், சமூகவியல் கோட்பாட்டில் செயல்பாட்டுக் கருப்பொருள்கள் கண்டறியக்கூடியதாகவே இருந்தன. குறிப்பாக லுஹ்மான் மற்றும் கிடன்ஸின் படைப்புகளில் ஒரு தொடக்க மறுமலர்ச்சிக்கான அறிகுறிகள் உள்ளன. பரிணாமக் கோட்பாட்டின் சமீபத்திய வளர்ச்சிகள் குறிப்பாக உயிரியலாளர் டேவிட் ஸ்லோன் வில்சன் மற்றும் மானுடவியலாளர்கள் ராபர்ட் பாய்ட் மற்றும் பீட்டர் ரிச்சர்சன் ஆகியோர் பலநிலைத் தேர்வுக் கோட்பாட்டின் வடிவத்தில் கட்டமைப்பு செயல்பாட்டுக்கு வலுவான ஆதரவை வழங்கியுள்ளனர்.

சுருக்கமாக:

1. 1953இல் டேவிட் ஈஸ்டன் என்பவரால் அரசியல் அறிவியலுக்கான அமைப்புக் கோட்பாட்டு உருவாக்கப்பட்டது.

2. அரசியல் அறிவியலில் முறையமைப்பு ஆய்வை பயன்படுத்தியவர்கள் டேவிட் இன்ஸ்டன்ட், ஆல்மண்ட், கப்ளான் ஆகியோர்கள் ஆவார்கள்.

3. முறையமைப்பு கோட்பாட்டின் மையக்கருத்து முறையமைவு எப்படி செய்வது என்பது ஆகும்.

4. ஈஸ்டனின் அணுகுமுறை, ஒரு அரசியல் அமைப்பை வரையறுக்கப்பட்ட மற்றும் முடிவெடுப்பதில் மாறும் படிமுறைகளைக் காண பயன்படுகிறது.

5. அரசியல் அறிவியல் முறைமைப் பகுப்பாய்வுக்கு மிகவும் தூண்டுதலாக இருந்தது இயற்கை அறிவியலே ஆகும்.

6. பொதுமுறை அமைவு கோட்பாடு என்பது ஒவ்வொரு பாடத்தையும் தனித்தனியாக மற்ற பாடத்துறைகளுடன் தொடர்பின்றி செயல்படுவதை தவிர்க்க உதவுகிறது.

7. ஜனநாயக அரசியல் முறை ஜனநாயக மல்லாத அரசியல் முறை அமைவு ஆகியவற்றை பிரித்துப் பார்க்க முறைமைப் பகுப்பாய்வு பயன்படுகிறது.

8. ஒவ்வொரு முறையமைவுக்கும் ஒரு சமநிலை கண்டிப்பாக இருக்க வேண்டும்

9. முறையமைவு கோட்பாட்டை பயன்படுத்தி எந்த ஒரு அரசியல் அறிவியல் விஞ்ஞானியும் ஆய்வில் அதிக தூரம் பயணிக்க முடியாது.

10. டேவிட் ஈஸ்டனின் உள்ளீடு வெளிப்பாடு பகுப்பாய்வு என்பது பொது முறையமைவு கோட்பாட்டில் இருந்து தோன்றியதுதான்.

11. அமைப்பு பணி பகுப்பாய்வு, பொதுவான முறை அமைவு கோட்பாட்டில் இருந்து தோன்றியதாகும்.

12. அமைப்பு பணி பகுப்பாய்வு முதன் முதலில் சமூக அறிவியல் அறிஞர் டால்காட் பர்சன், மரியம்லிவ்விங் என்பவராலும் சமூகஅறிவியலில் அறிமுகப்படுத்தப்பட்டது.

13. அமைப்பு பணி பகுப்பாய்வு அமைப்புகளையும் பணிகளையும் மையமாகக் கொண்டு எழுந்ததாகும். எல்லா அமைப்புகளுக்கும் சில அடிப்படையான பணிகள் உண்டு.

14. டாரல்காட் பர்சன் அமைப்பு பணி பகுப்பாய்வில் நான்கு வகையான பணிகளை கூறுகிறார்.

15. முறையமைவு பராமரிப்பு, குறிக்கோளை அடைதல், ஏற்புப் பணி, ஒருங்கிணைப்பு பணி.

16. அரசியல் முறைமைவின் குறிக்கோளை வரையறுத்தல், தகவுகளையும் பணிகளையும் மக்களுக்கு அளித்து அவைகளை ஏற்கும் படி செய்தல், அரசியல் முறைமை ஒருங்கிணைத்தல்,

17. செல்வங்களையும் மனித சக்திகளையும் குறிக்கோளை அடைவதற்கு ஒன்று திருட்டுதல்.

18. ஆக்டர், அமைப்பு பணி பகுப்பாய்வு நிலை பெற மூன்று வகையான அமைப்புகளின் மூலம் செயல்படுத்தலாம், அவை தீர்மானம் செய்யும் அமைப்புகள், பொறுப்பேற்கும் அமைப்புகள், சார்பு அமைப்புகள்.

இயல்-ஏழு

முடிவெடுக்கும்தன்மை, தகவல் தொடர்பு மற்றும் ஆட்ட கோட்பாடுகள்

முன்னுரை

முடிவெடுக்கும் தன்மை, தகவல் தொடர்பு மற்றும் ஆட்ட கோட்பாடுகளை பற்றி இப்பகுதியில் பார்க்க இருக்கிறோம். முடிவெடுக்கும் தன்மை கோட்பாட்டை உருவாக்கியவர் ஹர்பர்ட் சைமன். அரசியல் என்பது முடிவுகளை சார்ந்த நடவடிக்கையாக அமைகிறது என்கிறார்கள் வல்லுனர்கள். இதனுடைய அமைப்பாளர்கள் "முடிவுகள்" எவ்வாறு எடுக்கப்பட வேண்டும்; எந்தெந்த காரணிகள் முடிவுகள் எடுப்பதற்கு பயன்படுத்தப்படுகிறது; எந்த சூழ்நிலையில் முடிவுகள் எடுக்கப்படுகிறது போன்றவைகளை அடிப்படையாக வைத்து ஒரு குறிப்பிட்ட அரசியல் நடவடிக்கை வெற்றி பெறுகிறதா? தோல்வி அடைகிறதா? என்பது விளக்கப்படுகிறது. இதே போல தகவல் தொடர்பு, முக்கியமான ஒரு அம்சமாக அரசியல் நடவடிக்கையில் விளங்குகிறது. எந்த ஒரு அரசியல் நடவடிக்கையும் முழுமையான தகவல்கள் இல்லாத பொழுது அது தோற்கிறது. இதனால் அரசியல் அறிவியலிலே அதனை ஆய்வு செய்வதற்கு சிறந்த முறையாக தகவல் தொடர்பு முறை கருதப்படுகிறது. இதனுடைய தோற்றுவிப்பாளர் கார்ல் டேஷ் என்பவர் ஆவார். மூன்றாவதாக ஆட்ட கோட்பாடு. எப்படி ஒரு விளையாட்டிலே அனைவருமே வெற்றிக்கா விளையாடுகிறார்களோ அதுபோலவே அரசியல் நடவடிக்கையை நாம் ஆய்வு செய்து பார்க்கின்ற பொழுது

இந்த ஆட்ட கோட்பாட்டினை அடிப்படையாக வைத்து ஆய்வு செய்தோமானால் நாம் நினைக்கக்கூடிய அல்லது ஒரு குறிப்பிட்ட சமூகத்தில் இருக்கக்கூடிய முடிவுரா பிரச்சனைகளுக்கு தீர்வுகளை நாம் காண முடியும் என்பது இதன் சாராம்சமாகும். இப்பகுதியில் இந்த மூன்று கோட்பாடுகளையும், அரசியல் பகுப்பாய்வு செய்வதற்கு எவ்வாறு பயன்படுகிறது என்பதை நாம் பார்ப்போம்.

முடிவெடுத்தல் கோட்பாடு

சைமன் முடிவெடுக்கும் அணுகுமுறை

அரசியல் பகுப்பாய்வு கோட்பாடான முடிவெடுத்தல் கோட்பாடானது, அமெரிக்க அரசியல் அறிஞரான 'ஹெர்பர்ட்சைமன்' அவர்களுடன் தொடர்புடையது. வாக்களித்தல், சட்டமியற்றுதல், நிர்வகித்தல் போன்றவை எப்போதும் முடிவெடுக்கும் செயல்முறையாகவே கருதப்படுகிறது. அரசியல் பகுப்பாய்வில் முடிவெடுத்தல் செயல்முறையின் பயனானது புதிது அல்ல. மாறாக அது அரசியல் அறிவியலின் தொடக்கத்திற்கு செல்லும் பாதைகளில் தொடர்ச்சியான வளர்ச்சியை பிரதிபலிக்கிறது. சைமன் அவர்களின் "நிர்வாக நடத்தை : நிர்வாக அமைப்பில் முடிவெடுத்தல் செயல் ஒரு ஆய்வு" என்ற நூலில் சரியான முடிவெடுத்தல் பற்றி கூறுகிறார். விரும்பிய குறிக்கோளை அடைவதற்கும், சரியான வழிகளை தேர்ந்தெடுக்கவும் முடிவெடுத்தலின் அவசியத்தை கூறுகிறார். சைமன் "அளவியல் அனுமானம் ஒரு மதிப்பை அனுபவரீதியாக சரிபார்க்கும் செயல்முறையை குறிக்கிறது". ஒரு அனுபவ உண்மை உண்மைகளுடன் அதன் உடன்பாட்டின் மூலம் சரிபார்க்கப்படும் அதே வேளையில், மதிப்பு தீர்ப்பின் சரிபார்ப்பு, மனித ஆணை மூலம் நிபந்தனைக்கு உட்படுத்தப்படுகிறது.

எனவே உண்மை-மதிப்பு வேறுபாட்டை சைமன் வலியுறுத்துகிறார். சைமன் பகுத்தறிவு மாதிரியை உருவாக்கினார், அதை அவர் நடத்தை மாற்று மாதிரியாக விவரிக்கிறார். இங்கே

முடிவெடுப்பவர்கள் ஒரு நோக்கத்துடன் தொடங்குவதில்லை, ஆனால் அனைத்து மாற்று நடவடிக்கைகளையும் அவற்றின் விளைவுகளையும் கருத்தில் கொண்டு எந்த மாற்று அவரது மதிப்பின் சாதனைகளை அதிகப்படுத்துவது என்பது பின்னர் முடிவு செய்யப்படுகிறது.

நடத்தை மாற்று மாதிரி கடுமையான சிரமங்களை அளிக்கிறது. யாரேனும் அதில் செயல்பட முயற்சித்தால், அவர் வரம்பற்ற கணக்கீட்டிற்கு இட்டுச் செல்லப்படுவார். மேலும் தேர்வு செய்யவே முடியாததாக உள்ளது. சைமன் மனித விருப்பத்தின் உளவியல் பக்கத்தைப் பற்றிய இந்தச் சிக்கலைச் சமாளிக்க முயற்சிக்கிறார்

சமூக அறிவியலில் முடிவெடுக்கும் செயல்முறைகளின் சரியான இயக்கவியல் கோட்பாடு சாத்தியம் என்று சைமன் நம்புகிறார். பொருளாதாரம் மற்றும் கணித புள்ளியியல் சார்பியல் பேசுவதில் பயன்படுத்தப்படும் முறையான அல்லது கணித முடிவு கோட்பாடு, முடிவெடுக்கும் கோட்பாட்டை விட அதிகமாக செயல்முறையை கையாள்கிறது. முறையான முடிவெடுக்கும் கோட்பாட்டின் நோக்கம், விருப்பத்தேர்வு அளவுகோல்களின் அடிப்படையில் குறிப்பிட்ட மாற்று நடவடிக்கைகளின் தொகுப்பிலிருந்து ஒரு விருப்பமான செயலைத் தேர்ந்தெடுப்பதாகும். இந்தக் கோட்பாடு பல விளக்கப் பணிகளுக்கும், சமூக அறிவியலில் உள்ள நெறிமுறைச் சிக்கல்களுக்கும் நல்ல விளைவைப் பயன்படுத்த முடியும். இது தனி மனித சம்பந்தப்பட்ட அல்லது சமூக நடத்தையின் நீரோட்டத்தின் கோட்பாடாகும். ஆனால் அதன் காலவரையற்ற சிக்கலான தன்மை மற்றும் ஒரு மனிதனின் எல்லைக்குட்பட்ட பகுத்தறிவு காரணமாக அதை முழுமையாகப் புரிந்து கொள்ள முடியாது.

அரசியல் நடத்தையின் பொதுவான கோட்பாடு முடிவெடுக்கும் செயல்முறையின் அனைத்து அம்சங்களிலும் கவனம் செலுத்த வேண்டும். குறிப்பிட்ட அரசியல் பிரச்சினைகளின் இருக்கை

மற்றும் கவனத்தை உணரக்கூடிய விதிகள் விரிவுபடுத்தப்பட வேண்டும். அரசியல் நடவடிக்கைக்கான சாத்தியமான மாற்றுகளை வடிவமைப்பதற்கான கண்டுபிடிப்பை நிர்வகிக்கும் கொள்கைகளை அது குறிப்பிட வேண்டும். இறுதியாக, ஒரு மாற்றீட்டின் உண்மையான தேர்வை நிர்ணயிக்கும் நிபந்தனைகளை அது அமைக்க வேண்டும். ஒரு குறிப்பிட்ட தேர்தலில் வாக்காளர்களின் சதவீதத்தை விளக்குவதற்கு அரசியல் அறிவியலில் கோட்பாட்டின் மொழியாக வேறுபட்ட சமன்பாடுகள் பயன்படுத்தப்படலாம்.

ஸ்னைடரின் முடிவெடுக்கும் அணுகுமுறை

இரண்டாம் உலகப் போருக்குப் பிறகு ரிச்சர்ட் ஸ்னைடர் மற்றும் அவரது சகாக்களால் அரசியல் பகுப்பாய்வின் மூலமாக முடிவெடுக்கும் செயல்முறையை உருவாக்கினார்கள். பிரின்ஸ்டன் பல்கலைக்கழகத்தில் ஸ்னைடர் முடிவெடுக்கும் பகுப்பாய்வை சர்வதேச அரசியல் நிகழ்வு பற்றிய ஆய்வுக்கு ஒரு முழு அளவிலான அணுகுமுறையாக உருவாக்கும் பணியில் ஈடுபட்டிருந்தார்.

ஸ்னைடர் இதுவரை அரசியல் பற்றிய ஆய்வில் அரசியல் செயல்பாடுகள் மற்றும் அமைப்புக் கோட்பாடுகளால் ஏற்றுக்கொள்ளப்பட்ட நிலையான பகுப்பாய்விற்கு இடையே ஒரு வேறுபாட்டைக் காட்டினார் மற்றும் பகுப்பாய்வு செயல்முறையின் அடிப்படையில் முடிவெடுக்கும் பகுப்பாய்வு, மாறும் சூழ்நிலைகளைக் கையாளும் திறன் கொண்டது என்றும் கூறினார். ஒரு நிலையான பகுப்பாய்வு ஒரே நேரத்தில் இரண்டு புள்ளிகளுக்கு இடையில் ஏற்படும் மாற்றத்தின் தன்மை மற்றும் மாற்றங்கள் நிகழ்ந்த நிலை பற்றிய தகவல்களை வழங்க முடியும். ஆனால் மாற்றத்திற்கான காரணம் அல்லது மாற்றம் உண்மையில் எவ்வாறு வெளிப்பட்டது என்று கூறமுடியாது. ஒரு பகுப்பாய்வு செயல்முறை, நேரம் மற்றும் மாற்றத்தின் கலவையாகும், மற்றும் நிகழ்வுகளின் வரிசைகளுடன்

தொடர்புடையது, உறவு மற்றும் நிலைமைகளின் மாற்றம் பற்றிய ஆய்விலும் ஈடுபட்டுள்ளது.

ஸ்னைடர் இரண்டு வகையான பகுப்பாய்வு செயல்முறைகளை சுட்டிக்காட்டினார், ஒன்று தொடர்பு மற்றொன்று முடிவெடுத்தல் ஆகும். தொடர்பு பகுப்பாய்வு, அவரைப் பொறுத்தவரை, இரண்டு சூழ்நிலைகளுக்கு இடையிலான உறவை விவரிக்கவும் அளவிடவும் முடியும். ஆனால் நிலைமை ஏன் ஒரு குறிப்பிட்ட வழியில் உருவானது என்பதை விளக்க முடியாது. சி ரைட் மில்ஸ் நுண்ணிய ஆராய்ச்சிக்கு எதிராக மூலக்கூறு சமூக ஆராய்ச்சியை விவரித்ததன் ஒரு பகுதியாக முடிவெடுக்கும் பகுப்பாய்வு மையம் இதை விவரிக்கிறது. சமூக நடவடிக்கை பகுப்பாய்வின் ஒரு கட்டம் அல்லது வடிவம் என்று அழைத்தது. பின்னர் ஸ்னைடர் அணுகுமுறையின் பரந்த பயன்பாட்டைக் கொண்டு வந்தார், மேலும் இது சர்வதேச சூழ்நிலைக்கு மட்டுமல்ல, ஒட்டுமொத்த அரசியல் செயல்முறையின் ஆய்வுக்கும் பயன்படுத்தப்படலாம் என்று கூறினார்.

ஸ்னைடர் பல நூற்றாண்டுகளாக பொதுக் கொள்கையில் ஆர்வம் கொண்டிருந்த போதிலும், பொது நிர்வாகத் துறையில் கோட்பாடு மற்றும் முறையான பகுப்பாய்வுகளின் வளர்ச்சி இருந்தபோதிலும், முடிவெடுப்பதில் உண்மையில் பயனுள்ள கருத்து எதுவும் உருவாகவில்லை என்று கூறினார். கொள்கை, குறிக்கோள், முடிவுகள், முடிவெடுத்தல் போன்ற வார்த்தைகள் பரவலாகப் பயன்படுத்தப்படும் எவரும் அவற்றைப் போதுமான அளவு வரையறுப்பதற்கோ அல்லது அவற்றின் பொருளைப் பற்றிய ஒருமித்த கருத்தை உருவாக்குவதற்கோ அக்கறை எடுத்துக் கொள்ளவில்லை என்று கூறினார்.

பெர்னார்ட் மற்றும் சைமன் ஆகியோர் நிர்வாக அமைப்பில் முடிவெடுத்தலின் முக்கியத்துவத்தை வலியுறுத்திய, பொது நிர்வாகத் துறையில் முதன்மையானவர்கள். பொது நிர்வாக இலக்கியம் தவிர, சர்வதேச அரசியல் மற்றும் சர்வதேச

அரசியலில் பொது நிர்வாகம் பற்றிய ஆய்வில் இது பெரிய அளவில் பயன்படுத்தப்பட்டது. மேலும், கட்டமைப்பு பற்றி நிறைய எழுதப்பட்டது, ஆனால் வெளியுறவுக் கொள்கை உருவாக்கும் செயல்முறையில் இல்லை. இராஜதந்திர வரலாற்றிலும் இதே நிலைதான் இருந்தது.

சில தொடர்புடைய மாறிகளின் பகுப்பாய்வுடன் முடிவெடுக்கும் அணுகுமுறை பற்றி பார்க்கலாம். ஸ்னைடர் எளிமையான கருத்துடன் தொடங்குகிறார்,

அ) அனைத்து அரசியல் நடவடிக்கைகளும் மனிதர்களுக்கு உறுதியான முறையில் மேற்கொள்ளப்படுகின்றன மற்றும் ஆ) இந்த செயலின் இயக்கவியலை நாம் புரிந்து கொள்ள விரும்பினால், உலகத்தை நமது பார்வையில் இருந்து பார்க்காமல் இருக்க வேண்டும். முடிவெடுப்பது அனைத்து அரசியல் நடவடிக்கைகளிலும் மையத்தில் உள்ளது. எனவே, அது மட்டுமே பொதுவான கவனத்தை வழங்குகிறது, இதன் கீழ் நாம் அரசியல் தலைவர்கள், சூழ்நிலைகள் மற்றும் பகுப்பாய்வு நோக்கத்திற்காக செயல்முறையை ஒன்றிணைக்க முடியும்.

எனவே ஒரு அரசியல் நடவடிக்கையை சரியாகப் புரிந்துகொள்வதற்கு அ) ஒரு குறிப்பிட்ட செயலுக்குக் காரணமான முக்கிய முடிவை எடுத்தவர் யார், மற்றும் ஆ) அறிவார்ந்த மற்றும் தொடர்புகள் செயல்முறையை மதிப்பிடுவது, போன்றவை ஆகும்.

ஸ்னைடரின் முடிவெடுக்கும் செயல்முறை மூன்று முக்கிய துணை வகைகளைக் கொண்டுள்ளது

1. தகுதிநிலை

2. தகவல் மற்றும் தகவல் தொடர்பு

3. உந்துதல்.

அவை முடிவெடுக்கும் போது குறிப்பிட்ட அலகில் அரசாங்கத்தின் பங்கு, விதிமுறைகள், செயல்பாடுகளை உள்ளடக்கியது. அந்த முடிவெடுக்கும் கட்டமைப்பானது, ஒரு சிக்கலான மற்றும் ஒன்றுக்கொன்று சமூக அரசியல் மற்றும் உளவியல் சார்ந்த செயல்முறையை தழுவிய பாரம்பரியத்தில் ஸ்னைடர் ஆய்வு செய்கிறார். நடத்தை அரசியல், சமூகவியல், சமூக உளவியல் மற்றும் உளவியலில் உருவாக்கப்பட்ட அதிக எண்ணிக்கையிலான கருத்துகளைப் பயன்படுத்துவதை ஆதரிக்கிறார். இதன் மூலம் மட்டுமே கருத்துக்கள், நோக்கங்கள், அனுபவம் மற்றும் முடிவெடுப்பவர்களின் தொடர்பு ஆகியவற்றில் பகுப்பாய்வு செய்ய முடியும்.

ஸ்னைடர் அணுகுமுறை அரசு சாரா குழுக்களின் நடத்தை பற்றிய பகுப்பாய்வுடன் தொடர்புடையது. இது அரசியல் அறிவியலின் சில முக்கிய பகுப்பாய்வு சிக்கல்களுக்கு போதுமான உதவியாக இருக்கிறது. இந்த அணுகுமுறை ஆரம்பத்தில் சர்வதேச உறவுகளின் வரையறுக்கப்பட்ட துறையில் பயன்படுத்தப்பட்டாலும், அரசியல் அறிவியலின் பிற துறைகளிலும் மகத்தான சாத்தியக்கூறுகள் நிறைந்ததாக இருந்தது.

ஸ்னைடர் முடிவெடுக்கும் செயல்முறையை மிகவும் பகுத்தறிவு கொண்டதாக ஆக்குகிறார், முடிவெடுக்கும் செயல்முறையின் விவாதத்தில் ஒரு வகை மற்றும் துணைப்பிரிவுகளை அடிப்படையாகக் கொண்டது.

1. ஒவ்வொரு துணைப்பிரிவுகளிலும் உள்ள நன்மை தீமைகளை கவனமாக எடைபோடுவது,

2. ஒவ்வொரு விஷயத்திலும் மாற்று நடவடிக்கைகளை உருவாக்குதல்,

3. சாத்தியமான ஒவ்வொரு மாற்று வழிகளையும் சமமாக தீவிரமாக பரிசீலிக்கவும்,

4. ஸ்னைடர், சர்வதேச அமைப்புகளில் உள்ள நிகழ்வுகளை அரசு நடவடிக்கையின் முக்கிய நிர்ணயம் செய்வதில் ஒரு சார்புடையவராக இருந்தார், ஆனால் அவர் உள்நாட்டில் அல்லது அரசாங்கத்தின் பல்வேறு துறைகளுக்கான நிகழ்வுகள் மற்றும் போக்குகளின் பங்கை நிராகரிக்கவில்லை.

தகவல் தொடர்பு கோட்பாடு

சைபர் நெடிக்ஸ், ஒப்பீட்டளவில் தகவல் ஓட்டத்தின் கட்டுப்பாட்டைக் கையாளும் ஒரு புதிய அறிவியல் ஆகும். குறிப்பாக கார்ல்டாஷ் தகவல்தொடர்பு கோட்பாடு மற்றும் சைபர்நெட்டிக்ஸ் அடிப்படையில் அரசியல் பகுப்பாய்வில் ஒரு புதிய அணுகுமுறையை உருவாக்கியுள்ளார். தகவல் தொடர்பு கோட்பாடு, இலக்குகளின் தொகுப்பை அடைவதற்கு மனித முயற்சிகளை வழிநடத்தும் மற்றும் ஒருங்கிணைக்கும் செயல்பாட்டின் அரசாங்கம் மற்றும் அரசியலின் பணியைப் பார்க்கிறது. இந்த பொதுவான கட்டமைப்பிற்குள், செயல் முறை தன்னை வெளிப்படுத்தும் அடிப்படை வழிமுறையாக முடிவு எடுக்கப்படுகிறது. அதேநேரத்தில், தகவல்தொடர்பு கோட்பாடு அல்லது அணுகுமுறை முடிவின் உண்மையான விளைவுக்கு மாறாக முடிவெடுக்கும் செயல்பாட்டில் அதிக ஆர்வமாக இருப்பதை சுட்டிக்காட்டலாம்.

இது திசை மாற்றி மற்றும் ஒருங்கிணைப்புக்கு அதிக முக்கியத்துவம் கொடுக்கிறது. இயக்கத்திற்கு உதவியாக இருக்கும் திசைமாற்றி செயல்முறைகளுக்கு முக்கியத்துவம் கொடுக்கப்படுகிறது என்பது தான் அர்த்தம். திசைமாற்றியை தருணங்களுடன் இணைக்கும் தகவலின் ஓட்டம், பகுப்பாய்வின் அடிப்படை அலகு ஆகும். தகவல் தொடர்பு கோட்பாடு பொறியியல் துறையில் பயன்பாட்டில் உள்ள மாதிரிக்கு மிகவும் வலுவான முக்கியத்துவம் அளிக்கிறது.

சைபர்நெடிக் பகுப்பாய்வு கடந்த 40 ஆண்டுகளில் ஒரு பெரிய அளவில் வளர்ச்சியடைந்துள்ளது. அமைப்பின் சில வெளியீடுகள்

மற்றும் உள்ளீட்டைத் தக்கவைத்து கட்டமைக்கப்படுகிறது. இந்த விளக்கம் ஈஸ்டன் மற்றும் கார்ல்டாஷ் அணுகுமுறைகளுக்கு இடையே உள்ள சில அடிப்படை ஒற்றுமைகளைக் குறிக்கிறது. இருவரும் சைபர்நெட்டிக்ஸ் அல்லது தகவல் தொடர்பு மாதிரியை உயிரினங்களின் அறிவியலை சுய-ஒழுங்குபடுத்தும் இயக்கவியல் மற்றும் சமூக அமைப்புடன் இணைப்பதில் பங்களிப்பதாக கருதுகின்றனர்.

ஒரு சைபர்நெடிக் மாதிரியானது, தகவல்களின் அளவு அல்லது பல்வேறுவகைகளின் பகுப்பாய்வு, தகவல் வலையமைப்பின் கட்டமைப்பு, துணை அமைப்பின் கட்டமைப்பு, பின்னூட்ட அமைப்பு, அமைப்புகளின் நினைவக பொறிமுறையின் அமைப்பு மற்றும் அமைப்பின் நடத்தையை நிர்ணயிக்கும் விதிகள் போன்றவற்றை பகுப்பாய்வு செய்கிறது.

கோட்பாட்டின் அடிப்படை கருத்து

கார்ல்டாஷ் "தகவல் தொடர்பு கட்டமைப்பானது அரசியல் பகுப்பாய்விற்கான அதிநவீன நுட்பமாகும்" என்கிறார். இது சைபர்நெட்டிக்கில் உள்ள தொடர்பு கொள்கைகளை அடிப்படையாகக் கொண்டது. மேலும் அரசாங்கம் மற்றும் அரசியலின் பணியை சில குறிப்பிட்ட இலக்குகளை அடைவதற்கு மனித முயற்சிகளை வழிநடத்தி ஒருங்கிணைக்கும் ஒரு செயல்முறையாக கருதுகிறார். தகவல் தொடர்பு கட்டமைப்பானது முடிவெடுக்கும் செயல்பாட்டில் அதிக அக்கறை கொண்டுள்ளது.

சைபர்நெட்டிக்ஸின் ஒப்புமையில், தகவல்தொடர்பு அணுகுமுறை திசைமாற்றி மற்றும் ஒருங்கிணைப்பு செயல்முறைக்கு அதிக முக்கியத்துவம் கொடுக்கிறது. தகவல் தொடர்பு கோட்பாடுகளின் முக்கிய கவனம் சக்தியால் உருவாக்கப்படுகிறது. தகவல்தொடர்பு கோட்பாடு அரசாங்கத்தை பல்வேறு தகவல் ஓட்டங்களைக் கொண்ட முடிவெடுக்கும் அமைப்பாகக் கருதுகிறது. பரந்த அளவில் பேசப்படும் இந்த கோட்பாடு இரண்டு வகையான கருத்துகளைக் கொண்டுள்ளது.

a. இயக்க கட்டமைப்புகள் தொடர்பான கருத்து

b. பல்வேறு ஓட்டங்கள் மற்றும் செயல்முறைகளில் கவனம் செலுத்தும் கருத்து.

ஓட்டங்கள் மற்றும் செயல்முறைகளைக் கையாளும் கருத்தாக்கத்தின் இரண்டாவது வகை. தகவல் ஒரு வடிவிலான தகவல்களின் தொகுப்பாகும், அது ஒன்றாக ஒரு தகவல் தொடர்பு வலையமைப்பை உருவாக்குகிறது. இது

1. சேனல்,

2. சுமை மற்றும்

3. சுமை திறன்

போன்ற பல்வேறு வகையான கருத்துகளை உள்ளடக்கியது. சுமை திறன் என்பது தகவல் ஓட்டங்களுக்கு கிடைக்கும் சேனல்களின் எண்ணிக்கை மற்றும் வகைகளால் தீர்மானிக்கப்படுகிறது. சுமைதிறனிற்கு மிகவும் நெருக்கமாக தொடர்புடைய பல காரணிகளை டாஷ் குறிப்பிடுகிறார். அவை

• பதிலளிக்கும் தன்மை, (Responsiveness)

• நம்பகத்தன்மை, (Fidelity)

• பின்னணி இரைச்சல் மற்றும் (Background noise)

• சிதைவு (Distortion).

தகவல்களின் பகுப்பாய்விற்குத் தொடர்புடைய கடந்தகால அனுபவத்தை, தொடர்புபடுத்துதல், கண்டறிதல், முன்னோக்கி கொண்டு வருதல் போன்றவற்றில் தகவல் தொடர்பு அமைப்பு திறன் கொண்டது என்று கார்ல்டாஷ் கூறுகிறார். இது நினைவுகூரும் கருத்து எனப்படும். அமைப்பின் இந்தத் திறன் கூட்டுத் திறன் என விவரிக்கப்படுகிறது.

டாஷ் அளவீட்டுக்கு சிறப்பு முக்கியத்துவம் கொடுக்கிறார். தகவல் பரிமாற்றத்தில் தகவல் தொடர்பு சேனலின் அளவீடு

மற்றும் செயல்திறன் என்று அவர் நம்புகிறார். மேலும் அவர் அமைப்பு அல்லது சமூகங்கள் அல்லது மாநில மற்றும் சர்வதேச நிறுவனங்களின் ஒருங்கிணைப்பை அளவிடுவதற்கு தகவல் ஓட்டங்களைப் படிக்கும் முறையைப் பயன்படுத்தினார். இன அல்லது கலாச்சார அல்லது அரசியல் அமைப்பை தொடர்பு சேனல்களின் வலையமைப்பாக படிக்க முடியும் என்று அவர் நம்பினார்.

இதேபோல் பின்னூட்டத்தின் பகுப்பாய்வு நோர்பர்ட் வீனரிடமிருந்து (Norbert Wiener) எடுக்கப்பட்டது. அவர் எதிர்பார்த்த செயல்திறனைக் காட்டிலும் உண்மையான செயல்திறனின் அடிப்படையில் இயந்திரத்தின் கட்டுப்பாட்டைக் கொண்டுள்ளது என கருதினார். டாஷ் கருத்துபடி, பின்னூட்ட செயல்முறை வாழ்க்கையின் பல்வேறு இடங்களில் காணப்படுகிறது. இவர் தனது தகவல் தொடர்பு கட்டமைப்பில் நான்கு அளவு காரணிகளை அறிமுகப்படுத்தினார். இவை

1. சுமை, (load)

2. பின்னடைவு, (lag)

3. ஆதாயம் மற்றும் (gain)

4. முன்னணி (lead)

சுமை என்பது கிடைக்கக்கூடிய பின்னூட்ட வசதிகள் மற்றும் இலக்கு தேடும் அமைப்பு தொடர்பான பின்னூட்ட செயல்பாட்டில் ஈடுபட்டுள்ள தகவல்களின் அளவு ஆகியவற்றுடன் தொடர்புடைய செயல்பாடுகளின் விரிவாக்கத்தைக் குறிக்கிறது.

பின்னடைவு, முடிவுகள் மற்றும் செயல்களின் விளைவுகள் பற்றிய தகவல்களுக்கு கணினியின் பதிலில் குறிக்கிறது. அது சரியான நேரத்தில் மற்றும் நல்ல நிலையில் கணினியை அடைந்துவிட்டதாகக் கருதுகிறது. கணினி அதன் மீது செயல்படும் தகவலைப் அல்லது புகாரளிப்பதை தாமதப்படுத்தலாம். ஆதாயம் என்பது அதன் மூலம் பெறப்பட்ட தகவல்களுக்கு கணினி

அளிக்கக்கூடிய பதிலின் விரிவாக்கம் மற்றும் செயல்திறனை உள்ளடக்கியது. முன்னணி என்பது எதிர்கால விளைவுகளின் முன்னறிவிப்புக்கு பதிலளிக்கும் திறனைக் குறிக்கிறது.

செய்தித் தொடர்பு கோட்பாடு, அமைப்புகளுக்கு முக்கியத்துவம் கொடுக்கிறது. மாறாக புரட்சி காலங்களில் இது உதவுவதில்லை. செய்தி தொடர்பு கோட்பாடு இயந்திரத்தனமானது. செய்தி தொடர்பு கோட்பாடு பொறியியல் துறையில் அதிகமாக பயன்படுத்தப்படுகிறது.

ஆட்டக்கோட்பாடு(Game Theory)

அரசியல் பகுப்பாய்விற்கு தற்போது பயன்படுத்தப்படும் மற்றொரு அணுகுமுறை ஆட்டக் கோட்பாடு ஆகும். ஒவ்வொரு பங்கேற்பாளரும் அல்லது வீரரும் ஆதாயத்தை அதிகரிக்கவும் இழப்புகளைக் குறைக்கவும் முற்படும்போது, மோதல் மற்றும் போட்டியின் சூழ்நிலையில் பகுத்தறிவு முடிவு உத்திகளைக் கையாளும் ஒரு சிந்தனை அமைப்பு ஆட்டக் கோட்பாடு ஆகும்.

தோற்றம்

ஆட்டக் கோட்பாடு 1920ஆம் ஆண்டு எமில் பேரல் என்பவரால் தோற்றுவிக்கப்பட்டது. பொருளாதார மனிதர்கள் அல்லது நாட்டின் நடத்தையை வரையறுக்கும் சிக்கலைச் சமாளிக்கும் முயற்சியாக ஜான் நியூமன் (John Von Neumann) என்ற கணிதவியலாளர் இதை உருவாக்கும் வரை இது ஒரு சுவாரஸ்யமான அறிவுசார் பயிற்சியாக பதிவு செய்யப்பட்டது. ஆனால் 1944ஆம் ஆண்டில் ஜான் வான் நியூமேன் ஆஸ்கார் மோர்கென்ஸ்டர்னுடன் இணைந்து பொருளாதாரம், விளையாட்டு மற்றும் பொருளாதார நடத்தை பற்றிய ஒரு செய்திதியை வெளியிட்ட பிறகுதான் அது பிரபலமடைந்தது. டன்கன் லூசி, (Duncan luce) ஹேவர்டு ரய்ப்பா (Howard Raiffa) மார்டின் சுபிக்(Martin Shubik Anatol Rapoport) ஆகியோர்களால் கோட்பாடு அறிமுகப்படுத்தப்பட்டது. மார்டன் கப்லன் (Morton Kaplan), வில்லியம் ரிக்கர் (William Riker), தாமஸ்

சி செல்லிங் (Thomas Schelling), ஆகியோர் அரசியல் அறிவியலில் ஆட்ட கோட்பாட்டை பிரபலப்படுத்தியவர்கள் ஆவார்கள்.

இவர்கள் ஆட்டக் கோட்பாட்டை கூட்டு நடவடிக்கை, நீதிவிசாரணை, பன்னாட்டு அரசியல் சச்சரவும் நிறைந்த சூழ்நிலைகள் ஆகியவற்றில் பயன்படுத்தினார்கள். ஆட்டக் கோட்பாடு, செஸ் போன்ற விளையாட்டிற்கு பகுப்பாய்வாக உள்ளது. இதில் முடிவெடுப்பது மற்றும் இரண்டு அல்லது அதற்கு மேற்பட்ட வீரர்களின் ஒத்துழைப்பு ஆகியவற்றின் வெளிப்படையான கூறுகள் உள்ளன. மற்றவர்களின் முடிவு மற்றும் மையப் புள்ளி, விளையாட்டில் பங்கேற்கும் வெவ்வேறு வீரர்களின் முடிவுகளில் ஒன்றுக்கொன்று சார்ந்திருத்தல் ஆகும்.

இந்த வகையான விளையாட்டை விளையாடுவதற்கு இரண்டு வீரர்கள் தேவை. ஆனால் வீரர்களின் எண்ணிக்கை இரண்டுக்கும் அதிகமாக இருக்கலாம். விளையாட்டில் உள்ள ஒவ்வொரு வீரரும் மற்ற வீரர்களின் பார்வையை அடிப்படையாக கொண்டு தனது விருப்பத்தை முடிவு செய்ய வேண்டும். பிரச்சினையை வேறொருவரின் பார்வையில் பார்க்க அவர் முயற்சி செய்ய வேண்டும், அது இல்லாமல் அவர் தனக்காக எந்த முடிவையும் எடுக்க முடியாது. எனவே, நடைமுறை முக்கியத்துவம் மற்றும் அறிவுசார் சவால்கள், மற்ற வீரர்கள் என்ன செய்யக்கூடும் என்ற எதிர்பார்ப்பின் அடிப்படையில் ஒவ்வொரு வீரரும் தனது முடிவின் அடிப்படையில் செயல்படுகிறார்கள்.

போர்களில் ஈடுபடும்போதும், பேரம் பேசுதல் மற்றும் பேச்சுவார்த்தைகளில் ஈடுபடும் இராஜதந்திரிகள், வாக்காளர்களை கவர அரசியல்வாதிகள், சட்டமன்ற உறுப்பினர்கள் கூட்டணிக்காக குழுக்களை அமைப்பதற்கான முயற்சிகளை மேற்கொள்வது போன்ற அனைத்து சூழ்நிலைகளிலும், இக்கோட்பாட்டின் பங்கு உள்ளது. கேம் தியரியில் வீரர்கள் மாற்றுத் தேர்வில் ஈடுபட வேண்டும். இப்போது, இது அவர்களின் பார்வையில் அவர்கள் சில கருத்தியல் அம்சங்களில் பயன்படுத்த வேண்டும். இந்த அம்ச

நிலைகள் ஒரு விளையாட்டின் வெளியீடாக விவரிக்கப்படுகின்றன. ஒரு விளைவு என்பது பொதுவாக வீரர்களின் பரிசுக்கும் அல்லது அவர்கள் நோக்கத்திற்கும் இடையிலான உறவாகும். சதுரங்கம் போன்ற சில விளையாட்டுகளில் வெற்றி, தோல்வி அல்லது டிரா ஆகிய மூன்று சாத்தியமான முடிவுகள் மட்டுமே இருக்க முடியும். ஆனால் மற்ற விளையாட்டுகளில் மிக அதிக எண்ணிக்கையில் முடிவுகள் இருக்கலாம்.

சாத்தியமான விளைவுகளின் முழு வரம்பையும் வாய்ப்புகள் என வரையறுக்கலாம். ஒவ்வொரு விளையாட்டின் வாய்ப்பும் குறிப்பிட்ட அவுட்லுக் அல்லது அவரது வெகுமதியைக் கொண்டுள்ளது. இது கேம் தியரியில் பே-ஆஃப் (pay-off) என விவரிக்கப்பட்டுள்ளது. சதுரங்கத்தில் பெரிய ஊதியம் வெற்றி பெறுகிறது, இது சில நேரங்களில் உள்ளூர் அல்லது தேசிய சாம்பியன்ஷிப்பிற்கான பெரிய அளவிலான பரிசுத் தொகையை உள்ளடக்கியிருக்கலாம், ஒரு டிரா இரண்டாவது சிறந்த ஊதியமாக இருக்கும், மேலும் மூன்றாவது இழப்பது (losing) ஆகும்.

தந்திர முறை (Strategy) ஆட்ட கோட்பாட்டின் அடிப்படை கருத்தாகும். அடுத்து என்ன செய்யவேண்டும் என்பதை விளக்கும் திட்டங்களை ஆட்டக்காரரின் தந்திரமுறை கொண்டிருக்கிறது. அவர்கள் பகுத்தறிவாளர்கள் என்ற அளவில் நேரவிருக்கும் எல்லா நெருக்கடி சந்தர்ப்பங்களுக்கும் தகுந்த முறையை உருவாக்க முடிகிறது.

ஆட்ட கோட்பாட்டின் வகைகள்:

ஆட்ட கோட்பாட்டில் நான்கு வகைகள் உள்ளன.

1. பூஜ்ஜியத் தொகை இரண்டு நபர்கள் விளையாட்டுகள் (Zero-sum two persons games)

2. பூஜ்ஜியம் அல்லாத தொகை இரண்டு நபர்கள் விளையாட்டுகள் (Non-zero sum two persons games)

3. **பூஜ்ஜியத் தொகை n நபர் விளையாட்டுகள்** (Zero-sum n persons games)

4. **பூஜ்ஜியம் அல்லாத தொகை n நபர் விளையாட்டுகள்** (Non-zero sum n persons games)

ஒன்றாவது வகையில் இரண்டு வீரர்கள் மட்டுமே உள்ளனர் மற்றும் லாபங்கள் எப்போதும் இழப்புக்கு சமம் மற்றொன்று, இரண்டு வீரர்களின் முடிவுகளின் கூட்டுத்தொகை பூஜ்ஜியம். 2 மற்றும் 3இல், போட்டியில் இரண்டு நபர்கள் அல்லது அதற்கு மேற்பட்ட நபர்கள் பங்கேற்பதால், வீரர்கள் விருதுகளைப் பிரிப்பதை ஒரே மாதிரியாகப் பகிர்ந்து கொள்ளலாம். மேலும் ஒருவரின் ஆதாயம் மற்றவரின் இழப்புக்கு சமமாக இருக்க வேண்டியதில்லை. அத்தகைய கட்டமைப்பிற்கு ஊதியம் வகுக்கப்பட வேண்டும் மற்றும் விநியோகத்தில் சில கொள்கைகள் பயன்படுத்தப்பட வேண்டும். 4) மூன்று அல்லது அதற்கு மேற்பட்ட வீரர்கள் இருக்கும் இடத்தில், விளையாட்டின் சூழ்நிலையில் அதிக எண்ணிக்கையிலான புதிய அம்சங்கள் உருவாகின்றன. மேலும் இரண்டு அல்லது அதற்கு மேற்பட்ட வீரர்கள் தங்கள் வளங்களைச் சேகரித்து விளையாட்டின் போது கூட்டு முடிவெடுப்பதன் மூலம் மற்றவர்களுக்கு எதிராக ஒத்துழைக்க முடியும்.

ஜனநாயக அமைப்பில் பெரும்பான்மை, அரசாங்கங்களை அமைப்பதிலும், ஜனாதிபதி மற்றும் பாராளுமன்றத்தை அமைப்பதிலும் இந்த வகையான விளையாட்டு முறைகள் அடிக்கடி பயன்படுத்தப்படுகிறது. குடியரசுத் தலைவர் பதவிக்கு போட்டியிடும் ஒருவர் துணைத் தலைவர் பதவியை மற்றொரு நபருக்கு வழங்கலாம், அவருடைய ஆதரவுடன் அவர் ஜனாதிபதியாகும் வாய்ப்பு வலுப்பெறலாம் அல்லது ஒரு அரசியல் கட்சியின் தலைவர் மற்ற தலைவர்களுடன் அல்லது பிற அரசியல் உறுப்பினர்களுடன் கூட ஒப்பந்தங்களில் ஈடுபடலாம். கட்சிகள், மற்றும் சட்டமன்றத்தில் தனது பெரும்பான்மையை

முழுமையாக்கும் நோக்கில் அவர்களுக்கு அமைச்சரவை அல்லது அமைச்சுப் பதவிகளை வழங்குகின்றன.

ஆட்டகோட்பாட்டை கையாளுதல்:

மார்டன் கப்லான், வில்லியம் ரிக்கர், தாமஸ் ஷெல்லிங் போன்றோர் ஆட்ட கோட்பாட்டை பன்னாட்டு அரசியலில் கையாண்டனர்.

மார்டன் கப்லான் ஆட்டகோட்பாட்டு

இவர் ஆட்டக் கோட்பாட்டை சிறப்பாக கையாண்டால் கொள்கையில் வெற்றியைப்பெற முடியும் என்று கூறுகிறார். இவர் பன்னாட்டு அரசியல் முறைமைகள் மற்றும் போக்கும் வழிகள் (System and Process in International Politics) என்ற நூலில் ஆட்ட மாதிரி படிவங்களை கையாளுவது பற்றியும் பிரச்சினைகளுக்கு பதில் தீர்மானம் இயற்றுதல் பற்றியும் தெளிவான விளக்கத்தைத் தருகிறார்.

முழு அணுகுமுறையும் பகுத்தறிவு என்ற கருத்தை அடிப்படையாகக் கொண்டது. இது அரசியலில் நன்றாக செயல்படுவதாக தெரியவில்லை. சமூகமயமாக்கல் செயல்முறை அல்லது கலாச்சார நெறிமுறைகள் அரசியல் பகுப்பாய்வில் பயன்படுத்தப்படுகிறது. எளிமையான அனுபவ சூழ்நிலையிலும் மாற்றத்தின் எண்ணிக்கை மகத்தானது மற்றும் அரசியல் விசாரணையின் தேவைகளைப் பூர்த்தி செய்வதற்காக, ஆட்டக் கோட்பாட்டு வேறு நோக்கத்திற்காக இயக்கப்பட வேண்டும்.

வில்லியம் ரிக்கரின் கூட்டணிகளின் கோட்பாடு :

ரிக்கர் அரசியல் கூட்டமைப்பு பற்றிய கோட்பாடுகள் (Theory of political Coalitions) என்னும் நூலில் ஆட்டக் கோட்பாடு கடைபிடிப்பதற்கான கருத்துக்கள் இடம் பெறுகின்றன. இவர் பன்னாட்டு அரசியல் ஆய்வதற்கு பயன்படுத்தும் மாதிரிப் படிவம், எண், நபர், பூஜ்ஜியம் ஆகியவை கோட்பாட்டின் உள்ளடக்கமாகும்.

ரிக்கர்ஸின் நோக்கம், கூட்டணி அமைப்புகளின் உருவாக்கம் மற்றும் அவற்றின் முடிவுகள் எவ்வாறு கட்டுப்படுத்தப்படுகின்றன என்பதை நிர்வகிக்கும் சில பொதுவான கொள்கைகளைக் கண்டறிவதாகும். ஆட்ட கோட்பாட்டு மூன்று செயல் துறை சார்ந்த புள்ளிவிவரங்களை விளக்க பயன்படுத்தப்படுகின்றன. அவை,

1. அளவு கோட்பாடு (size principle)

2. தந்திரகோட்பாடு (strategic principle)

3. சமநிலையற்ற கோட்பாடு (disequilibrium principle)

தலைவர்களும் தேசங்களும் விழும்பொழுது தலைவர்களின் தவறான கணக்கீடும் அளவுக்கு மீறிய அதிகாரம் கைமாறுபொழுதும் தீர்மானம் முறையமைவுகள் சமநிலையின்மை அடைவதாக குறிப்பிடுகிறார். இவ்வாறு அமைவதற்கு அகம் சார்ந்த காரணிகள் கூடுதல் முக்கியத்துவம் வாய்ந்ததாக விளங்குகின்றன.

தாமஸ் ஷெல்லிங் ஆட்டகோட்பாட்டு:

ஆட்ட கோட்பாட்டை அரசியலில் மிகவும் பயன் படுத்தியவர் ஷெல்லிங் ஆவார். 'சச்சரவு பற்றிய சாத்தியம்' எனும் நூலில் ஆட்டக் கோட்பாடு பற்றிய தனது கருத்துக்களை கூறியுள்ளார். எனவே, கோட்பாட்டின் மதிப்பை உயர்த்துவதற்காக, கோட்பாட்டின் முறையான முழுமையையும் துல்லியத்தையும் கைவிட அவர் தயாராக இருந்தார். விளையாட்டின் அச்சுக்கலை, நகர்வுகளின் அச்சுக்கலை மற்றும் மூலோபாய சிந்தனையின் அடிப்படைகளில் சில அடிப்படை மாற்றங்களை ஷெல்லிங் பரிந்துரைக்கிறார். விளையாட்டின் அச்சுக்கலை சுத்தமான மோதல் விளையாட்டுகளை வலியுறுத்துகிறது.

ஆட்ட கோட்பாடு கருதும் தூய மோதல் அல்லது தூய ஒருங்கிணைப்பு உண்மையில் இருப்பதாகத் தெரியவில்லை. எனவே, ஷெல்லிங், இந்த வகையின் யதார்த்தமான சூழ்நிலையைச் சமாளிக்க விளையாட்டுகள் கலந்த உந்துதலாக பேரம் பேசும்

ஒரு கருத்தை உருவாக்குகிறது. இந்த விளையாட்டுகளை விளையாடுவதில், அறிவுசார் செயல்முறைகள் தூய மோதல் அல்லது தூய ஒத்துழைப்பு விளையாட்டுகளில் இருந்து முற்றிலும் வேறுபட்டவை.

ஷெல்லிங் நீட்டிக்கப்பட்ட விளையாட்டின் கருத்தை அறிமுகப்படுத்தினார். ஷெல்லிங் ‹மூவ்› என்ற கருத்தை நோக்கி ஒரு புதிய அணுகுமுறையை உருவாக்கினார். விருப்பத்தின் உளவியல் அம்சங்களைக் கருத்தில் கொள்ளும் வழக்கமான விளையாட்டுக் கோட்பாட்டின் முறையான மற்றும் சுருக்கமான அச்சுக்கலையிலிருந்து அவரது நகர்வு அச்சுக்கலை வேறுபடுகிறது.

ஆட்டக் கோட்பாடு சூழ்நிலை சார்ந்த அறநெறியை அடிப்படையாகக் கொண்டு அமைந்துள்ளது. போரில் ஈடுபட்டுள்ள ராணுவ தளபதிகள், பேரம் பேசுதல், பேச்சுவார்த்தைகளில் ஈடுபட்டுள்ள நாட்டு தூதுவர்கள், வாக்காளர்களை பணியவைக்கும் அரசியல்வாதிகள், ஆதரவு திரட்டும் சட்டமன்ற உறுப்பினர்கள் ஆகியவர்கள் பற்றிய பிரச்சினைகளை ஆய்வதற்கு இந்தக் கோட்பாடு பெரிதும் உதவுகிறது.

சுருக்கமாக:

1. ஆட்ட கோட்பாட்டியல் சச்சரவு மற்றும் பேரம் பேரம் பேசுதல் ஆகியவைகளின் தனிவகை பகுப்பாய் வாகும்.

2. ஆட்ட கோட்பாட்டை 1940ஆம் ஆண்டு எமில் போரல் என்பவரால் தோற்றுவிக்கப்பட்டது.

3. ஆட்ட கோட்பாடு 1945ஆம் ஆண்டு சான்வான் நியூ மேன் என்னும் பொருளாதார வல்லுநரால் பிரபலம் அடைந்தது.

4. ஆட்ட கோட்பாட்டின் மாதிரி படிவம் டன்கன் லூசி, ஹோவர்டு ரேய்ஃபா, மார்டி சுபிக் ஆகியோரால் அறிமுகப்படுத்தப்பட்டது.

5. ஆட்ட கோட்பாட்டை அரசியல் அறிவியலில் பயன்படுத்தியவர்கள் எம். ஏ. கப்பளான், வில்லியம் லச், ரிக்கர், தாமஸ் செல்லிங் ஆவார்கள்.

6. ஆட்ட கோட்பாடு கூட்டு நடக்கை, நிதி விசாரணை நடக்கை, பன்னாட்டு அரசியல் சச்சரவு இந்த சூழ்நிலைகளில் பெரிதும் பயன்படுத்தப்பட்டுள்ளது.

7. தகவல்தொடர்பு கோட்பாட்டின் முக்கிய கருத்துக்கள் ஆற்றல் பொறியியல் துறையில் இருந்து கடன் வாங்கப்பட்டுள்ளன.

8. அ. கார்ல் டாய்ச் தனது "தி நெர்வ்ஸ் ஆஃப் கவர்ன்மென்ட்" என்ற புத்தகத்தில் தகவல்தொடர்பு கோட்பாட்டை விளக்குகிறார்.

இயல்-எட்டு

அரசியல் சமூகமயமாக்கல், அரசியல் கலாச்சாரம், அரசியல் வளர்ச்சி

முன்னுரை

அரசியல் அறிவியலில் கருத்துக்களையும் கோட்பாட்டுகளையும் உருவாக்கக்கூடிய மூன்று முறைமைகளை அல்லது காரணிகளை நாம் இப்பகுதியில் பார்க்கின்றோம். அவை அரசியல் கலாச்சாரம், அரசியல் சமூகமயமாக்கல், அரசியல் வளர்ச்சி ஆகும். ஒரு குறிப்பிட்ட நாட்டிலே எந்த வகையான அரசியல் முறைமை இயங்குகிறதோ அதனுடைய பாதிப்பு அந்நாட்டு மக்களுக்கும் இருக்கும். உதாரனத்திற்கு, ஆப்பிரிக்கா கண்டத்தில் இருக்கக்கூடிய நாடுகள் அடிக்கடி குடிமை போரின் மூலமாக பாதிக்கப்பட்டு கொண்டே இருக்கிறது. மேலும் பல நேரங்களில் ஆட்சி கலைப்பும், தீவிரவாத கும்பல் ஆட்சியை கையகப்படுத்துதலும் இந்த குறிப்பிட்ட நாடுகளில் நிகழ்ந்து வருகிறது. இது அரசியல் கலாச்சாரமாக கருதப்படுகிறது. இதுபோல பல நாடுகளில் அரசியல் கலாச்சாரம் என்பது அந்த நாட்டினுடைய அரசியல் நடவடிக்கைகளையும் கருத்துகளையும் ஆய்வு செய்வதற்கு பயன்படுகிறது.

அரசியல் சமூகமயமாக்கல் என்பது அரசியல் நிகழ்வுகள் அடுத்த சந்ததியினருக்கு எவ்வாறு தகவல் தொடர்பின் மூலமாக கடத்தப்படுகிறது என்பதை விளக்கக் கூடிய ஒரு கருத்தாகும். உதாரணத்திற்கு இந்தியாவை எடுத்துக் கொண்டோமானால் இந்திய விடுதலைக்கு மகாத்மா காந்தி அவர்கள் பாடுபட்டுள்ளார்.

அதேபோல சர்தார் வல்லபாய் பட்டேலும் பாடுபட்டுள்ளார். பகத்சிங், நேதாஜி, சுபாஷ் சந்திரபோஸ் மற்றும் திலகர் வ உ சி, திரு வி கா போன்றோரும் இதற்காக உழைத்து உள்ளார்கள். இது மாதிரியான நிகழ்வுகளும் ஆளுமைகளும் அடுத்த தலைமுறைக்கு இவர்களுடைய செயல்பாட்டினை விளக்குவது தான் இந்த கருத்தினுடைய நோக்கமாகும். அரசியல் கலாச்சாரம் மற்றும் அரசியல் சமூகமயமாக்கல் ஆகிய இவ்விரு கருத்துக்களும் அரசியல் வளர்ச்சியை நிர்ணயிக்கும் காரணிகளாக அமைகின்றன.

அரசியல் சமூகமயமாக்கல்

ஒவ்வேறு நாட்டிலும் வெவ்வேறுபட்ட சமூகங்களின் தலைமுறைகளில், மக்களின் அரசியல் மதிப்புகள், நம்பிக்கைகள் மற்றும் அணுகுமுறைகள் எவ்வாறு நிலவுகின்றன என்பதை அறிய அரசியல் சமூகமயமாக்கல் என்ற கருத்து முக்கியமானதாக உள்ளது. அவ்வகையான மதிப்புகள் அல்லது நம்பிக்கைகள் அரசியல் சமூகமயமாக்கலின் சில முகவர்கள் மூலம் புதிய தலைமுறைக்கு விரிவடைகின்றன. பொதுவாக, அரசியல் சமூகமயமாக்கல் என்பது அரசியல் விழுமியங்களின் ஓட்டத்தைக் கற்றுக்கொள்வது, அரவணைப்பது மற்றும் பராமரிப்பது ஆகும். இந்த அரசியல் விழுமியங்கள் என்ன என்பதை நாம் அரசியலில் மதிப்புக்கு உரியதாக உள்ள கருத்துகளாகக் எடுத்துக்கொள்ளலாம்.

பொதுவாக, ஒரு நபர் சமூகத்தின் அரசியல் கலாச்சாரத்துடன் ஒருங்கிணைந்து சமூகத்தின் அரசியலின் மதிப்புக்குரிய கருத்துகள், இலட்சியங்கள் மற்றும் நம்பிக்கைகள் பற்றிய அறிவைப் பெற்று சமூக மற்றும் அரசியல் இயல்பைப் பெறுவதற்கான செயல்முறையே "அரசியல் சமூகமயமாக்கல்" என்று அழைக்கப்படுகிறது. அரசியல் சமூகமயமாக்கல் என்பது அரசியல் கலாச்சாரங்களில் பராமரிக்கப்பட்டு மாற்றப்படும் செயல்முறையாகும். இந்தச் செயல்பாட்டின் மூலம் தனிநபர்கள், அரசியல் கலாச்சாரத்தில் உள்வாங்கப்படும் அரசியல் கருத்துக்களே அரசியல் சமூகமயமாக்கமாக உருவெடுக்கிறது.

'கேப்ரியல் ஏ. ஆல்மண்ட் மற்றும் ஜி. பி. பவல்' அவர்களின் கூற்றுப்படி "அரசியல் சமூகமயமாக்கல் என்பது ஒரு அரசியல் அமைப்பின் நெறிமுறைகள் மற்றும் நடத்தை ஒரு தலைமுறையிலிருந்து மற்றொரு தலைமுறைக்கு தெரிவிக்கப்படும் செயல்முறையாகும்" என்று விளக்கமளிகின்றனர். எனவே, அரசியல் சமூகமயமாக்கல் என்பது ஒரு தொடர்ச்சியான உணர்ச்சி பூர்வமான செயல்முறையாகும், ஆனால் இது சமூகம் சார்ந்ததாக அமைகிறது.

அரசியல் சமூகமயமாக்கல் செயல்முறையின் மூலம் மக்கள் தங்கள் தேசத்தின் அரசியல் கலாச்சாரத்தில் உள்வாங்கப்படுகிறார்கள் என்று அமெரிக்க தத்துவஞானி கிரீன்ஸ்டீன்' கூறுகிறார். பெரும்பாலும் சமூகத்தின் மூத்த உறுப்பினர்கள், இளைய உறுப்பினர்களுக்கு அரசியல் வாழ்க்கையின் விதிகள் மற்றும் விதிமுறைகளை கற்பிக்கிறார்கள். இருப்பினும், இளைஞர்களுக்கு தங்கள் சொந்த அரசியல் கற்றலை ஊக்குவிப்பதோடு, மேலும் பெரியவர்களின் அரசியல் நடத்தையையும், பாதிப்பையும் விட்டு செல்கிறார்கள். இதன் மூலம் அரசியல் சமூகமயமாக்கல் செயல்முறை விரிவடைகிறது.

'ராபர்ட் சைகல்' அவர்களின் கூற்றுப்படி "இது நடந்துகொண்டிருக்கும் அரசியல் அமைப்புக்கு ஏற்றுக்கொள்ளக்கூடிய விதிமுறைகள், அணுகுமுறைகள் மற்றும் நடத்தைகளை படிப்படியாகக் கற்றுக்கொள்வது" என்று விளக்கமளிக்கிறார். 'ஸ்டீபன் எல். வாஸ்பி' மக்கள் அரசியல் விழுமியங்களை செயலில் உள்ள அரசியல் பங்கேற்பின் போது மட்டுமல்ல, வெளிப்படையான அரசியல் நடவடிக்கையில் ஈடுபடுவதற்கு முந்தைய காலகட்டத்திலும் பெறுவதற்கான செயல்முறையாகும் என்று வரையறுக்கிறார்.

'மைக்கல் ருஷாண்ட் பிலிப் அல்தா:ப்' என்ற சமூகமயமாக்கல் அறிஞர் "அரசியல் சமூகமயமாக்கல் என்பது அரசியல் அமைப்புடன் தனிமனிதன் பழகும், அரசியல் நிகழ்வுகளுக்கான

எதிர்வினைகளைத் தீர்மானிக்கும் செயல்முறையாக வரையறுக்கப்படுகிறது என்று கூறுகிறார். இர்வின் எல். சைல்ட். "அரசியல் சமூகமயமாக்கல், அபரிமிதமான அளவிலான நடத்தை திறன்களுடன் பிறந்த ஒரு நபர், மிகவும் குறுகிய வரம்பில் மட்டுப்படுத்தப்பட்ட உண்மையான நடத்தையை உருவாக்க வழிவகுத்த முழு செயல்முறையையும் உள்ளடக்கியது.

அரசியல் சமூகமயமாக்கல் என்பது அரசியல் நெறிமுறைகள் மற்றும் மதிப்புகள் தனிநபர்களின் உள் அனுமதிகளைப் பெறாவிட்டால், அரசியல் அமைப்பைப் பராமரிக்க முடியாது என்ற கருத்தை அடிப்படையாகக் கொண்டது. அரசியல் சமூகமயமாக்கலின் மிக முக்கியமான பண்பு என்னவென்றால், அரசியல் விழுமியங்கள் மூலம் ஒரு தலைமுறையிலிருந்து இன்னொரு தலைமுறைக்கு தொடர்புபடுத்தி அரசியல் அமைப்பைப் பராமரிக்க உதவுகிறது. எனவே, அரசியல் சமூகமயமாக்கல் அனைத்து வகையான கற்றல், முறையான மற்றும் முறைசாரா, திட்டமிடப்பட்ட மற்றும் திட்டமிடப்படாத, வெளிப்படையான அல்லது மறைமுகமாக அரசியல் நடத்தையை பாதிக்கிறது.

அரசியல் சமூகமயமாக்கலின் வளர்ச்சி:

1. பருவநிலை- சமூகமயமாக்கல்.

மனிதக் குழந்தையைப் போலவே, சமூகம் என்பது வளர்ந்து வரும் செயல்முறையாகும். அரசியல் சமூகமயமாக்கல் குழந்தையின் மீது சுற்றுச்சூழலின் செல்வாக்குடன் தொடங்குகிறது. குடும்பத்தில்தான், குழந்தை அதிகாரம், கீழ்ப்படிதல், எதிர்ப்பு, ஒத்துழைப்பு மற்றும் ஒத்துழையாமை போன்றவற்றின் மீதான அணுகுமுறைகளைக் கற்றுக்கொள்கிறது.

'ஈஸ்டன் மற்றும் டென்னிஸ்' குழந்தைப் பருவத்தில் அரசியல் சமூகமயமாக்கலின் செயல்பாட்டினை நான்கு நிலைகளை முன்வைக்கின்றனர். அவையே,

i. பெற்றோர், போலீஸ்காரர்கள் மற்றும் நாட்டின் ஜனாதிபதி போன்ற குறிப்பிட்ட நபர்கள் மூலம் அதிகாரத்தை அங்கீகரித்தல்.

ii. பொது மற்றும் தனியார் அதிகாரங்களுக்கு இடையிலான வேறுபாடு.

iii. தேசிய சட்டமன்றம், நீதித்துறை மற்றும் வாக்களிக்கும் நடத்தை போன்ற அரசியல் நிறுவனங்களின் மறுசீரமைப்பு.

iv. அரசியல் நிறுவனங்கள் மற்றும் அந்த நிறுவனங்களுடன் தொடர்புடைய செயல்பாடுகளில் ஈடுபட்டுள்ள நபர்களுக்கு இடையேயான வேறுபாடு.

முதிர்வயதில் சமூகமயமாக்கல்

குழந்தைப் பருவம் மற்றும் இளமைப் பருவத்தில் பெற்ற அறிவு, மதிப்புகள் மற்றும் மனப்பான்மைகள் வயது வந்தோரின் வாழ்க்கை அனுபவத்தை அளவிடப்படும் ஒரு நிலையான அரசியல் நடத்தையை பரிந்துரைப்பதாகும். குழந்தைப் பருவம் மற்றும் இளமைப் பருவத்தை வலுப்படுத்த முனைகிற, மாற்றத்தின் அளவு வயதுக்கு ஏற்ப பழமைவாதத்தை அதிகரிக்கும் என்று ரஷ் மற்றும் அல்தா:ப் சுட்டிக் காட்டியுள்ளார்.

அரசியல் சமூகமயமாக்கலின் செயல்பாடுகள்

அரசியல் கலாச்சாரத்தைப் பேணுதல்

அரசியல் கலாச்சாரத்தை ஒரு தலைமுறையிலிருந்து மற்றொரு தலைமுறைக்கு தொடர்புகொள்வதன் மூலம் இந்த செயல்பாடு நடத்தப்படுகிறது. நிலையான சூழ்நிலையில் இது ஒரு முக்கியமான செயல்பாடாகும். ஆனால் அரசியல் களம் பொதுவாக சீர்குலைந்துள்ளதால், அரசியல் சமூகமயமாக்கல் எப்போதும் அரசியல் கலாச்சாரத்தை பேணுவதற்காக செயல்படுவதில்லை. எனவே, அரசியல் சமூகமயமாக்கலின் ஒரு முக்கியமான செயல்பாடு அரசியல் கலாச்சாரத்தை மாற்றியமைப்பதாகும். ¨

அரசியல் கலாச்சாரத்தை உருவாக்குதல். புதிய அரசியல் அமைப்பை நிறுவுவதன் மூலம் ஒவ்வொரு சமூகத்திற்கும் ஒரு புதிய அரசியல் கலாச்சாரத்தை உருவாக்குவது அவசியம், இந்த செயல்பாடு அரசியல் சமூகமயமாக்கல் செயல்முறையின் மூலம் செய்யப்படுகிறது.

அரசியல் சமூகமயமாக்கல் தொடர்ச்சி மற்றும் மாற்றம் ஆகிய இரு திசைகளிலும் செயல்படுகிறது என்பதை மேற்கண்ட விவாதம் காட்டுகிறது. அதில் மாற்றம் நிரந்தர அம்சமாகும். இருப்பினும், இந்த மாற்றமும் ஸ்திரத்தன்மையைக் கொண்டுள்ளது. சில நேரங்களில் இந்த செயல்முறை வேகமாகவும் சில நேரங்களில் மெதுவாகவும் இருக்கும். அரசியல் துறையில் தெளிவான முடிவுகள் மிக வேகமாக அல்லது மிக மெதுவான அரசியல் சமூகமயமாக்கலால் காணப்படலாம். இது அரசின் கொள்கையாலும் பாதிக்கப்படுகிறது. சில நாடுகளில் அரசாங்கம் இந்த திசையில் தெளிவாக முயற்சி செய்கிறது, மற்ற சில நாடுகளில் அது இல்லை.

தற்போதைய அரசியல் அமைப்பு முறைகளுக்கான அடித்தளம்

திறந்த சமூகங்களில் கருத்து வேறுபாடு மற்றும் எதிர்ப்புக்கு போதுமான வாய்ப்புகள் உள்ளன. மறுபுறம், சர்வாதிகார அரசுகள் கருத்து வேறுபாட்டையும், எதிர்ப்பையும் ஏற்கவில்லை. தொடர்ந்து அவர்களுக்கு ஆதரவாக பிரசாரம் செய்து வருகின்றனர். மேலும் ஜனநாயக சமூகங்களில் மரபுகளைப் பராமரிப்பது அவ்வளவு கடினம் அல்ல. எனவே, சமூக அமைப்புகளின் தன்மைக்கு ஏற்ப அரசியல் சமூகமயமாக்கல் கண்டிப்பாக விதிக்கப்படலாம். அரசியல் சமூகமயமாக்கல் சமூக அமைப்பைப் போலவே மாறக்கூடியதாக இருக்கும். ஆனால் இரண்டு வகையான சமூகங்களிலும் அரசியல் சமூகமயமாக்கலின் செயல்பாடு தற்போதைய அரசியல் வடிவங்களைப் பராமரிப்பதாகும்.

அரசியல் சமூகமயமாக்கலின் பண்புகள்

அரசியல் சமூகமயமாக்கலின் சில பண்புகள் உள்ளன. அவை, அரசியல் சமூகமயமாக்கல் என்பது ஒரு சமூகத்தின், அரசியல் மதிப்புகள் அல்லது கலாச்சாரத்தின் உச்சம். அரசியல் சமூகமயமாக்கலின் நோக்கம் சமூகத்தின் உறுப்பினர்களை அரசியல் ரீதியாக கல்வியறிவை மேம்படுத்துதல் ஆகும். அவர்கள் அரசியல் சமூகத்தின் பயனுள்ள உறுப்பினர்களாக மாறுவதைக் காண்பது மற்றும் சமூகத்தின் அரசியல் மதிப்புகளின் தொடர்ச்சியைப் பாதுகாப்பதாகும். ஆரம்பகால குழந்தைப் பருவம் அரசியல் சமூகமயமாக்கலுக்கு ஒரு முக்கியமான பகுதி. ஆனால் இது குழந்தை பருவத்தில் மட்டுமல்லாது, அரசியல் சமூகமயமாக்கல் தனிநபரின் வாழ்நாள் முழுவதும் தொடர்கிறது.

அரசியல் சமூகமயமாக்கல் முக்கியமாக மூன்று வழிகளில் நிகழ்கிறது. அவையே,

i. சாயல்,

ii. அறிவுறுத்தல் மற்றும்

iii. உந்துதல்.

இளம் பருவத்தினர் மற்றும் பெரியவர்கள் சாயல், அறிவுறுத்தல் மற்றும் உந்துதல் ஆகியவற்றின் கலவையைக் கொண்டுள்ளனர். அரசியல் சமூகமயமாக்கல் செயல்முறையின் மூலம், ஆதரவு அதிகரிப்பு, நடைமுறையில் உள்ள அரசியல் அமைப்புக்கான ஆதரவு, வழக்கமான நிறுவனங்களுக்கு ஆதரவான மதிப்புகள், அரசாங்கத்தின் சட்டபூர்வமான தன்மை ஆகியவை அதிகரிக்கப்படுகின்றன. அரசியல் சமூகத்தைச் சேர்ந்த அனைத்து நபர்களும் அரசியல் சமூகமயமாக்கலுக்கு உட்பட்டவர்கள்.

அரசியல் சமூகமயமாக்கலின் முகவர்கள்

சமூகமயமாக்கலின் முகவர்களுடனான தொடர்புகளின் மூலம் மக்கள் தங்கள் அரசியல் மதிப்புகள், நம்பிக்கைகள் மற்றும்

நோக்குநிலைகளை வளர்த்துக் கொள்கிறார்கள். முகவர்களில் பெற்றோர்கள், ஆசிரியர்கள், நண்பர்கள், சக பணியாளர்கள், இராணுவ சகாக்கள், தேவாலய கூட்டாளிகள், கிளப் உறுப்பினர்கள், விளையாட்டு-குழு போட்டியாளர்கள் மற்றும் ஊடகங்கள் என்று சமூகமயமாக்கலின் முகவர்கள் வகைபடுத்தபடுகிறார்கள்.

அமெரிக்காவில் அரசியல் சமூகமயமயமாக்கல் செயல்முறை பெரும்பாலும் தடையற்றது, முறைசாரா மற்றும் சீரற்றது என்று கருதப்படுகிறது. அரசியலின் சடங்குகளை எதிர்கால சந்ததியினருக்குக் கடத்தும்போது பெற்றோர்களோ அல்லது ஆசிரியர்களோ பின்பற்ற வேண்டிய நிலையான நடைமுறைகள் என்று எதுவும் இல்லை அமெரிக்காவில். அதற்குப் பதிலாக, தெளிவற்ற இலட்சியங்கள், மாதிரி குடிமகன் என்ற கருத்தின் மூலம், அரசியல் ரீதியாகத் தகவல், வாக்களிப்பது மற்றும் சட்டத்திற்குக் கீழ்ப்படிவது போன்றவை - சமூகமயமாக்கும் முகவர்களுக்கான அதிகாரப்பூர்வமற்ற வழிகாட்டிகளாகச் செயல்படுகின்றன என்று விளக்கமளிக்கிறார் ரிக்கார்ட்ஸ்.

முகவர்கள் அரசியல் உலகத்தைப் பற்றிய அறிவையும் புரிதலையும் தெரிவிக்கலாம் மற்றும் அது எவ்வாறு செயல்படுகிறது என்பதை விளக்கலாம். அரசியல் நடவடிக்கையாளர்கள் மற்றும் நிறுவனங்களைப் பற்றிய மக்களின் அணுகுமுறைகளை முகவர்கள் பாதிக்கலாம். அரசியல் மற்றும் சமூகப் பணிகளில் எவ்வாறு ஈடுபடுவது என்பதையும் அவர்கள் மக்களுக்குக் காட்ட முடியும். ஒரு தனிநபரின் முழு அரசியல் கற்றல் அனுபவத்திற்கும் எந்த ஒரு முகவரும் பொறுப்பல்ல. சேவை கற்றல் திட்டங்களில் பங்கேற்க மாணவர்களை ஊக்குவிக்க பெற்றோர்களும் ஆசிரியர்களும் இணைந்து பணியாற்றலாம். அரசியல் சமூகமயமாக்கலின் சூழலில் சில அமைப்புகள் முக்கிய பங்கு வகிக்கின்றன. இவை அரசியல் சமூகமயமாக்கலின் முகவர்கள் என்று அழைக்கப்படுகின்றன. அவை அரசியல் சமூகமயமயமாக்கலின் வழிமுறைகளாகவும் அடையாளம் காணப்படுகின்றன. இவை:

1. குடும்பம்

2. அந்தரங்க நண்பர் குழு

3. கல்வி நிறுவனம்

4. அரசியல் கட்சிகள்

5. வெகுஜன ஊடகம்

6. தொழில்முறை அமைப்பு

7. மத அமைப்பு

1. குடும்பம்

ஒரு தலைமுறையிலிருந்து அடுத்த தலைமுறைக்கு அரசியல் விழுமியங்களை கடத்துவதில் குடும்பத்தின் பங்கு முக்கியமானது. குடும்பத்தில் தனது வாழ்க்கையின் பத்து முதல் பதினைந்து ஆண்டுகளில், குழந்தை தனது அரசியல் ஆளுமையின் பெரும்பகுதியைப் பெறுகிறது. குடும்பத்தில் இருந்துதான் குழந்தை அதன் அரசியல் விழுமியங்களைப் பற்றி அறிந்து கொள்கிறது. குடும்பம் வெளி உலகத்தை அறிய உதவும் முதல் கதவு என்று விவரிக்கப்படுகிறது. அரசியல் ஆற்றுபயிற்சியும், அரசியலுக்கு தொடர்புடைய வழக்குகளும், உறுதிப்பாடும் இங்குதான் முதன் முதலில் பார்க்கப்படுகின்றன. குடும்பத்தில் கற்றுக் கொள்ளும் தகவலும் உறுதிப்பாடும் பின்பு ஏற்படும் அனுபவங்களில் மாற்றம் பெறுகின்றன

அரசியல் சமூகமயமாக்கல் ஆராய்ச்சியாளர் ஹெர்பர்ட் ஹைமன், "அரசியலில் சமூகமயமாக்கல் நிறுவனங்களில் முதன்மையானது குடும்பம்" என்று அறிவித்தார். தனி நபர்களை வளர்ப்பதற்கும், அவர்கள் உருவாகும் ஆண்டுகளில் உணவு மற்றும் தங்குமிடம் போன்ற அடிப்படைத் தேவைகளைப் பூர்த்தி செய்வதற்கும் குடும்பத்திற்கு முதன்மைப் பொறுப்பு உள்ளது. அரசு நிறுவனங்கள், அரசியல் தலைவர்கள் மற்றும் தற்போதைய பிரச்சினைகள் பற்றி பெற்றோர்கள் தங்கள் குழந்தைகளுக்கு கற்பிக்க முடியும். அரசியல் குறியீடுகளுக்கு மரியாதை

அல்லது ஒரு குறிப்பிட்ட காரணத்தில் நம்பிக்கை போன்ற அரசியல் மதிப்புகள் மற்றும் யோசனைகளின் வளர்ச்சியை அவை பாதிக்கலாம். அரசியல் சமூகமயமாக்கலின் முகவராக குடும்பமானது அடிப்படை அரசியல் அடையாளங்களான, குறிப்பாக குடியரசுக் கட்சி அல்லது ஜனநாயகக் கட்சி மற்றும் தாராளவாத அல்லது பழமைவாத கட்சி ஆகியவற்றின் கருத்தியல் சார்புகளுடன் இணைந்திருக்கிறது.

பெற்றோர்கள் முன்னுதாரணமாக செயல்படும் போது குழந்தைகள் உதாரணம் மூலம் கற்றுக்கொள்ள முடியும். பெற்றோர்கள் செய்தித்தாள் படிப்பதையும், தொலைக்காட்சியில் அரசியல் செய்திகளைப் கவனிப்பதையும் தகவல் தெரிவிக்கும் பழக்கமாக கடைப்பிடிக்கலாம். பெற்றோர்கள் பொதுக் கூட்டங்களில் கலந்துகொள்ளும் போதோ, மனுக்களை அனுப்பும்போதோ அல்லது பிற அரசியல் நடவடிக்கைகளில் ஈடுபடும்போதோ உடன் வரும் வாலிப பருவத்தினருக்கு, அரசியல் ஈடுபாடுள்ள பெரியவர்களாக மாறுவதற்கான சிறந்த வாய்ப்பு உள்ளது. பிள்ளைகள் சில சமயங்களில் தங்கள் பெற்றோருடன் சேர்ந்து அரசியலில் ஈடுபடலாம், பெற்றோரை பிரச்சாரப் பிரச்சனைகளைப் பற்றி விவாதிக்கவும், தேர்தல் நாளில் அவர்களை வாக்களிக்க அழைத்துச் செல்லவும் வேண்டும்.

வீட்டுச் சூழல், இளைஞர்கள் அரசியல் விவகாரங்களில் ஈடுபடுவதை ஆதரிக்கலாம் அல்லது ஊக்கப்படுத்தலாம். பெற்றோர்கள் அடிக்கடி அரசியலைப் பற்றி விவாதிக்க மற்றும் வலுவான கருத்துக்களை வெளிப்படுத்த குழந்தைகளை ஊக்குவிக்க வேண்டும். இந்த வகை குடும்பத்தில் வளர்க்கப்படும் இளைஞர்கள் பெரும்பாலும் அரசியல் விவாதத்தைத் தொடங்குவார்கள். சர்ச்சைக்குரிய கண்ணோட்டங்களை ஒளிபரப்புவதை ஊக்கப்படுத்தாத வீடுகளில் இருந்து வரும் இளைஞர்கள், அரசியலில் இருந்து விலகி இருக்க

முனைகிறார்கள். எடுத்துக்காட்டாக ஜனாதிபதி ஜான் எஃப். கென்னடி மற்றும் கென்னடிகளின் குடும்ப வாழ்க்கை அரசியலை மையமாக கொண்டது.

அரசியல் கற்றல் மற்றும் சமூகமயமாக்கலின் முகவராக குடும்பத்தின் செயல்திறனில் வரம்புகள் உள்ளன. பெரும்பாலான குடும்பங்களுக்கு அரசியலில் முன்னுரிமை இல்லை, ஏனெனில் அவர்கள் அன்றாட வாழ்க்கை தொடர்பான பிரச்சினைகளில் அதிக அக்கறை கொண்டுள்ளனர். சில பெற்றோர்கள் தங்கள் குழந்தைகளுக்கு அரசியல் முன்மாதிரியாக செயல்படுகிறார்கள்.

2. அந்தரங்க நண்பர் குழு

நெருங்கிய குழு என்பது ஒரே மாதிரியான அல்லது நெருங்கிய நண்பர்களைக் கொண்ட ஒரு குழு ஆகும். நவீன காலத்தில், தொழில்மயமாக்கல், நகரமயமாக்கல் மற்றும் நவீனமயமாக்கல் ஆகியவை முன்னாள் வாழ்க்கை முறையை மாற்றியுள்ளன. பிரச்சனைகளின் எண்ணிக்கை அதிகரித்துள்ளது எனவே நவீன சமுதாயத்தில், நெருங்கிய குழுக்களின் முக்கியத்துவம் அதிகரித்துள்ளது. நெருங்கிய நண்பர்களுடன் பல வகையான விவாதங்கள் உள்ளன. நண்பர்களின் அரசியல் அணுகுமுறை ஒரு நபரின் தார்மீகக் கண்ணோட்டத்தை பாதிக்கலாம் மற்றும் மாற்றலாம்.

3. கல்வி நிறுவனம்

குழந்தை கல்வியை முடித்தவுடன் கல்வி நிறுவனத்தில் சேர்ந்து மற்றும் பள்ளிகள், கல்லூரிகள் மற்றும் பல்கலைக்கழகங்களில் அரசியல் சமூகமயமாக்கல் ஒரு வழியாக முக்கியமானதாக மாறுகிறது. பள்ளியின் பாடத்திட்டத்தின் மூலம் நாட்டிற்கு விசுவாசத்தை அதிகரிக்கும் முயற்சிகளில் தேசியவாத இலட்சியங்கள், தேசத்தின் கடந்தகால மகிமை, தேசத்தின் தலைவர்கள் பற்றிய விவாதங்கள் போன்றவை அடங்கும்.

4. அரசியல் கட்சிகள்

அரசியல் கட்சிகள் அரசியல் அதிகாரத்தைப் பயன்படுத்தி அரசியல் ரீதியாகத் தேர்தல்களில் போட்டியிடுகின்றன. ஒரு அரசியல் கட்சியின் பல்வேறு வகையான வேலைகளில் வெவ்வேறு நிலைகள் மற்றும் வகுப்புகளைச் சேர்ந்தவர்கள் ஈடுபட்டுள்ளனர். அரசியல் கட்சிகள் மக்களின் திறன்களையும் விழிப்புணர்வையும் அதிகரிக்கின்றன. மக்களின் அரசியல் நடவடிக்கை, அரசியல் கட்சியின் பொருளாதாரம், சமூக மற்றும் அரசியல் கண்ணோட்டம் மற்றும் அரசியல் அமைப்புடன் அதன் உறவைப் பொறுத்தது.

5. வெகுஜன ஊடகம்

விஞ்ஞானம் மற்றும் தொழில்நுட்பத்தின் செல்வாக்கு, நவீன காலத்தில் வானொலி, திரைப்படம், தொலைக்காட்சி, இணையம் போன்ற ஊடகங்கள் மிகவும் மேம்பட்டவை மற்றும் அரசியல் சமூகமயமாக்கலின் முக்கிய வழிமுறையாக விளங்குகின்றன.

ஊடகங்களின் உதவியுடன், அரசியல் நிகழ்வுகள் தொடர்பான செய்திகள், வர்ணனைகள் மற்றும் படங்கள் மக்களை விரைவாகச் சென்றடைகின்றன. அரசாங்க அல்லது அரசாங்கக் கட்சி உறுப்பினர்கள் தங்கள் கருத்துக்களைக் கூற ஊடகங்களைப் பயன்படுத்துகின்றனர். எதிர்க்கட்சிகளும், உறுப்பினர்களும் அதே பாதையில் செல்கின்றனர்.

6. தொழில்முறை அமைப்பு

தொழிற்சங்கங்கள், விவசாய சங்கங்கள், ஆசிரியர் சங்கங்கள், மாணவர் சங்கங்கள் போன்றவை தொழில்முறை அடிப்படையில் அமைக்கப்பட்ட பல்வேறு அமைப்புகள் உள்ளன. இந்த அமைப்புகள் அரசியல் கட்சிகளைப் போல அரசியல் அதிகாரத்தைப் பெறவில்லை அல்லது தேர்தல் போட்டியில் பங்கேற்கவில்லை, ஆனால் தங்கள் தொழில் நலன்களைப்

பாதுகாக்க முயல்கின்றன. இந்த அமைப்புகள் அரசாங்கத்தின் முடிவெடுக்கும் செயல்முறையை பாதிக்கும். இந்த அமைப்புகள் பல்வேறு கூற்றுக்கள் மற்றும் அரசியல் சமூகமயமாக்கல் மூலம் தங்கள் உறுப்பினர்களிடையே அரசியல் மதிப்புகள் மற்றும் உணர்வுகளை தொடர்பு கொள்கின்றன.

7. மத அமைப்பு

இன்றைய மதச்சார்பற்ற ஜனநாயக அரசுகளில் மத அமைப்புகளின் அரசியல் பங்கு குறைந்துள்ளது. இருப்பினும், அவர்களுக்கு மறைமுகமான பங்கு உள்ளது. பல ஐரோப்பிய நாடுகளில், ரோமன் கத்தோலிக்க வழிமுறை தொடர்பாக அரசு மற்றும் கல்வி நிறுவனங்களுக்கு எதிர்ப்பு காணப்படுகிறது. இந்தியாவில், இந்து மற்றும் முஸ்லீம் மத அமைப்புகள் தங்கள் உறுப்பினர்களின் அரசியல் பார்வையில் பல்வேறு வழிகளில் செல்வாக்கு செலுத்த முயற்சிக்கின்றன.

அமெரிக்காவில் அதிகமான அரசியல் சமூகமயமாக்கல் ஒரு தலைமுறையிலிருந்து அடுத்த தலைமுறைக்கு ஜனநாயகத்தை ஆதரிக்கும் விதிமுறைகள், பழக்கவழக்கங்கள், நம்பிக்கைகள் மற்றும் மதிப்புகளை கடந்து செல்கிறது. அமெரிக்கக் கொள்கையில் பொதிந்துள்ள ஜனநாயக மற்றும் முதலாளித்துவ விழுமியங்களை மதிக்க அமெரிக்கர்கள் கற்றுக்கொள்கிறார்கள். பெற்றோர்கள், ஆசிரியர்கள், காவல்துறை அதிகாரிகள் மற்றும் தீயணைப்பு வீரர்கள் போன்ற அதிகாரிகளை மதிக்கவும், சட்டங்களுக்குக் கீழ்ப்படியவும் இளைஞர்களுக்கு சமூகமயமாக்கப்படுகிறது. இந்த வகையான சமூகமயமாக்கலின் குறிக்கோள், பொருளாதார நெருக்கடி அல்லது போர் போன்ற அரசியல் அழுத்தங்களின் போது கூட ஜனநாயக அரசியல் அமைப்பு உயிர்வாழ்வதை உறுதி செய்வதே நோக்கமாக உள்ளது. அரசியல் சமூகமயமாக்கல் சமூகத்தின் அரசியல் ஸ்திரத்தன்மையுடன் தொடர்புடையது. நவீனமயமாக்கல், தொழில்மயமாக்கல், நகரமயமாக்கல்

மற்றும் பல்வேறு மாற்றங்களின் செயல்பாட்டில் அரசியல் ஸ்திரத்தன்மையைப் பேணுவதற்கு, அரசியல் சமூகமயமாக்கலில் கவனம் செலுத்த வேண்டியது அவசியம். தாராளவாத மற்றும் சோசலிச அமைப்புகளில் அரசியல் சமூகமயமாக்கலுக்கு முக்கியத்துவம் கொடுக்கப்படுகிறது.

அரசியல் கலாச்சாரம்

முன்னுரை

'கலாச்சாரம்' என்ற சொல் முதன் முதலில் ஆங்கில முன்னோடி மானுடவியலாளரான எட்வர்ட் பி. டெய்லரால் தனது நூலான "ப்ரிமிட்டிவ் கல்ச்சரில்" (1871) பயன்படுத்தப்பட்டது. டெய்லர் ஒரு உலகளாவிய மனித திறனைக் குறிக்க கலாச்சாரம் என்ற வார்த்தையைப் பயன்படுத்தினார். அறிவு, நம்பிக்கை, கலை, நெறிமுறைகள், ஒழுக்கம், சட்டம், மரபுகள், குணநலன்கள், பழக்கவழக்கங்கள் மற்றும் சமூகத்தின் உறுப்பினராக மனிதன் பெற்ற மற்ற திறன்கள் மற்றும் பழக்கவழக்கங்களை உள்ளடக்கிய சிக்கலான முழுமை கலாச்சாரம் ஆகும்.

அரசியல் கலாச்சாரத்தின் இயக்கவியலைப் புரிந்து கொள்ள, 'கலாச்சாரம்' என்ற வார்த்தையின் அர்த்தத்துடன் தொடங்குவது பயனுள்ளதாக இருக்கும். கலாச்சாரம் என்ற சொல்லுக்கு பல்வேறு அர்த்தங்கள் உள்ளன. மேலும் அது மக்கள் தங்கள் சமூகத்தில் செய்யும் அனைத்தையும் பாதிக்கிறது. கலாச்சாரம் என்பது "கல்டூர்" என்ற ஜெர்மன் வார்த்தையின் வழித்தோன்றல் ஆகும். கலாச்சாரம் ஒரு சமூகத்தின் அறிவொளியின் தனித்துவமான உயர் மதிப்புகளைக் குறிக்கிறது. அதன் மூலம் கலாச்சாரம் "இயற்கையின் மீது மனிதனின் ஆதிக்கம்" என வரையறுக்கப்பட்டது

கேப்ரியல் அல்மண்ட் இதை "ஒவ்வொரு அரசியல் அமைப்பும் பொதிந்துள்ள அரசியல் நடவடிக்கைகளை நோக்கிய குறிப்பிட்ட நோக்குநிலை" என வரையறுக்கிறார்.

லூசியன் பையின் வரையறை, "அரசியல் கலாச்சாரம் என்பது அணுகுமுறைகள், நம்பிக்கைகள் மற்றும் உணர்வுகளின் தொகுப்பாகும். இது ஒரு அரசியல் செயல்முறைக்கு ஒழுங்கையும் அர்த்தத்தையும் தருகிறது மற்றும் அரசியல் அமைப்பில் நடத்தையை நிர்வகிக்கும் அடிப்படை அனுமானங்கள் மற்றும் விதிகளை வழங்குகிறது". அரசியல் கலாச்சாரத்தை "தனிநபர்களும் குழுக்களும் அதிகாரத்துடனான தங்கள் உறவை வெளிப்படுத்தும் சொற்பொழிவுகள் மற்றும் குறிபிட்ட நடைமுறைகளின் தொகுப்பு, அவர்களின் அரசியல் கோரிக்கைகளை விரிவுபடுத்தி அவற்றை ஆபத்தில் வைக்கின்றனர்" என்று வரையறுக்கிறார்.

ஒரு குறிப்பிட்ட அரசியல் கலாச்சாரத்தின் வரம்புகள் அகநிலை அடையாளத்தை அடிப்படையாகக் கொண்டவை. இன்று இத்தகைய அடையாளத்தின் மிகவும் பொதுவான வடிவம் தேசிய அடையாளமாகும், எனவே தேசிய அரசுகள் அரசியல் கலாச்சாரங்களின் வழக்கமான வரம்புகளை அமைக்கின்றன. சமூக-கலாச்சார அமைப்பு, பொதுவான மதிப்புகளை பிரதிபலிக்கும் பகிரப்பட்ட சின்னங்கள் மற்றும் சடங்குகள் மூலம் அரசியல் கலாச்சாரத்திற்கு அர்த்தம் தருகிறது. இது ஒரு பொது மதமாக உருவாகலாம். மதிப்புகள் மிகவும் படிநிலை அல்லது சமத்துவமாக இருக்கலாம், மேலும் அரசியல் பங்கேற்பிற்கான வரம்புகளை அமைப்பதின், மூலம் சட்டபூர்வமான ஒரு அடிப்படையை உருவாக்கும். அவை சமூகமயமாக்கல் மூலம் பரவுகின்றன, மேலும் கூட்டு அல்லது தேசிய நினைவகத்தை உருவாக்கும் பகிரப்பட்ட வரலாற்று அனுபவங்களால் வடிவமைக்கப்படுகின்றன. புத்திஜீவிகள் அரசியல் கலாச்சாரத்தை பொதுவெளியில் அரசியல் உரையாடல் மூலம் தொடர்ந்து விளக்குவார்கள். உண்மையில், உயரடுக்கு அரசியல் கலாச்சாரம் வெகுஜன நிலையைக் காட்டிலும் அதிக விளைவுடையது.

அரசியல் கலாச்சாரத்தின் உதாரணம் என்ன? அரசியல் கலாச்சாரத்தின் உதாரணத்தை அமெரிக்காவில் காணலாம். அமெரிக்க அரசியல் கலாச்சாரம் சுதந்திரம், சமத்துவம்

மற்றும் நீதியால் வரையறுக்கப்படுகிறது. அமெரிக்கர்கள் மற்ற கலாச்சாரங்கள் மற்றும் நம்பிக்கைகள் அனைத்தையும் ஏற்றுக்கொள்வதன் ஒரு பகுதியாக கொண்டாடுகிறார்கள்.

ஒப்பீட்டு ஆய்வுகளை நடத்துவதற்கும், இடைநிலைச் சமூகங்களின் அனுபவப் பகுப்பாய்வு செய்வதற்கும் அரசியல் கலாச்சார அணுகுமுறை மிகவும் பிரபலமாக உள்ளது. ஒப்பீட்டு அரசியலின் அறிஞர்கள் சமூகவியல் மற்றும் மானுடவியலில் இருந்து கருத்துகளைப் பயன்படுத்தி இந்த அணுகுமுறையை உருவாக்கியுள்ளனர்.

எடுத்துக்காட்டாக, அமெரிக்கா மற்றும் கிரேட் பிரிட்டன் இரண்டும் ஜனநாயக நாடுகளாக அமைந்துள்ள. ஆனால் ஒவ்வொன்றும் ஒரு தனித்துவமான அரசியல் கலாச்சாரத்தைக் கொண்டுள்ளன. அமெரிக்க அரசாங்கம் எழுதப்பட்ட அரசியலமைப்பிலிருந்து அதன் அதிகாரத்தைப் பெறுகிறது மற்றும் இரண்டு அரசியல் கட்சிகளால் ஆதிக்கம் செலுத்துகிறது. இதற்கு நேர்மாறாக, பிரிட்டன் முடியாட்சி நீண்ட வரலாற்றைக் கொண்டுள்ளது மற்றும் எழுதப்பட்ட அரசியலமைப்பைக் கொண்டிருக்கவில்லை.

அனைத்து சக்திவாய்ந்த அரசியல் தலைவரை ஆதரிக்க கனேடியர்களை(canadian) விட ரஷ்யர்கள் ஏன் அதிக விருப்பம் காட்டுகிறார்கள்? அரசியல் ஊழல் மெக்சிகோவில் ஏன் ஒரு தீவிரமான மற்றும் நீண்டகால பிரச்சனையாக உள்ளது, ஆனால் சிலியில் இல்லை? அரசியல் கலாச்சாரம் குறைந்தபட்சம் பதில்களை வழங்கலாம்.

கூறுகள்

அரசியல் கலாச்சாரத்தில் நம்பிக்கை ஒரு முக்கிய காரணியாகும், ஏனெனில் அதன் நிலை அரசின் செயல்படும் திறனை தீர்மானிக்கிறது. போஸ்ட் மெட்டீரியலிசம் என்பது அரசியல் கலாச்சாரம், மனித உரிமைகள் மற்றும் சுற்றுச்சூழல் போன்ற

உடனடி உடல் அல்லது பொருள் சம்பந்தப்படாத பிரச்சினைகளில் அக்கறை கொண்டுள்ளது. அரசியல் கலாச்சாரத்திலும் மதத்தின் தாக்கம் உள்ளது.

வகைப்பாடுகள்

அரசியல் கலாச்சாரத்தில் பல்வேறு வகைப்பாடுகள் முன்மொழியப்பட்டுள்ளன. அல்மொண்ட் மற்றும் வெர்பாவின் குடிமை கலாச்சாரம் 1959-60இல் அமெரிக்கா, பிரிட்டன், மேற்கு ஜெர்மனி, இத்தாலி மற்றும் மெக்சிகோவில் நடத்தப்பட்ட அவர்களின் ஆய்வுகளை அடிப்படையாகக் கொண்டது. அரசியல் கலாச்சாரத்தை ஒரு துணைப் புலமாக ஆய்வு செய்வதற்கு முன்னோடியாக இருந்த இந்த ஆய்வு மூன்று தூய அரசியல் கலாச்சாரங்களை அடையாளம் கண்டுள்ளது.

குடிமை கலாச்சாரத்தில் கேப்ரியல் அல்மண்ட் மற்றும் சிட்னி வெர்பா ஆகியோர் அரசியல் பங்கேற்பின் நிலை, வகை மற்றும் அரசியலில் மக்களின் அணுகுமுறையின் தன்மை ஆகியவற்றின் அடிப்படையில் மூன்று தூய அரசியல் கலாச்சாரங்களை கோடிட்டுக் காட்டியுள்ளனர்.

சில குடிமக்கள் மத்திய அரசாங்கத்தின் இருப்பை தொலைதூரத்தில் மட்டுமே அறிந்திருக்கிறார்கள், மேலும் நாடால் எடுக்கப்பட்ட முடிவுகளைப் பொருட்படுத்தாமல், தொலைதூர மற்றும் அரசியல் நிகழ்வுகளைப் பற்றி அறியாமல் போதுமான அளவு தங்கள் வாழ்க்கையை வாழ்கின்றனர். அவர்களுக்கு அரசியலில் அறிவும் இல்லை, ஆர்வமும் இல்லை. இந்த வகை அரசியல் கலாச்சாரம் பொதுவாக ஒரு பாரம்பரிய அரசியல் அமைப்புடன் ஒத்துப்போகிறது.

பொருள் - குடிமக்கள் மத்திய அரசாங்கத்தைப் பற்றி அறிந்திருப்பதோடு, கருத்து வேறுபாடுகளுக்கு அதிக வாய்ப்பில்லாமல் அதன் முடிவுகளுக்கு பெரிதும் உட்படுத்தப்படுகிறார்கள். தனிநபர் அரசியல், அதன் தலைவர்கள்

மற்றும் நிறுவனங்கள் பற்றி அறிந்திருக்கிறார்கள். இது அரசியலை நோக்கியதாக இருந்தாலும், அது அரசியலின் "கீழ்நோக்கி ஓட்டம்" பாதையில் உள்ளது. பொதுவாக ஒரு மையப்படுத்தப்பட்ட சர்வாதிகார அமைப்புடன் ஒத்துப்போகிறது.

பங்கேற்பாளர் - குடிமக்கள் அரசாங்கத்தில் பல்வேறு வழிகளில் செல்வாக்கு செலுத்த முடியும் மற்றும் அவர்கள் அதனால் பாதிக்கப்படுகின்றனர். தனிநபர், அரசியல் மற்றும் நிர்வாக கட்டமைப்புகள் மற்றும் செயல்முறைகள் (உள்ளீடு மற்றும் வெளியீடு ஆகிய இரண்டிற்கும்) ஒட்டுமொத்த அமைப்பை நோக்கியதாக உள்ளது. பொதுவாக ஒரு ஜனநாயக அரசியல் அமைப்புடன் ஒத்துப்போகிறது.

ஆல்மண்ட் மற்றும் வெர்பா இந்த வகையான அரசியல் கலாச்சாரங்கள் ஒன்றிணைந்து குடிமை கலாச்சாரத்தை உருவாக்க முடியும், இது ஒவ்வொன்றின் சிறந்த கூறுகளையும் கலந்து இருக்கிறது என்று கூறுகிறார்.

இலாசர்:

டேனியல் ஜே. இலாசர் மூன்று வகையான அரசியல் கலாச்சாரத்தை அடையாளம் காட்டினார்.

தனிப்பட்ட கலாச்சாரம் - இதில் அரசியல் என்பது தனிநபர்கள் தங்கள் சுயநலத்தை அதிகரிக்க முயல்கிறது, குறைந்தபட்ச சமூக ஈடுபாடு மற்றும் அரசாங்கத்திற்கு எதிர்ப்பு தெரிவிப்பது, அத்துடன் தனிநபர்கள் அதிக அளவு ஆதரவுடன் இருப்பது.

தார்மீக கலாச்சாரம் - இதன் மூலம் அரசாங்கம் முக்கியமானதாகவும் மக்களின் வாழ்க்கையை மேம்படுத்துவதற்கான ஒரு வழியாகவும் பார்க்கப்படுகிறது.

பாரம்பரிய கலாச்சாரம் - உயரடுக்குகளுக்கு அனைத்து அதிகாரமும் இருக்கும் மற்றும் குடிமக்களின் பங்கேற்பு எதிர்பார்க்கப்படாத நிலையைப் பாதுகாக்க முயல்கிறது.

ஹண்டிங்டன்

சாமுவேல் பி. ஹண்டிங்டன் புவியியல் மற்றும் வரலாற்றின் அடிப்படையில் அரசியல் கலாச்சாரங்களை நாகரிகங்களின்படி வகைப்படுத்தினார். அவையே,

i. மேற்கத்திய நாகரீகம்

ii. ஜப்பானிய நாகரீகம்

iii. இஸ்லாமிய நாகரீகம்

iv. இந்து நாகரீகம்

v. ஸ்லாவிக்-ஆர்த்தடாக்ஸ் நாகரிகம்

vi. லத்தீன் அமெரிக்க நாகரிகம்

vii. சீன நாகரிகம்

viii. ஆப்பிரிக்க நாகரிகம்

இங்கிள்ஹார்ட்

ரொனால்ட் இங்கிள்ஹார்ட் அரசியல் கலாச்சாரம் அரசியல் அமைப்புகளுக்கு ஆணையிட முடியும் என்று முன்மொழிகிறார், மேலும் புராட்டஸ்டன்டிசம் மற்றும் நிலையான ஜனநாயகமயமாக்கல் ஆகியவற்றுக்கு இடையேயான தொடர்பை சுட்டிக்காட்டுகிறார். எவ்வாறாயினும், கென்யா அல்லது உகாண்டா போன்ற பெருவாரியான துணை-சஹாரா நாடுகளில் மீண்டும் மீண்டும் தேர்தல்களுக்கு பிந்தைய மோதல்கள், மத இணைப்புகள் மக்களின் அரசியல் நடத்தையை மோசமாக பாதிக்கின்றன என்பதைக் காட்டுகிறது.

சாமுவேல் இ ∴பைனர்

வளரும் நாடுகளின் அரசியலில் இராணுவத் தலையீட்டின் நிகழ்வுகளைப் புரிந்து கொள்ள முயற்சித்த சாமுவேல் இ ∴பைனர் (தி மேன் ஆன் தி ஹார்ஸ்பேக், 1962) சிவில்-இராணுவ உறவுகளை அரசியல் கலாச்சாரத்துடன் தொடர்புபடுத்தினார்.

அவரது பகுப்பாய்வில், அரசியல் கலாச்சாரத்தின் நான்கு நிலைகள் உள்ளன:

1. **முதிர்ந்த அரசியல் கலாச்சாரம்:** இந்த வகை அரசியல் கலாச்சாரத்தில், அதிகாரத்தை மாற்றுவதற்கான நடைமுறைக்கு பரவலான பொது ஒப்புதல் உள்ளது. அதிகாரத்தில் இருப்பவர்களுக்கு ஆட்சி செய்வதற்கும் உத்தரவுகளைப் பிறப்பிப்பதற்கும் உரிமை உண்டு என்ற நம்பிக்கை இருக்கிறது. மக்கள் அரசியல் நிறுவனங்களுடன் இணைக்கப்பட்டுள்ளனர் மற்றும் நன்கு திரட்டப்பட்ட கருத்தை கொண்டுள்ளனர்.

2. **வளர்ந்த அரசியல் கலாச்சாரம்:** இந்த வகை அரசியல் கலாச்சாரத்தில், சிவில் நிறுவனங்கள் மிகவும் வளர்ந்தவை மற்றும் பொதுமக்கள் சக்திவாய்ந்த குழுக்களாக ஒழுங்கமைக்கப்பட்டுள்ளனர், ஆனால் இறையாண்மை அதிகாரம் யார், எது எப்படி இருக்க வேண்டும் என்ற கேள்விகள் அவ்வப்போது எழுகின்றன.

3. **குறைந்த அரசியல் கலாச்சாரம்:** அரசியல் கலாச்சாரத்தின் இந்த மட்டத்தில், அரசியல் அமைப்பு பலவீனமாகவும் குறுகியதாகவும் ஒழுங்கமைக்கப்பட்டுள்ளது. அரசியல் அமைப்பின் தன்மை மற்றும் நடைமுறைகள் மற்றும் அரசியல் அமைப்பில் பொதுமக்களின் பற்று ஆகியவை பலவீனமாக உள்ளது.

4. **குறைந்தபட்ச அரசியல் கலாச்சாரம்:** இந்த குறைந்த அளவிலான அரசியல் கலாச்சாரத்தில், வெளிப்படையான பொதுக் கருத்து அரசியல் அமைப்பில் இல்லை மற்றும் அரசாங்கம் பொதுமக்களின் கருத்தை எளிதில் புறக்கணிக்க முடியும். அரசியல் கலாச்சாரங்கள் பலத்தால் அல்லது பலத்தின் அச்சுறுத்தலால் தீர்மானிக்கப்படுகின்றன. தன்னை உறுதிப்படுத்திக் கொள்ளும் திறன் கொண்ட ஒரு நபர் அல்லது நிறுவனம் அதன் விருப்பத்தை செயல்படுத்த முடியும்

மற்றும் ஒருவரின் அதிகாரத்தின் அளவு ஒருவரின் வசம் உள்ள சக்தியின் அளவோடு நேரடியாக தொடர்புடையது. பலவீனமான சட்டபூர்வத்தன்மை கொண்ட வளரும் நாடுகள் ஆட்சிக்கவிழ்ப்பு அல்லது தீவிர இராணுவ தலையீட்டை அனுபவிக்கும் வாய்ப்புகள் இருப்பதாக ஃபைனர் வாதிட்டார்.

அரசியல் கலாச்சாரத்தின் பல்வேறு நோக்குநிலைகள் உள்ளன:

1. அறிவாற்றல்: அரசியல் அமைப்பு, அதன் பொருள்கள், உள்ளீடுகள் மற்றும் வெளியீடுகள் பற்றிய அறிவு மற்றும் நம்பிக்கை.

2. பயன்: இது ஒரு அரசியல் அமைப்புடன் பற்றுதல், ஈடுபாடு மற்றும் நிராகரிப்பு உணர்வு ஆகியவை பற்றி விளக்குகிறது.

3. மதிப்பீடு: இது அரசியல் அமைப்பு தொடர்பான முடிவுகளை உள்ளடக்கியது.

ராபர்ட் டாலின் கூற்றுப்படி, அரசியல் கலாச்சாரத்தில் ஐந்து நோக்குநிலைகள் உள்ளன.

1. சிக்கலைத் தீர்ப்பதற்கான நோக்குநிலை: மக்கள் தங்கள் பிரச்சினைகளைப் பற்றி எவ்வாறு சிந்திக்கிறார்கள் மற்றும் அந்தப் பிரச்சினைகளுக்கு அவர்கள் எவ்வாறு தீர்வைக் கண்டுபிடிப்பார்கள் என்பது இதன் பொருள்.

2. கூட்டு நடவடிக்கைக்கான நோக்குநிலை: இது ஒரு அரசியல் அமைப்பில் கூட்டாக வேலை செய்ய மக்கள் விரும்புவதைக் குறிக்கிறது.

3. அரசியல் அமைப்புக்கான நோக்குநிலை: இது ஒரு அரசியல் அமைப்பைப் பற்றிய மக்களின் அணுகுமுறைகளையும், நடத்தையையும் நிருபிக்கிறது.

4. மற்றவர்களுக்கு நோக்குநிலை: மற்ற நபர் அல்லது தனிநபர்கள் மீதான நபரின் நம்பிக்கை.

5. சுய-நோக்குநிலை: அரசியல் அமைப்பு தொடர்பாக தனிப்பட்ட மற்றும் அசல் முன்மொழிவுகளை முன்வைக்கும் திறனை இது காட்டுகிறது.

அரசியல் கலாச்சாரத்தின் சின்னங்கள்:

மக்களின் அணுகுமுறைகள், நம்பிக்கைகள் மற்றும் மதிப்புகள் அரசியல் கலாச்சாரத்தின் சின்னங்கள் மூலம் பிரதிபலிக்கின்றன. சின்னங்கள் அரசியல் அமைப்பை நோக்கிய மக்களின் உணர்வுகளையும் பிரதிபலிக்கின்றன. பிரிட்டனின் ராஜா அல்லது ராணி மற்றும் அமெரிக்க ஜனாதிபதி ஆகியோர் தேசிய பெருமை, அடையாளங்கள் மற்றும் மக்களின் அபிலாஷைகளாக எடுத்துக் கொள்ளலாம். மகாத்மா காந்தி, சர்தார் படேல் போன்ற தலைசிறந்த தலைவர்கள் இந்தியாவின் அடையாளமாக கருதப்படுகிறார்கள். தேசியக் கொடி, தேசிய கீதம் மற்றும் தேசிய நாட்காட்டி ஆகியவை அடையாளங்களாகும். அரசியல் அமைப்பில் சில கட்டுக்கதைகள் உள்ளன, அவை அரசியல் கலாச்சாரத்தின் அடையாளங்களாகவும் கருதப்படுகின்றன.

அரசியல் கலாச்சாரத்தின் முக்கியத்துவம்:

1. அரசியல் கலாச்சாரம் ஒருபுறம் சமூக மற்றும் பொருளாதார காரணிகள் மறுபுறம் அரசியல் வளர்ச்சிக்கும் இடையே உள்ள தொடர்பை புரிந்து கொள்ள உதவுகிறது.

2. அரசியல் கலாச்சாரம், அரசியல் சமூகமயமாக்கல் மற்றும் அரசியல் கலாச்சாரத்தை ஒரு தலைமுறையிலிருந்து மற்ற தலைமுறைக்கு கடத்தும் செயல்முறையை புரிந்து கொள்ள உதவுகிறது.

3. பல்வேறு நாடுகளின் சட்டங்கள் மற்றும் அரசியலமைப்புகள் வெவ்வேறு தனிநபர்கள் மற்றும் குழுக்களால் எவ்வாறு கவனிக்கப்படுகின்றன என்பதைப் புரிந்துகொள்ள அரசியல் கலாச்சாரம் உதவுகிறது.

4. அரசியல் கலாச்சாரம் ஒரு அரசியல் அமைப்பைப் பற்றிய மக்களின் அணுகுமுறையைக் காட்டுகிறது.

5. வெவ்வேறு நாடுகளில் ஒரே மாதிரியான நிகழ்வுகள் ஒரே மாதிரியான விளைவை ஏற்படுத்தாத காரணத்தைப் புரிந்துகொள்ள இது உதவுகிறது.

இரண்டாம் உலகப் போருக்குப் பிறகு அரசியல் கலாச்சாரம் என்ற கருத்து உருவாகியிருந்தாலும், அரசியல் அமைப்பு, அரசியல் பிரச்சினைகள் மற்றும் சித்தாந்தங்கள் குறித்த மக்களின் மனப்பான்மை, நம்பிக்கைகள் மற்றும் கருத்துகளை வடிவமைப்பதால் எந்தவொரு அரசியல் அமைப்புக்கும் இது முக்கியமானது. அரசியல் அமைப்பு எப்போதுமே அரசியல் கலாச்சாரத்தால் தாக்கம் செலுத்துகிறது மற்றும் அரசியலில் அதன் பங்கை மறுக்க முடியாது.

அரசியல் வளர்ச்சி

முன்னுரை

1950களின் புதிதாக சுதந்திரம் பெற்ற ஆசியா மற்றும் ஆபிரிக்க நாடுகள் தங்கள் மக்களின் சமூக பொருளாதார நல்வாழ்வுக்கான வளர்ச்சித் திட்டங்களை வகுக்கத் தொடங்கியபோது அரசியல் வளர்ச்சி என்ற சொல் அரசியல் அறிவியலின் அகராதிக்குள் நுழைந்தது. அரசியல் வளர்ச்சி 1960களில் ஒப்பீட்டு அரசியலின் துணைப் புலமாக அங்கீகாரம் பெற்றது. ஒப்பீட்டு அரசியலில், 1950களின் பிற்பகுதியில் அரசியல் வளர்ச்சியைக் கோட்பாடுப்படுத்துவதற்கான வெளிப்படையான முயற்சிகள் தொடங்கியது.

அரசியல் வளர்ச்சி அல்லது முன்னேற்றம் என்ற கருத்து தோன்றுவதற்கு பல சமூக அறிவியல் கோட்பாட்டாளர்கள் உதவியுள்ளனர். அவர்களில் மாலிசோகி, ராட்லிப் பிரௌன், டால்காட் பார்சன்ஸ், மற்றும் மரியன் லேவி ஆகியோர்கள் இக்கருத்துக்கு ஆதரவளித்தார்கள். மேலும் லூசியான் பை,

ஆல்மண்ட் கோல்மேன், ஆஃப்டர், லாஸ் வெல், ரோஸ்ட், லிப் செட் போன்றவர்களும் அரசியல் வளர்ச்சி என்ற கருத்துவளர்ச்சியில் முக்கியமானவர்கள்.

அரசியல் வளர்ச்சி என்ற கருத்தை "அரசியல் கட்டமைப்புகளின் அதிகரித்த வேறுபாடு மற்றும் நிபுணத்துவம் மற்றும் அரசியல் கலாச்சாரத்தின் அதிகரித்த மதச்சார்பின்மை" என ஆல்மண்ட் மற்றும் பவல் வரையறுக்கின்றனர்.

சாமுவேல் பி. ஹண்டிங்டன் இதை "நிறுவனங்கள் மற்றும் நடைமுறை மதிப்புகள் மற்றும் நிலைத்தன்மையைப் பெறும் செயல்முறை" என்றும் வரையறுத்தார்.

அல்ப்ரிட் டைமின்ட் இன் கூற்றுப்படி, "அரசியல் வளர்ச்சி என்பது ஒரு குறிப்பிட்ட நிலையை இலக்காகக் கொண்ட ஒரு செயல்முறையாகும், ஆனால் இது எப்போதும் விரிவடைந்து வரும் சமூகப் பிரச்சனைகளைத் தீர்ப்பதற்கான ஒரு நிறுவன கட்டமைப்பை உருவாக்குகிறது".

இவர்கள் புதிதாக தோன்றிய அரசுகளில் ஏற்படும் மாற்றங்களை பொருளாதார, சமூக அரசியல், உளவியல், மானுடயல் போன்ற கருத்துக்களில் இருந்து ஆய்வு செய்தார்கள். மேற்கூறிய அரசியல் வளர்ச்சி குறித்து ஆய்வு செய்த அறிஞர்களில் லூசியான் பை என்பவர் முக்கியத்துவம் பெறுகிறார். பை கருத்துப்படி அரசியல் வளர்ச்சிக்கு முதல் படி தேசிய அரசின் தோற்றம் ஆகும். மேலும் அரசியல் வளர்ச்சியை மாறுபட்ட நிலைகளில் எடுத்துரைக்கலாம் என்று கருதினார். அதாவது மக்கள் தொகை, அரசாங்க செயல்முறை, கொள்கைகள் போன்ற கருத்துக்கள் மூலம் ஆகும்.

அரசியல் வளர்ச்சி என்ற கருத்திற்கு யாராலும் ஏற்றுக்கொள்ளப்பட்ட எளிமையான பொருள் விளக்கம் கிடையாது. பை தனது அரசியல் வளர்ச்சியின் அம்சங்கள் என்ற நூலில் அரசியல் அறிவியல் குறித்து பொருள் விளக்கங்களை

ஆராய்ந்து ஒவ்வொன்றிலும் சில பகுதிகளை ஏற்றுக்கொண்டு மற்ற பகுதிகளை மறுக்கிறார். முடிவிலே தன்னுடைய அரசியல் வளர்ச்சி குறித்த கருத்துக்களையும் எடுத்து வைக்கிறார்.

1. **அரசியல் முன்னேற்றத்திற்கு பொருளாதார முன்னேற்றம் இன்றியமையாதது**

   பொருளியல் நிபுணர்களான பால் பாரண் ஹோவார்ட் எல்லிஸ், பார் பராவார்டு போன்றவர்கள் அரசியல் சூழ்நிலைதான் பொருளாதார வளர்ச்சிக்கு தடையாகவோ அல்லது சாதகமாகவோ விளங்குகிறது என்ற கருத்திற்கு முக்கியத்துவம் அளித்தார்கள். எனவே பின் தங்கிய சமூக பொருளாதார வளர்சிக்கு, அரசியல் வளர்ச்சி இன்றியமையாததாகும். இக் கருத்தை பை ஏற்கவில்லை. ஏனெனில் ஒரு அரசியல் முறை அமைவு எவ்வாறு பொருளாதார வளர்ச்சிக்கு தடையாக இருக்கும் என்பதை விளக்குவது எளிது. ஆனால் அரசியல் வளர்ச்சி எவ்வாறு பொருளாதார வளர்ச்சிக்கு சாதகமாக இருக்கின்றது என்பதை எளிதாக விளக்க முடியாது என்ற தனது கருத்தை பை எடுத்துரைத்தார்.

2. **அரசியல் முன்னேற்றம் என்பது தொழில் சமுதாயத்திற்குரிய அரசியலாகும்:** இக்கருத்தின்படி அரசியல் வளர்ச்சி என்பது ஏற்கனவே தொழில் மையமாக்கப்பட்ட முன்னேறிய பொருளாதாரத்தை உடைய ஒரு சமூகத்திற்கு அரசியல் வளர்ச்சியை அடிப்படையாக்குகிறது. முன்னேற்றம் அடையாத நாடுகள், நன்கு முன்னேறிய நாடுகளின் அரசியல் நடத்தையையும், செயல்முறைகளையும் பின்பற்றுகின்றன. ஆனால் பை இந்த கருத்தை ஏற்றுக் கொள்ளவில்லை. எனேன்றால், மேற்கூறிய கருத்து அரசியல் வளர்ச்சியில் பங்கேற்கும் பல காரணிகளை புறக்கணித்துள்ளது.

3. **அரசியல் முன்னேற்றம் என்பது அரசியலைத் தற்கால பாணியாக்குதல் ஆகும்:** கோல்மேன், எஸ். எம். லிடப்செட் போன்றவர்கள் மேற்கத்திய மற்றும் தற்கால நாடுகளின் நடைமுறைகளை வளர்ந்து வரும் நாடுகள் முன்மாதிரியாகக் கொள்ளுவதை ஆய்வு செய்வதையே அரசியல் வளர்ச்சியாகக் கருதுகிறார்கள். எனவே முன்னேற்றமடைந்த தற்கால நாடுகள் எல்லாம் அரசியல் வளர்ச்சியின் முன்னோடிகள் ஆகும். இக்கருத்தையும் பை ஏற்றுக் கொள்ளவில்லை. ஏனெனில் முன்னேறிய சமூகங்கள் பல வரலாற்று மரபுகளை கொண்டுள்ளது. அந்நாடுகள் முன்னேறாத நாடுகளுக்கு முன் மாதிரியாக விளங்குவதற்காக அவைகள் தங்கள் வரலாற்று மரபுகளை புறக்கணித்து விடுவதில்லை.

4. **தேசிய அரசுகள் வெற்றியுடன் செயல்படுவதுதான் அரசியல் முன்னேற்றம் ஆகும்:** அரசியல் வாழ்க்கையை அமைப்பதிலும் தற்கால தேசிய அரசுகளின் தேவைகளுக்கு ஏற்றவாறு அரசியல் பணி செய்வதிலுமே அரசியல் வளர்ச்சி இருப்பதாக கருதப்படுகிறது. ஏனென்றால் பையின் கருத்துப்படி நாட்டுப் பற்று மட்டும் அரசியல் வளர்ச்சிக்கு போதுமானதாக இருப்பதில்லை என்பது அர்த்தம்.

5. **அரசியல் முன்னேற்றம் என்பது நிர்வாக மற்றும் சட்ட வளர்ச்சியை குறிக்கிறது:** மார்க்ஸ், வேப்பர், டால்கோட் பர்சன் போன்ற சமூகவியல் அறிஞர்கள் அரசியல் வளர்ச்சிக்கும் சமூக நிர்வாக மற்றும் சட்ட வளர்ச்சிக்கும் தொடர்பு உண்டு என்ற கருத்திற்கு முக்கியத்துவம் அளித்தார்கள். எனவே திறமை வாய்ந்த அதிகார வர்க்கம் ஒன்றை ஏற்படுத்துவது அரசியல் வளர்ச்சிக்கு இன்றியமையாதது. இக்கருத்து அரசியல் சமூக போதனைக்கும், மக்கள் பங்கேற்ப்புக்கும் முக்கியத்துவம் அளிக்காத காரணத்தால் பை அதை ஏற்றுக் கொள்ளவில்லை.

6. **அரசியல் முன்னேற்றம் மக்கள் எழுச்சியையும், பங்கேற்பையும் குறிக்கும்:** அரசியல் வளர்ச்சி மக்களின்

விரிவான அரசியல் பங்கேற்பை குறிக்கின்றது. இக்கருத்தை பை ஏற்றுக்கொள்ளவில்லை. உயிரற்ற உணர்ச்சிகளை மக்களிடையே தூண்டிவிடுவதற்கும் மக்களின் கவனத்தை திசை திருப்பக் கூடிய அரசியல் பேச்சாளரின் ஆதிக்கத்திற்கும் இது வழிகோலாகும் என்று அவர் கருதுகிறார்.

7. **அரசியல் முன்னேற்றம் ஜனநாயக வளர்ச்சியை குறிக்கின்றது:** பலோம் பராவின் கருத்துப்படி அரசியல் வளர்ச்சி ஜனநாயக வளர்ச்சியுடன் தொடர்பு கொண்டிருப்பதுடன், மக்களுக்கு ஜனநாயக தகவல்களை கற்பிக்கின்றது. ஆனால் இக்கருத்தையும் ஏற்க மறுக்கிறார் பை. ஏனெனில் ஜனநாயக அமைப்பு இல்லாத நாடுகளை விவாதிக்கவில்லை. அதனால் அந்த நாடுகளில் அரசியல் வளர்ச்சி ஏற்படுகின்றது என்பது மறுக்க முடியாது என கூறுகிறார் பை.

8. **அரசியல் முன்னேற்றம் உறுதிப்பாட்டுடன் கூடிய சீரான மாற்றம் ஆகும்:** இக்கருத்து அரசியல் வளர்ச்சியே முறையான வழியில் மாற்றத்தை உண்டாக்குகின்றது என்ற கருத்தை எடுத்துக் கூறுகிறது. எனவே மந்தமான நிலைக்கு பதிலாக மாற்றத்தையும், திறமையான முறையில் ஒரு அரசியல் முறையமைவு மாற்றத்தை உண்டாக்குவதற்கும் அரசியல் வளர்ச்சி உதவுகின்றது. ஆனால் இந்த கருத்தை பை ஏற்றுக் கொள்ளவில்லை. ஏனெனில் அரசியல் வளர்ச்சிக்கு எந்த அளவிலான ஒழுங்குமுறை தேவை என்பதை இங்கு குறிப்பிடப்படவில்லை என்று கூறுகிறார்.

9. **அரசியல் முன்னேற்றம் எழுச்சியையும் அதிகார வளர்ச்சியையும் குறிக்கின்றது:** சமூகவியல் அறிஞர்களான கோல்மின், ஆல்மண்ட், டால்கோர்ட் பர்சன் போன்றவர்கள் கருத்துப்படி அரசியல் வளர்ச்சி என்பது மக்களையும் சமூகத்தில் உள்ள வளங்களையும் ஒன்று திரட்டுவது ஆகும். இச்செயல்கள் அரசின் அதிகாரம் மூலம் நிறைவேற்றப்படுகின்றது. இவ்வகையான ஒன்று

திரட்டலின்றி எந்த சமூகமும் வளர்ச்சி அடைய முடியாது. அரசியல் வளர்ச்சியானது ஒரு அரசின் ஒன்று திரட்டும் திறமையிலேயே அமைந்துள்ளது எனலாம். இக்கருத்தையும் பை ஏற்றுக் கொள்ளவில்லை.

10. **அரசியல் முன்னேற்றம் என்பது மாற்றத்தின் பல அம்சங்களில் ஒரு அம்சமாகும்:** டேனியல், லியனர் போன்றவர்களின் கருத்துப்படி அரசியல் வளர்ச்சி என்பது ஒரு தனிப்பட்ட நிகழ்ச்சி இல்லை. மேலும் இவ்வளர்ச்சியை சமூகப் பொருளாதார காரணிகளிலிருந்து பிரிக்கவும் முடியாது. ஒரு தொடர்ச்சியான பல அம்சங்களுடன் ஏற்படும் மாற்றத்தின் நடைமுறை சமூகத்தின் ஒவ்வொரு அங்கத்தையும் சமமாக பாதிக்கின்றது. இம்முறையில் பல அம்சங்களுடைய பெரிய சமூக மாற்றத்தில் அரசியல் வளர்ச்சி என்பது ஒரு பகுதியாகும் அல்லது ஒரு பண்பாகும். இக்கருத்தை பை ஆதரித்தார், ஏனெனில் இங்கு எல்லா வகையான வளர்ச்சியும் ஒன்றோடு ஒன்று தொடர்புடையதாக உள்ளது. மேலும் அரசியல் வளர்ச்சி தற்கால பணியாதல் போன்று ஒவ்வொரு துறையிலும் மாற்றத்தை ஏற்படுத்துகின்றது.

பையின் பொதுவான அரசியல் வளர்ச்சி அம்சங்கள்:

1. சமத்துவம்

2. செயலாற்றல்

3. வேறுபாடு கண்டறிதல்

சமத்துவம்:

அரசியல் வளர்ச்சியில் மக்கள் பங்கேற்கவும் செய்கிறார்கள், அரசியல் செயல்களில் தங்களை அதில் ஈடுபடுத்தியும் கொள்கிறார்கள். இப் பங்கேற்ப்பு ஜனநாயக முறைப்படியோ அல்லது சர்வதிகார முறையிலோ மக்களை ஒன்று திரட்டுவதை

குறிக்கின்றது. எவ்வாறாயினும் மக்கள் சிறந்த முறையில் அரசியலில் ஈடுபடுகிறார்கள் என்பது உண்மையாகும். அரசாங்கத்தால் இயற்றப்படும் சட்டங்கள் எல்லா மக்களுக்கும் பொதுவானவை, இவைகளை நடைமுறைப்படுத்துவதிலும், வேறுபாடு கற்பிக்கப்படுவதில்லை. அரசியல் உயர் பதவிகள் திறமையின் அடிப்படையில் பூர்த்தி செய்யப்பட வேண்டும்.

செயல் திறன்

செயல்திறன் என்பது ஒரு அரசியல் முறைமையின் வெளிப்பாட்டு செயல் திறனை குறிக்கிறது. இவைகள் அரசாங்க செயல்கள் திறமை அறிவு போன்றவையை உள்ளடக்கியுள்ளன. அரசாங்க செயல்கள் அதன் குறிக்கோள்களை அடையும் வண்ணம் செயல்படுத்தப்படுகின்றன.

வேறுபாடு கண்டறிதல்

வேறுபாடு கண்டறிதல் பல வேறுபட்ட சிறப்பு அமைப்புகளையும் அதற்கு ஏற்றவாறு அமைக்கப்பட்ட பணிப்பகுப்பு முறைகளையும் ஒருங்கிணைக்கும் செயலையும் குறிப்பிடுகிறது. பை அரசியல் முன்னேற்றத்தில் உள்ள மூன்று கூறுகளையும் சமரசப்படுத்துவதில் உள்ள பிரச்சனையை உணர்ந்திருந்தார். சமத்துவம் கூறும் நெருக்கடியாலும், செயல்திறன் தேவையின் அடிப்படையில் அதிகமாக வேறுபாடுகள் ஏற்பட பல வழிகள் உள்ளன. இச்சமத்துவம் வேண்டிய கோரிக்கைகள் அரசாங்கத்தின் திறமைக்கு சவாலாக அமைவதுடன் வேறுபாடுகள் சமத்துவத்தின் முக்கியத்துவத்தை குறைத்து விடுகின்றன. அரசியல் வளர்ச்சி குறித்து பரந்த அளவிலான ஆய்வுகள் சமத்துவம் என்பது அரசியல் கலாச்சாரத்தையும் திறமையையும் அதிகாரப்பூர்வமான அரசாங்க அமைப்பில் கொண்டுள்ளது என்று எடுத்துக் கூறுகிறது. வேறுபாடு கண்டறிதல் என்பது அதிகாரம் அற்ற அரசாங்க அமைப்புகளில் பிரதிபலிக்கின்றன.

படிவங்கள்:

இரண்டு கருத்து படிவங்கள் மூலம் அரசியல் வளர்ச்சி கோட்பாடு வளர்ச்சி அடைந்துள்ளது. அவைகள் தொடர்படிவம் மற்றும் படிநிலை படிவம் ஆகியவையாகும்.

1. தொடர்படிவம்

இக்கோட்பாட்டின்படி தேசிய மொத்த உற்பத்தி, தனிமனித வருமானம், வயது வந்தவர்கள் சதவீதம், கல்வி அறிவு போன்றவர்களின் எண்ணிக்கை, வேலை செய்பவர்களின் எண்ணிக்கை, தேர்தலில் பங்கேற்பு, தொழில் வளர்ச்சி, குழுக்கள், அரசாங்க ஆட்சேர்ப்பு, தீர்ப்பு, பதவி உயர்வு போன்றவைகளின் அடிப்படையில் அரசியல் வளர்ச்சியை அளவிட முடியும்.

2. படிநிலை படிவம்

படிநிலை படிவம் என்பது உறவுமுறை அமைப்பு வளர்ச்சியின் ஒரு நிலையிலிருந்து மற்றொரு நிலைக்கு மாறுகின்றது. இப்படிவம் மூன்று நிலையான வளர்ச்சியை விளக்குகிறது. அவைகள்,

மரபு சார்ந்த நிலை.

   i.   மாறி வரும் நிலை.

   ii.   தற்கால நிலை.

அரசியல் முன்னேற்றம் இயல்பு

அரசியல் வளர்ச்சி என்ற கருத்தை தெளிவான முறையில் பொருள் விளக்கம் தர முடியாது என்று அறிந்திருந்தோம். டேவிட் எம் வுட் என்ற அரசியல் அறிஞர் சமுக தற்கால பணியாகுதலின் காரணிகளை சுதந்திரமான காரணிகளாகவும், அரசியல் வளர்ச்சியின் காரணிகளை சார்ந்து நிற்கும் காரணிகளாகவும், கருதுகிறார். இதன் அடிப்படையில் அரசியல் வளர்ச்சியில் ஏற்படும் பல மாறுதல்கள் கீழ்காணும் தற்கால சுதந்திரமான பணி காரணியாகும்.

i.   தொழில் மயமாக்கப்படுதல்

ii.   நகரமயமாக்குதல்

iii. கல்வி பரவுதலும், கல்வி அறிவு பெருதலும்

iv.   செய்தி தொடர்பு பரவுதல்

v.   மதச்சார்பற்ற கலாச்சாரம் விரிவடைதல்

கீழ்காணும் காரணிகள் பலவிதமான அரசியல் வளர்ச்சிக்கு சார்ந்து நிற்கும் காரணிகளாகவும் உள்ளன,

i.   தற்கால அதிகார வர்க்கம் வளருதல்

ii.   தேசிய உணர்வு வளர்ச்சியடைதல்

iii. அரசியல் கட்சி தோன்றுதல்

iv.   மக்கள் பங்கேற்பு அதிகரித்தல்

v.   குறிக்கோளை அடைவதற்கான வளங்களை திரட்டும் முறையமைவின் திறமையை பெருக்குதல்

vi.   அரசியல் இயக்கங்களின் செயல் ஆர்வத்தின் வீழ்ச்சி.

மேற்க்கூறிய அரசியல் வளர்ச்சியில் பண்புகள் அனைத்தும் அரசியல் வளர்ச்சியின் ஒன்றுபடுத்தப்பட்ட பல கோணங்களை உடைய செயலாகும்.

லூசியன் பை அவர்களின் பங்களிப்பு அரசியல் வளர்ச்சிக் கோட்பாட்டில் குறிப்பிடத்தக்கது. அரசியல் வளர்ச்சியின் செயல்முறையை சமாளிக்கும் என்று எதிர்பார்க்கப்படும் பல்வேறு நெருக்கடிகளை கோடிட்டுக் காட்டியுள்ளார். இந்த நெருக்கடிகள்: -

i.   அடையாள நெருக்கடிகள்

ii.   சட்டபூர்வமான நெருக்கடிகள்

iii. ஊடுருவல் நெருக்கடிகள்

iv.   பங்கேற்பு நெருக்கடிகள்

v. ஒருங்கிணைப்பு நெருக்கடிகள் மற்றும்

vi. விநியோக நெருக்கடிகள்.

இந்த நெருக்கடிகளின் தன்மை உலகின் பல்வேறு நாடுகளில் அரசியல் வளர்ச்சியின் வரிசையை தீர்மானிக்கிறது என்பதைக் காட்ட பை ஒரு முயற்சியை மேற்கொண்டார்.

லியோனார்ட் பைண்டர் அரசியல் வளர்ச்சியை "அரசியலின் வகை மற்றும் பாணியில் மாற்றங்கள்" என்று குறிப்பிட்டார். அவர் பின்வரும் ஐந்து பண்புகளை அரசியல் வளர்ச்சிக்குக் காரணமாகக் கூறுகிறார்.

1. அடையாள மாற்றம் - மதத்திலிருந்து இனத்திற்கும், சமூகத்திற்கும்.

2. சட்டபூர்வமான மாற்றம் - ஆழ்நிலையிலிருந்து உள்ளார்ந்த ஆதாரங்கள் வரை.

3. அரசியல் பங்கேற்பில் மாற்றம் - உயரடுக்கிலிருந்து வெகுஜனத்திற்கும் குடும்பத்திலிருந்து குழுவிற்கும்.

4. விநியோக மாற்றம் - நிலை மற்றும் சலுகையிலிருந்து சாதனை வரை.

5. சமூக கட்டமைப்பிலும் மற்றும் நாட்டின் தொலைதூரப் பகுதிகளுக்கு வெளியேயும் நிர்வாக மற்றும் சட்டப்பூர்வ ஊடுருவலின் அளவு மாற்றம்.

அரசியல் வளர்ச்சியின் முக்கிய கருத்து

அரசியல் வளர்ச்சியின் முக்கிய கருத்து பின்வரும் வெவ்வேறு வழிகளில் விவாதிக்கப்படலாம்:

1. புவியியல் - இது ஆசியா, ஆப்பிரிக்கா மற்றும் லத்தீன் அமெரிக்காவின் வளரும் நாடுகளின் அரசியலலைக் குறிக்கிறது. இந்த அர்த்தத்தில் இந்த நாடுகளின் அரசியலில் சில அம்சங்கள் பற்றிய ஏறக்குறைய எந்தவொரு ஆய்வும் அரசியல் வளர்ச்சி பற்றிய ஆய்வு என்று அழைக்கப்படலாம்.

2. வழித்தோன்றல் - இந்த பரிமாணம் அரசியல் வளர்ச்சி பற்றிய ஆய்வு என்பது நவீனமயமாக்கலின் செயல்முறையின் அரசியல் அம்சங்கள் மற்றும் விளைவுகளைக் குறிக்கும் ஒரு ஆய்வாகும். நவீனமயமாக்கல் தொழில்மயமாக்கல், நகரமயமாக்கல், அதிகரித்த கல்வியறிவு, வெகுஜன ஊடகங்களின் விரிவாக்கம், பொருளாதார வளர்ச்சி, சிறந்த சமூக மற்றும் தொழில்சார் இயக்கம் மற்றும் பிற தொடர்புடைய செயல்முறைகளை உள்ளடக்கியது.

3. டெலியோலாஜிக்கல் - இந்த பரிமாணத்திலிருந்து அரசியல் வளர்ச்சியை அரசியல் அமைப்புக்கான ஒன்று அல்லது அதற்கு மேற்பட்ட இலக்குகள் அல்லது நிலையை நோக்கிய இயக்கத்தின் அடிப்படையில் பகுப்பாய்வு செய்யலாம். ஜனநாயகம், ஸ்திரத்தன்மை, சட்டபூர்வமான தன்மை, அடையாள ஊடுருவல், விநியோகம், ஒருங்கிணைப்பு, பகுத்தறிவு, அதிகாரத்துவம், பாதுகாப்பு, நலன், நீதி, சுதந்திரம் போன்ற பல்வேறு அரசியல் வளர்ச்சிகள் அடையாளம் காணப்பட்ட பல்வேறு இலக்குகள்.

4. செயல்பாடு - இந்த கோணத்தில் இருந்து அரசியல் வளர்ச்சி ஒரு நவீன தொழில்துறை சமூகத்தின் அரசியல் பண்புகளை நோக்கிய இயக்கத்தின் அடிப்படையில் கருதப்படலாம். பெரும்பாலான தொழில்மயமான சமூகங்களில் சில வகையான அரசியல் கட்சி அமைப்பு உள்ளது என்பதை நினைவில் கொள்ள வேண்டும். எனவே, நகரமயமாக்கப்பட்ட அரசியல் கட்சி அமைப்பின் இருப்பு அரசியல் வளர்ச்சியின் ஒரு அம்சம் என்று ஊகிக்க முடியும்.

அரசியல் வளர்ச்சியை பாதிக்கும் காரணிகள்

1. சமூக காரணிகள் - சமூக காரணிகளில் சமூகத்தில் உள்ள நிலை, அமைப்பின் தன்மை மற்றும் பரிணாமம், சமூக இயக்கத்திற்கான வாய்ப்புகள் மற்றும் சமூகத்தில் வகுப்புவாத, மத வேறுபாடுகளின் தன்மை ஆகியவை அடங்கும்.

2. பொருளாதார காரணிகள் - மார்க்சிய அணுகுமுறை, குறிப்பாக பொருளாதார காரணிகளுக்கு முதன்மை முக்கியத்துவம் கொடுக்கும். முதலாளித்துவ பொருளாதாரக் கட்டமைப்பு எந்த அளவிற்கு வளர்ச்சியடைந்தது மற்றும் முதலாளித்துவ வர்க்கம் எவ்வாறு உயர்ந்துள்ளது என்பதை அவர்கள் பகுப்பாய்வு செய்ய விரும்புகிறார்கள்.

3. கலாச்சார காரணிகள் - அரசியல் வளர்ச்சியில் செல்வாக்கு செலுத்துவதில் கலாச்சார காரணிகளும் முக்கிய பங்கு வகிக்கின்றன, குறிப்பாக நவீனமயமாக்கல் செயல்முறையின் அனைத்து கட்டங்களிலும் நவீனமயமாக்கலுக்கான செயல்முறையை ஆராயும் போது.

4. அரசியல் காரணிகள் - பாரம்பரிய அரசியல் அமைப்பின் தன்மை, புதிய குழுக்கள் அரசியலில் நுழையும் வரிசைகள் மற்றும் வழிகள், புதிதாக வளர்ந்து வரும் அரசியல் உயரடுக்குகளின் மதிப்புகள், அரசியல் தலைவர்களின் திறன்கள், அரசியல் பங்கேற்பின் தன்மை மற்றும் விரிவாக்கம் மற்றும் வளர்ச்சி அரசியல் நிறுவனங்கள் அரசியல் வளர்ச்சியை வடிவமைக்கும் முக்கியமான மாறிகள்.

அரசியல் வளர்ச்சியின் இரண்டு பண்புகளை ஹண்டிங்டன் அடையாளம் காட்டுகிறார். முதலாவதாக, வளர்ச்சி என்பது நவீனமயமாக்கலுக்கு ஒத்ததாகும், எனவே அரசியல் வளர்ச்சியை அரசியல் நவீனமயமாக்கல் என்று வரையறுக்கலாம். இரண்டாவது, அரசியல் வளர்ச்சியை அளவிடுவதற்கு பல அளவுகோல்கள் உள்ளன, ஏனெனில் நவீனமயமாக்கல் மற்றும் வளர்ச்சி என்பது பல பகுதிகளை உள்ளடக்கிய பரந்த தலைப்புகளாகும். முதலில் பகுத்தறிவாக்கம் என்பதைத் தீர்மானிக்க பொதுவாக ஒப்புக்கொள்ளப்பட்ட நான்கு அளவுகோல்கள் உள்ளன, இது தனித்துவத்திலிருந்து உலகளாவிய வாதத்திற்கு நகர்வதை உள்ளடக்கியது அல்லது அரசியல் நிலைப்பாட்டில் இருந்து செயல்பாட்டு

வேறுபாடு மற்றும் சாதனை அளவுகோல்களில் கவனம் செலுத்துகிறது. இரண்டாவது அளவுகோல் தேசியவாதம் மற்றும் தேசிய ஒருமைப்பாடு. இது அரசியல் வளர்ச்சியின் முக்கிய அம்சமாக தேசிய அரசுகள் மற்றும் தேசத்தை கட்டியெழுப்புவதை வலியுறுத்துகிறது. மூன்றாவது அளவுகோல் ஜனநாயகமயமாக்கலில் கவனம் செலுத்துகிறது, இது சாராம்சத்தில் போட்டி மற்றும் அதிகாரத்தை சமப்படுத்துவதில் கவனம் செலுத்துகிறது. இறுதி அளவுகோல் அணிதிரட்டல் ஆகும், இது அரசியல் பங்கேற்பில் கவனம் செலுத்துகிறது. அதிக வளர்ச்சி, நவீனமயமாக்கல், அதிக அணிதிரட்டல், எனவே அதிக அரசியல் பங்கேற்பு. இறுதியில், அரசியல் வளர்ச்சி என்பது தேசிய அரசியல் ஒற்றுமையின் அதிகரிப்பு மற்றும் அரசியல் பங்கேற்பின் அதிகரிப்பு என வரையறுக்கப்படுகிறது.

அரசியல் வளர்ச்சியை நவீனமயமாக்கல் என ஹண்டிங்டனின் வரையறையின்படி, அரசியல் சிதைவு என்பது சமூக முன்னேற்றத்தின் நேரியல் யோசனைக்கு எதிரானது. இருப்பினும், நவீனமயமாக்கலின் மாதிரிக்குள், சமூகப் பின்னடைவு சாத்தியமில்லை. அதற்கு பதிலாக, அரசியல் சிதைவு ஏற்படுகிறது, ஏனெனில் "நவீன மற்றும் நவீனமயமாக்கும் மாநிலங்கள் திறன்களை இழப்பதன் மூலமும் அவற்றைப் பெறுவதன் மூலமும் மாறலாம். கூடுதலாக, எந்த ஒரு திறனின் ஆதாயமும் பொதுவாக மற்றவற்றின் செலவுகளை உள்ளடக்கியது. நவீனமயமாக்கலின் மாதிரி அரசியல் நிறுவனங்களின் நேர்கோட்டு முன்னேற்றத்தை பிரதிபலிக்கும் சமூக வளர்ச்சியுடன் பல்வேறு நாடுகளின் அரசியல் அமைப்புகளை ஒப்பிட்டுப் பார்க்கப் பயன்படுகிறது. இருப்பினும், அரசியல் நிறுவனங்களின் வளர்ச்சிக்கும் நவீனமயமாக்கலுக்கும் இடையே உள்ள தொடர்பு பற்றிய ஆராய்ச்சி சீரற்ற வளர்ச்சியை சுட்டிக்காட்டியுள்ளது. சில லத்தீன் அமெரிக்கப் பகுதிகள் போன்ற சில அரசியல் அமைப்புகளில், நவீனமயமாக்கலின் விகாரங்களைச் சமாளிக்க அரசாங்கத்தின் இயலாமையின் விளைவாக இராணுவத் தலையீட்டால் அரசாங்கங்கள் செல்வாக்கு பெற்றுள்ளன.

அரசியல் வளர்ச்சி என்ற கருத்து பல்வேறு விமர்சனங்களுக்கு உள்ளாகியுள்ளது. முதலில், கருத்துக்கு ஒரு துல்லியமான வரையறை இல்லை. எவரும், இந்த விஷயத்தைப் பற்றிய செழுமையான இலக்கியங்களை முழுமையாகப் படித்த பிறகும், அரசியல் வளர்ச்சி எதை உள்ளடக்கியது, எதைச் செய்யாது என்பது குறித்து உண்மையில் குழப்பமடைகிறது. இரண்டாவதாக, வளர்ச்சி செயல்முறையின் எந்தவொரு ஒத்திசைவான அரசியல் மாதிரியும் இல்லாததால் இந்த விஷயத்தில் பல்வேறு ஆய்வுகள் பாதிக்கப்படுகின்றன. இறுதியாக, உலகின் அனைத்து நாடுகளுக்கும் ஒரே மாதிரியாகப் பயன்படுத்தக்கூடிய மாதிரியை வழங்குவதற்கான நிலையில் கருத்து இல்லை.

அரசியல் வளர்ச்சிக் கோட்பாட்டிற்கு எதிராக பல்வேறு விமர்சனங்கள் முன்வைக்கப்பட்ட போதிலும், இந்த அணுகுமுறை அனுபவ விசாரணைகளின் நோக்கத்தை விரிவுபடுத்துவதில் மகத்தான பங்களிப்பை அளித்துள்ளது. மூன்றாம் உலகில் புதிதாக வளர்ந்து வரும் நாடுகளின் அரசியல் நிலைமைகளை ஆய்வு செய்ய மேற்கத்திய நாடுகளின் அறிஞர்களின் நோக்கத்தையும் வழங்கியுள்ளது. மேலும், அரசியல் வளர்ச்சி பற்றிய ஆய்வு அரசியல் விஞ்ஞானிகள், சமூகவியலாளர்கள் மற்றும் பொருளாதார வல்லுனர்களை அவர்களது சுயாட்சி மற்றும் பங்களிப்புகளுக்கு இடையே உள்ள வேறுபாட்டின் மூலம் ஒரளவு நெருக்கமாக்கியுள்ளது.

சுருக்கமாக:

1. அரசியல் சமூகமயமாகல் சில, முகவர்கள் மூலம் புதிய தலைமுறைக்கு விரிவடைகின்றன.

2. பொதுவாக, அரசியல் சமூகமயமாக்கல் என்பது அரசியல் விழுமியங்களின் ஓட்டத்தைக் கற்றுக்கொள்வது, அரவணைப்பது மற்றும் பராமரிப்பது.

3. அரசியல் விழுமியங்கள் என்பதை நாம் அரசியலில் மதிப்புக்கு உரியதாக உள்ள கருத்துகளாகக் எடுத்துக்கொள்ளலாம்.

4. அரசியல் சமூகமயமாக்கல் என்பது அரசியல் கலாச்சாரங்களில் பராமரிக்கப்பட்டு மாற்றப்படும் செயல்முறையாகும்.

5. அரசியல் சமூகமயமாக்கல் என்பது ஒரு அரசியல் அமைப்பின் நெறிமுறைகள் மற்றும் நடத்தை ஒரு தலைமுறையிலிருந்து மற்றொரு தலைமுறைக்கு தெரிவிக்கப்படும் செயல்முறையாகும்.

6. அரசியல் விழுமியங்கள் மூலம் ஒரு தலைமுறையிலிருந்து இன்னொரு தலைமுறைக்கு தொடர்புபடுத்தி அரசியல் அமைப்பைப் பராமரிக்க உதவுகிறது.

7. **ஈஸ்டன் மற்றும் டென்னிஸ் குழந்தைப் பருவத்தில், அரசியல் சமூகமயமாக்கலின் செயல்பாட்டினை நான்கு நிலைகளை முன்வைக்கின்றனர்.**

8. மாற்றத்தின் அளவு வயதுக்கு ஏற்ப பழமைவாதத்தை அதிகரிக்கும் என்று ரஷ் மற்றும் அல்தா.்ப் சுட்டிக் காட்டியுள்ளார்.

9. அரசியல் சமூகமயமாக்கலின் ஒரு முக்கியமான செயல்பாடு அரசியல் கலாச்சாரத்தை மாற்றியமைப்பதாகும். "

10. அரசியல் சமூகமயமாக்கல் முக்கியமாக மூன்று வழிகளில் நிகழ்கிறது. அவையே, சாயல், அறிவுறுத்தல் மற்றும்உந்துதல்.

11. கலாச்சாரம்' என்ற சொல் முதன் முதலில் ஆங்கில முன்னோடி மானுடவியலாளரான எட்வர்ட் பி. டெய்லரால் தனது நூலான ப்ரிமிட்டிவ் கல்ச்சரில் (1871) பயன்படுத்தப்பட்டது.

12. அரசியல் கலாச்சாரத்தின் இயக்கவியலைப் புரிந்து கொள்ள, 'கலாச்சாரம்' என்ற வார்த்தையின் அர்த்தத்துடன் தொடங்குவது பயனுள்ளதாக இருக்கும்.

13. கலாச்சாரம் என்பது "கல்டுர்" என்ற ஜெர்மன் வார்த்தையின் வழித்தோன்றல் ஆகும். கலாச்சாரம் ஒரு சமூகத்தின் அறிவொளியின் தனித்துவமான உயர் மதிப்புகளைக் குறிக்கிறது.

14. கேப்ரியல் அல்மண்ட் இதை "ஒவ்வொரு அரசியல் அமைப்பும் பொதிந்துள்ள அரசியல் நடவடிக்கைகளை நோக்கிய குறிப்பிட்ட நோக்குநிலை" என வரையறுக்கிறார்.

15. ஒப்பீட்டு ஆய்வுகளை நடத்துவதற்கும், இடைநிலைச் சமூகங்களின் அனுபவப் பகுப்பாய்வு செய்வதற்கும் அரசியல் கலாச்சார அணுகுமுறை மிகவும் பிரபலமாக உள்ளது

16. மாலிசோகி, ராட்லிப் பிரௌன், டால்காட் பார்சன்ஸ், மற்றும் மரியன் லேவி ஆகியோர்கள் அரசியல் வளர்ச்சிக்கு ஆதரவளித்தார்கள்.

17. லூசியான் பை, ஆல்மண்ட், கோல்மேன், ஆ·ப்டர், லாஸ் வெல், ரோஸ்ட், லிப் செட் போன்றவர்களும் அரசியல் வளர்ச்சியில் முக்கியமானவர்கள்.

18. லூசியன் பை அவர்கள் அரசியல் வளர்ச்சிக் கோட்பாட்டில் அவரது பங்களிப்பு குறிப்பிடத்தக்கது,

19. அரசியல் வளர்ச்சியின் இரண்டு பண்புகளை ஹண்டிங்டன் அடையாளம் காட்டுகிறார்.

20. ஹண்டிங்டனின் வரையறையின்படி, அரசியல் சிதைவு என்பது சமூக முன்னேற்றத்தின் நேரியல் யோசனைக்கு எதிரானது.

இயல்-ஒன்பது

முடிவுரை

இயந்திர உலகில் இயங்கும் 21ஆம் நூற்றாண்டு.

பழமை காலம் என்பது அதற்கு முன்னதாக வாழ்ந்திருப்பவர்களுக்கு புதிய காலமாக அமைந்திருந்தது. அதுபோலவே இன்றைய காலத்தில் வாழ்பவர்களுக்கும் மேற்கூறிய கருத்து பொருந்தும். சமூக அறிவியலுக்கும் முழு அறிவியலுக்கும் உள்ள வேறுபாடு என்னவென்றால் முழு அறிவியலில் அடிப்படை கருத்துக்கள் நிலைத்தன்மை கொண்டது.

ஆனால் சமூக அறிவியலில் உள்ள அடிப்படை கருத்துக்கள் தொடர்பான கோட்பாடுகள் மாறிக்கொண்டே இருக்கும் தன்மை படைத்தது. உதாரணத்திற்கு "ஜனநாயகம்" என்கிற கருத்திற்கு ஆயிரம் ஆயிரம் கோட்பாடுகள் காணப்படுகின்றன. வல்லுனர்களுடைய பார்வைகள் மாறுகின்ற பொழுது புதிய கோட்பாடுகள் தோற்றுவிக்கப்படுகின்றன. சூழ்நிலைக்கு ஏற்பவும் கோட்பாடுகள், சிந்தனைவாதிகளின் மூலமாக உயிராக்கம் பெறுகின்றன. கம்யூனிசம் என்கிற கொள்கை எவ்வாறு வேறுபட்டு பார்வையிட பெறுகிறதோ அதுபோலவே ஆகும். கம்யூனிசம் என்கிற கொள்கை ஒவ்வொரு நாட்டிலும் வேறுபட்ட முறையில் அணுகப்படுகிறது. சீனாவிற்கு ஏற்றார் போல கம்யூனிசமானது, மாற்றி அமைக்கப்பட்டு உள்ளதாக மாவோ, கலாச்சார புரட்சியின் தந்தை கூறியுள்ளார். இது போலவே சோவியத் மற்றும் கிழக்கு ஐரோப்பா நாடுகளில் அந்தந்த நாடுகளின் சூழ்நிலைக்கு ஏற்ப கொள்கையானது மாற்றி அமைக்கப்பட்டதை அனைவரும் அறிவார்கள்.

ஏனைய மற்ற கொள்கைகளும் கோட்பாடுகளும் இது போலவே சூழ்நிலைக்கு தகுந்தார் போல மாற்றி அமைக்கப்பட்டுள்ளது. இந்தியாவில் 1940களில் நிலவிய சூழ்நிலை தற்போது நிலுவையில் இல்லை. செயற்கை நுண்ணறிவு, சாட்டிலைட் கணினி மற்றும் அலைபேசி போன்ற மனித கண்டுபிடிப்புகளை தூர வைத்து இன்றைய உலகை பார்க்கிற பொழுது இருட்டுலகம் அல்லது பழமை உலகத்திற்கு நாம் சென்று விடக்கூடிய துர்பாக்கிய நிலை வந்து விடுகிறது. எனவே அறிவியல் பார்வையோடு ஆட்சியை அணுகுவது சாலச் சிறந்தது.

முன்னதாக சமூகமானது நிறைவான வளங்களுடன் குறைவான மக்கள் தொகையுடன் அமைந்திருந்தது. ஆனால் தற்போதய சூழ்நிலையில் "இருப்பு" குறைந்து வருகிறது. இதற்கு தகுந்தார் போல அரசாட்சி நடத்த பெற வேண்டும். கொள்கைகளும் கோட்பாடுகளும் மறு பகுப்பாய்வு செய்யப்படும் பட்சத்தில் உலக மக்களின் அடிப்படை தேவைகள் பூர்த்தி அடைவதை எதிர்பார்க்கலாம். எந்த ஒரு அரசாங்கமும், கொள்கையும், கோட்பாடும் மக்களுக்கான தேவைகளை பூர்த்தி செய்ய வேண்டிய கடமையை உடையது. அரசியல் அறிவியலில் காணப்படும் முதலாளித்துவம், கம்யூனிசம் அரசு, அரசாங்கம், அரசாங்கம் முறைகள், சட்டம், சுதந்திரம், மக்கள் கருத்து, ஊழல், சகோதரத்துவம், மதம், பிரிவினைவாதம், ஊடகம் போன்ற அடிப்படை கருத்து வாதங்கள் தொடர்பான பகுப்பாய்வு ஒரு தொடர்ச்சியான நிகழ்வாக உள்ளது.

முழு அறிவியல்களான மருத்துவம், இயற்பியல், வானவியல் கடலியல், பௌதீகம் போன்றவற்றில் பகுப்பாய்வு என்பது மனிதர்களின் சவுகரியமான வாழ்வை இலக்காக கொண்டுள்ளது. அதுவே சமூக அறிவியல்களில் நடத்த பெரும் பகுப்பாய்வானது, மக்கள் நிலையான அமைதியும், மகிழ்ச்சியையும், பிரிவின்மையும் பெறுவதற்கு வழி வகுக்கிறது. அரசியல் அறிவியலில் தோற்றுவிக்கப்பட்ட நடத்தைவாதம், பின்னடத்தை-வாதம், முறைமை கோட்பாடு,

தகவல் தொடர்பு, விளையாட்டு கோட்பாடு மற்றும் அரசியல் சமூகமயமாக்கல், கலாச்சாரம், வளர்ச்சி போன்ற கருத்து வாதங்கள் பகுப்பாய்வின் தொடர்ச்சியை சுட்டிக்காட்டுகிறது. இன்றைய காலகட்டத்தில் அறிவியல் மாற்றங்களையும் வளர்ச்சிகளையும் புறம் தள்ளுவது என்பது கண் தெரியாதவர்கள் யானையை அடையாளம் காணுவது போல ஆகும். இன்றைய உச்சக்கட்டத்தில் இருக்கக்கூடிய அறிவியல் வளர்ச்சியான செயற்கை நுண்ணறிவியல் போன்ற தொழில்நுட்ப வளர்ச்சியை அடிப்படையாக கொண்டு ஆட்சியை அணுகுவது மிகவும் சிறந்ததாக கருதப்படுகிறது. ஆட்சியியல் என்பது தொடர் இணைப்பின் மூலமாகவும் முழு அறிவியலில் ஏற்பட்டிருக்கும் வளர்ச்சி மூலமாகவும் இன்று நம் அலைபேசியின் மூலமாகவே ஆட்சி தொடர்பான அடிப்படை தேவைகள் மனித இனம் பெற்றுக் கொள்ளக்கூடிய அசாதாரண வளர்ச்சியை அடைந்துள்ளது. "மதிப்பு" மற்றும் "உண்மை" போன்ற இரு துருவங்களில் அதன் நிலைப்பாடுகளை உடைத்து சமூக அறிவியலில் முழு அறிவியலின் வளர்ச்சியை உட்படுத்துவது ஒட்டுமொத்த பகுப்பாய்விற்கும் அதை சார்ந்து இருக்கும் மனித இனத்திற்கும் நன்மை பயக்கும் விதத்தில் அமைந்துள்ளது.

மேலும் முழு அறிவியலில் உள்ள வளர்ச்சிகளை உபயோகப்படுத்தும் பட்சத்தில் அதற்குண்டான கட்டுப்பாட்டு யுக்திகளும் அவசியமாகிறது. இன்று அரசாங்க கட்டுப்பாடுகள் இல்லாததாலும் தனியார்மயமாக்கல் அதிகமாக வளர்ச்சி பெறுவதாலும் மக்களுக்கு இடையேயான பொருளாதார இடைவெளி அதிகமாகி வருவதை நாம் கண்கூடாக பார்க்கின்றோம். மேலும் கார்ப்பரேட் குழுமங்கள் சுரண்டல் போன்ற நடவடிக்கைகளில் ஈடுபட்டு வெகுஜன மக்களுக்கு கிடைக்க வேண்டிய அடிப்படை தேவைகளையும் பாதிக்கின்ற அளவிற்கு பெருகி வருவது நிலுவையில் உள்ளது. இதை கட்டுப்படுத்துவதற்கு அரசாங்கத்தால் மட்டுமே இயலக்கூடிய காரியமாக உள்ளது.

ஊழல், ஊடகம், தேர்தல், பொருளாதார நிலை, உண்மை நிலை போன்ற பல ஆராய்ச்சிகளுக்கு உண்டான கருத்துக்களை பகுப்பாய்வு செய்வதற்கு செயற்கை நுண்ணறிவியில் போன்ற அறிவியல் வளர்ச்சியை பயன்படுத்த வேண்டும். செயற்கை நுண்ணறிவியல் இல்லாமலேயே கோட்பாடுகள் தோற்றுவிக்கப்பட்டது மனித உலகின் சாதனையாகும். அரசியல் அறிவியலில், மேற்கொண்டு பகுப்பாய்வானது இந்த தொழில்நுட்ப வளர்ச்சியை பயன்படுத்தும் பட்சத்தில் கொள்கைகளும் கோட்பாடுகளும் மனித இனத்திற்கு பல நன்மைகளை உண்டாக்கக்கூடிய விதத்தில் அமையும். முழு அறிவியலில் இருக்கக்கூடிய அறிவியல் உண்மைகளும் வளர்ச்சிகளும் சமூக அறிவியலில் இருக்கக்கூடிய பாடங்களின் ஆராய்ச்சி பகுப்பாய்விற்கு பயன்படுத்துகின்ற பொழுது பரஸ்பரம் இரு அறிவியல்களும் பயன்பெறும் என்பதை எவராலும் மறுக்க இயலாது.

கலைசொற்கள்

1. Authority - அதிகாரம்

2. Alienation - அந்நியப்படுதல்

3. Aesthetics - அழகியல்

4. Anarchism - அராஜகம்

5. Arbitrary Arrest - தன்னிச்சையான கைது

6. Antagonistic Classes - விரோத வகுப்புகள்

7. Agrarian state - விவசாய மாநிலம்

8. Abolitionism - ஒழிப்புவாதம்

9. Autonomies - சுயாட்சிகள்

10. Antibehaviouralism - நடத்தைவாத எதிர்ப்பு

11. Behavioral Approach - நடத்தை அணுகுமுறை

12. Behavioural Credo - நடத்தை நம்பிக்கை

13. Behaviouralism - நடத்தைவாதம்

14. Bourgeois Democracy - முதலாளித்துவ ஜனநாயகம

15. Charismatic - கவர்ச்சியான

16. Coercion - வற்புறுத்தல்

17. Cultural Dualism - கலாச்சார இரட்டைவாதம்

18. Cultural Pluralism - கலாச்சார பன்மைத்துவம்

19. Conservative - பழமைவாதம்

20. Congruent - இணக்கமான

21. Capitalist Class - முதலாளித்துவ வர்க்கம்

22. Civil Liberties - சமுக உரிமைகள்

23. Consent Morality - சம்மத ஒழுக்கம்

24. Classical Theory - பாரம்பரிய கோட்பாடு

25. Communications Theory - தொடர்பு கோட்பாடு

26. Compensation Theory - இழப்பீட்டுக் கோட்பாடு

27. Circulation of Elites - உயரடுக்குகளின் சுழற்சி

28. Dichotomy - இருவகை

29. Democracy and Discontent - ஜனநாயகம் மற்றும் அதிருப்தி

30. Derivations - வழித்தோன்றல்கள்

31. Dominant Class - ஆதிக்க வர்க்கம்

32. Dictatorship - சர்வாதிகாரம்

33. Delegate - பிரதிநிதி

34. Democratic Populist - ஜனநாயக ஜனரஞ்சகவாதி

35. Decentralisation of Authority - அதிகாரப் பரவலாக்கம்

36. Empiricists - அனுபவவாதிகள்

37. Elite - உயரடுக்கு

38. Elite Theory - உயரடுக்கு கோட்பாடு

39. Ethics - நெறிமுறைகள்

40. Equilibrium - சமநிலை

41. Explicit Manner - வெளிப்படையான முறையில்

42. Economic Revolution - பொருளாதாரப் புரட்சி

43. Egalitarianism - சமத்துவம்

44. Elucidate - தெளிவுபடுத்துங்கள்

45. Flow Model - ஓட்டம் மாதிரி

46. Fused Societies - இணைந்த சமூகங்கள்

47. Glorious - புகழ்பெற்ற

48. German Ideology - ஜெர்மன் கருத்தியல்

49. Game Theory - விளையாட்டு கோட்பாடு

50. General Systems Theory - பொது அமைப்பு கோட்பாடு

51. General Will - பொது விருப்பம்

52. Harmonious - இணக்கமான

53. Homogeneous - ஒரேவிதமான

54. Hierarchical - படிநிலை முறை

55. Historical Analysis - வரலாற்று பகுப்பாய்வு

56. Interpreted Functionalism - செயல்பாட்டுவாதத்தை விளக்கம்

57. Inter-State Relations - மாநிலங்களுக்கு இடையேயான உறவுகள்

58. Institutional Approach - நிறுவன அணுகுமுறை

59. Invoke Tradition - பாரம்பரியத்தை அழைக்கவும்

60. Isolationist - தனிமைவாதி

61. Intellectual Tendency - அறிவார்ந்த போக்கு

62. Longevity of Institutions - நிறுவனங்களின் நீண்ட ஆயுள்

63. Liberal Democracy - தாராளவாத ஜனநாயகம்

64. Legitimacy - சட்டபூர்வமான தன்மையை

65. Malaise - உடல்நலக்குறைவு

66. Mass Mobilisation - வெகுஜன அணிதிரட்டல்

67. Manuscripts - கையெழுத்துப் பிரதிகள்

68. Military Class - இராணுவ வகுப்பு

69. Mad Craze Authors - பைத்தியம் பிடித்த எழுத்தாளர்கள்

70. Normativists - இயல்புவாதிகள்

71. Monarchial - முடியாட்சி

72. Manifested - வெளிப்படுத்தப்பட்டது

73. Nanny State - செவிலித்தாய் மாநிலம்

74. Nutshell - சுருக்கெழுத்து

75. Nation building - தேசத்தைக் கட்டியெழுப்புதல்

76. Nationhood- தேசியம்

77. Neo behaviouralism - புதிய நடத்தைவாதம்

78. Neo liberalism - புதிய தாராளமயம்

79. Negative Liberty - எதிர்மறை சுதந்திரம்

80. Obscurity - தெளிவின்மை

81. Overlapping - ஒன்றுடன் ஒன்று

82. Pluralist Theory - பன்மைத்துவ கோட்பாடு

83. Predecessors - முன்னோடி

84. Positivism - நேர்மறைவாதம்

85. Populism - ஜனரஞ்சகவாதம்

86. Political Modernization - அரசியல் நவீனமயமாக்கல்

87. Political Culture - அரசியல் கலாச்சாரம்

88. Political Elites - அரசியல் உயரடுக்குகள்

89. Precludes Metaphysics - மீமெய்யியல் தடுப்பது.

90. Partisan - பாகுபாடான

91. Political Decay - அரசியல் சிதைவு

92. Positive Liberty - நேர்மறை சுதந்திரம்

93. Political System - அரசியல் அமைப்பு

94. Political Development - அரசியல் வளர்ச்சி

95. Proletarian State - பாட்டாளி வர்க்க அரசு

96. Poverty of Philosophy - தத்துவத்தின் வறுமை

97. Pays Lip-Service - போலி வழிபாடு

98. Priestly Class - பாதிரியார் வகுப்பு

99. Political Organism - அரசியல் உயிரினம்

100. Periodical Election - காலமுறை தேர்தல்

101. Penetration crises - ஊடுருவல் நெருக்கடி

102. Public Opinion - பொது கருத்து

103. Political Climate Complacency - அரசியல் சூழல் மனநிறைவு

104. Rational - பகுத்தறிவு

105. Residues - எச்சங்கள்

106. Representative Democracy - பிரதிநிதித்துவ ஜனநாயகம்

107. Revolt of the Masses - வெகுஜனங்களின் கிளர்ச்சி

108. Rentiers - வாடகைதாரர்கள்

109. Relativism - சார்பியல்வாதம்

110. Rigid Ascriptive Patterns - உறுதியான எழுத்து வடிவங்கள்

111. Structural Functionalism - கட்டமைப்பின் செயல்பாட்டுவாதம்

112. Social Contract - சமூக ஒப்பந்தம்

113. Separation of Powers - அதிகாரங்களை பிரித்தல்

114. Speculators - 'ஊக வணிகர்கள்

115. Structural–Functional Approach - கட்டமைப்பு-செயல்பாட்டு அணுகுமுறை

116. Speculative - ஊகமான

117. Secret Ballot - ரகசிய வாக்கெடுப்பு

118. State building - மாநில கட்டமைப்பு

119. Sociological Explanation - சமூகவியல் விளக்கம்

120. Traditional - பாரம்பரிய

121. Totalitarianism - சர்வாதிகாரம்

122. Tremendous Influences - மிகப்பெரிய தாக்கங்கள்

123. Tautologies - ஆய்வுகள்

124. Theoretical - தத்துவார்த்த

125. Utopian - கற்பனாவாதம்

126. Universal Suffrage - உலகளாவிய வாக்குரிமை

127. Vast Paraphernalia - பரந்த சாதனங்கள்

128. Will And Capacity - விருப்பம் மற்றும் திறன்

129. Welfare State - வளர்ந்த மாநிலம்

130. Woman Suffragee - பெண் வாக்குரிமை

ஒரு வரி பதில்கள்

1. டுவர்ஜரின் கட்சி அமைப்பு வகைப்பாடு என்பது, எந்த அரசியல் கட்சியின் அனுபவத்திலிருந்து பெறப்பட்டது

   மேற்கு ஐரோப்பா

2. நேர்மறை சுதந்திரத்தை விட எதிர்மறை சுதந்திரம் மேலானது என்று யார் கூறியது?

   ஏசாயா பெர்லின்

3. அரசியல் அமைப்பின் 'ஓட்ட மாதிரி'யை முன்வைத்தவர் யார்?

   டேவிட் ஈஸ்டன்

4. கேப்ரியல் அல்மண்ட் தனது அணுகுமுறையின் பெரும்பாலான சொற்களை யாரிடம் கடன் வாங்கினார்

   டால்காட் பார்சன்ஸ்

5. அரசியல் கலாச்சாரத்தை பெறுவதற்கான வழிமுறைகள் என்றால் என்ன?

   அரசியல் சமூகமயமாக்கல்

6. எது அந்நியப்படுதல் பற்றிய படைப்பு அல்ல?

   தத்துவத்தின் வறுமை

7. கலாச்சாரங்களை நாகரிகங்களுடன் இணைத்தவர் யார்?

   ஹண்டிங்டன்

8. எலைட் கோட்பாடு முதலில் தொடங்கப்பட்டது எங்கே?

    மத்திய மற்றும் மேற்கு ஐரோப்பிய நாடுகளில்

9. "ஜனநாயகமும் அதிருப்தியும்" என்ற புத்தகத்தை எழுதியவர் யார்?

    அத்துல் கோலி

10. நேர்மறை தாராளமயம் கோட்பாடு இதனை நம்பவில்லை

    குறைந்தபட்ச நிலை

11. மார்க்சியதிற்கு   மாற்று   அணுகுமுறையாக செயல்பாட்டுவாதத்தை விளக்கியவர் யார்?

    டபிள்யூ. ஜி. ரன்சிமேன்

12. மனித   நடத்தைக்கு   அடிப்படையில்   பொறியியல் நோக்குநிலையைக் கொடுக்க முயற்சித்தது எது?

    தொடர்பு கோட்பாடு

13. கேப்ரியல் அல்மண்ட்டின் அரசியல் அமைப்பின் பண்புகள் பெரும்பாலும் --------- அரசியலை ஒத்திருக்கின்றன.

    அமெரிக்கா

14. எந்த அணுகுமுறைகள் முதலில் ஒரு ஜனநாயகம் மற்றும் சோசலிச விமர்சனமாக தொடங்கப்பட்டது?

    எலைட் கோட்பாடு

15. எந்த தாராளவாத சிந்தனையார் "ஜனநாயக அமைதிக் கோட்பாட்டோடு தொடர்புடையவர்?

    மைக்கேல் டாய்ல்

16. கேப்ரியல் அல்மண்ட்டின் கூற்றுப்படி, அரசியல் வளர்ச்சிக்கு எது நிபந்தனை அல்ல?

    வளர்ச்சியின் நிலைகளில் ஒன்றுடன் ஒன்று

17. ஒரு மனிதன் ஒட்டுமொத்த சமுதாயத்திலும் திறம்பட செயல்படுகிறான், அவரது தனிப்பட்ட குணங்கள் காரணமாக இல்லை, வெகுஜனத்தால் அவரிடம் குவிந்துள்ள சமூக ஆற்றல்கள் காரணமாக என்று கூறியவர் யார்?

கேசட்

18. இந்தியாவை ஜனநாயக வளர்ச்சி நாடு என்று கூறியவர் யார்?

ஜேம்ஸ் மேனர்

19. அரசியல் வளர்ச்சியை அரசியல் நவீனமயமாக்கல் கூடுதலாக நிறுவனமயமாக்கல் என்று கருதுபவர் யார்?

ஹீலியோ ஜாக்வாரிப்

20. தாராளவாத அரசியலமைப்பு மற்றும் ஜனநாயக சீர்கேட்டை பற்றி வேறுபடுத்தியவர் யார்?

தீடா ஸ்கோக்போல்

21. பங்கேற்பு ஜனநாயகம் என்ற கருத்து உருவானது யாரால்?

ரூசோ

22. அரசியல் சிதைவு கூற்றினை குறியவர் யார்?

எஸ். பி. ஹண்டிங்டன்

23. நிறுவனமயமாக்கலை விட வெகுஜன அணிதிரட்டல் மற்றும் பங்கேற்பு அதிகம் என சொல்லும் கூற்று எது?

அரசியல் சிதைவு கூற்று

24. எந்த அணுகுமுறை "எல்லா சக்திக்கும் அறிவு தேவை மற்றும் அனைத்து அறிவும் தற்போதுள்ள அதிகார உறவுகளை சார்ந்துள்ளது மற்றும் வலுப்படுத்துகிறது" என்று கூருகிறது?

பின்நவீனத்துவ அணுகுமுறை

25. யார் நிறுவன அணுகுமுறையுடன் தொடர்புடையவர்?

ஜேம்ஸ் பிரைஸ்

26. அரசியல் வளர்ச்சியை ஒரு நேர்கோட்டு செயல்முறை சவால் செய்தவர் யார்?

ஹண்டிங்டன்

27. ஒரு சிறிய உயரடுக்கு நவீனமயமாக்கப்படுகிறது, அதே சமயம் பெரும்பான்மையானவர்கள் கடுமையான எழுத்து பாரம்பரிய வடிவங்களில் உள்ளனர் என்பது என்ன?

கலாச்சார இரட்டைவாதம்

28. மாக்கியவெல்லியின் ஆளும் குழுக்களின் தன்மையை, உயரடுக்கு 'ஊக வணிகர்கள்' மற்றும் 'வாடகைதாரர்கள்' என்று குறியவர் யார்?

பரேட்டோ

29. ஒழுங்கு மற்றும் ஒழுங்கின்மைக்கு இடையே உள்ள வித்தியாசத்தை விட முக்கியமானது கம்யூனிசம் மற்றும் தாராளமய ஜனநாயகம் என பரிந்துரைப்பது யார்?

ஹண்டிங்டன்

30. மாவோ எழுதிய நூல் எது?

புதிய ஜனநாயகம் பற்றி

31. எழுத்தாளர்களில் எலைட்டுகளை பரந்த வகைகளாக வகைப்படுத்தியவர் யார்?

கார்ல் மேன்ஹெய்ம்

32. பொது அமைப்புக் கோட்பாடு என்ற கருத்தை முதலில் உருவாக்கியவர் யார்?

லுட்விக் வான் பெர்டாலன்·பி

33. ஒரு முறையாக, வளரும் நாடுகளின் அரசியலைப்பை படிக்க உருவாக்கப்பட்டது எது?

கட்டமைப்பு செயல்பாட்டுவாதம்

34. தி பவர் எலைட்' என்ற புத்தகத்தை எழுதியவர் யார்?

ரைட் மில்

35. ஐக்கிய அமெரிக்க சமகால அரசியலைப் பற்றிய ஆய்வு எது?

தி பவர் எலைட்

36. இங்கிலாந்து பற்றிய, அரசியல் வளர்ச்சியில் ஏற்பட்டுள்ள நெருக்கடிகளை அடையாளம் கண்டுள்ள ஆய்வு யாருடையது?

லூசியன் டபிள்யூ. பை

37. மான்டெஸ்கியூவின் அதிகாரங்களைப் பிரிப்பதற்கான கோட்பாட்டில் எதை வலியுறுத்துகிறார்?

சுதந்திரம்

38. இணைந்த சமூகங்கள் பாரம்பரியமானவை என்ற கண்ணோட்டத்தை முன் வைத்தவர் யார்?

ரிக்ஸ்

39. எந்த அணுகுமுறையின் ஆய்வுகள், மற்றவர்கள் மத்தியில், பொதுக் கருத்து மற்றும் அரசியல் தேர்வுகள் பற்றி குறிப்பிடுகிறது?

நடத்தை அணுகுமுறை

40. ஜனநாயகத்தின் பொருளாதாரக் கோட்பாட்டை முன்வைத்தவர் யார்?

ஆண்டனி டான்ஸ்

41. இலக்கை மாற்றுதல், பின்னூட்டம் மற்றும் சாய்தல் என்ற கருத்தை யார் பயன்படுத்தினார்?

கார்ல் டூயேச்

42. அமைப்பு பராமரிப்பு மற்றும் அமைப்பு விடாமுயற்சி ஆகியவற்றுக்கு இடையே உள்ள வேறுபாட்டை உருவாகியவர் யார்?

டேவிட் ஈஸ்டன்

43. ஜனநாயக கலாச்சாரத்தில் 'தூங்கும் நாய்' கோட்பாட்டை வழங்கியவர் யார்?

கேப்ரியல் அல்மண்ட் மற்றும் வெர்பா

44. அரசாங்கம் பல்வேறு ஆர்வமுள்ள குழுக்களால் செல்வாக்கு செலுத்தப்படும் மற்றும் அவ்வாறு செய்யாது, அந்த குழுக்களில் ஏதேனும் ஒன்றுக்கு எதிராக அல்லது பாரபட்சமாக இருக்க மாட்டார்கள் என்று எந்த கோட்பாடு கூறுகிறது?

பன்மைத்துவ கோட்பாடு

45. தாராளவாத கோட்பாடு எதனுடன் தொடர்புடைய வளர்ச்சி அரசியல் செயல்முறையை பின்பற்றுகிறது?

தொழில்மயமாக்கல்

46. அரசியல் வளர்ச்சியின் இழப்பீட்டுக் கோட்பாடுக்கு எது மிகவும் அவசியமானது?

மாநிலங்களுக்கு இடையேயான உறவு

47. பாரம்பரிய வளர்ச்சி கோட்பாட்டுடன் தொடர்புடையவர் யார்?

ஆடம் ஸ்மித்

48. பொது நிறுவனங்களின் மீதான நம்பிக்கையின் வீழ்ச்சியின் அடிப்படையில் 'சட்டமயமாக்கல் நெருக்கடி' என்ற சொல் யாரால் உருவாக்கப்பட்டது?

ஹேபர்மாஸ்

49. அரசியல் உயரடுக்கு கோட்பாட்டுடன் தொடர்புடையவர் யார்?

பரேட்டோ

50. மார்க்சிய ஜனநாயகத்தின் அம்சமாக பட்டியலிடப்பட்ட ஒன்று எது?

தூய நேரடி ஜனநாயகம்

51. ஜனநாயகத்தின் பொருளாதார அம்சங்கள் சட்டங்களின் அரசியலமைப்பு மூலம் வலியுறுத்தப்பட்டு இயற்றப்பட்டுள்ளன என கூறும் கோட்பாடு என்ன?

மார்க்சிய ஜனநாயகக் கோட்பாடு

52. ஜனநாயகத்தின் பன்மைத்துவக் கோட்பாடு ------------- பிரிப்பதை வலியுறுத்துகிறது.

அதிகாரங்களைப்

53. அடிக்கடி தேர்தல்களுக்கு எதிரானது கோட்பாடு எது?

ஜனநாயகத்தின் பன்மைத்துவக்

54. ஜனநாயகத்தின் பன்மைத்துவக் கோட்பாடு ------------- அறிமுகப்படுத்துவதை ஆதரிக்கிறது.

சுயராஜ்யத்தை

55. எலிட்டிஸ்ட் கோட்பாடு, அதிகாரம் எப்பொழுதும் ஒரு சிறிய ------------- கைகளில் குவிந்துள்ளது என்று கூறுகிறது.

உயரடுக்கினரின்

56. சிந்தனையாளர்களில் யார் எலிட்டிஸ்ட் கோட்பாட்டை மார்க்சியத்துடன் இணைக்க முயன்றார்?

ஜேம்ஸ் பர்ன்ஹாம்

57. ஆட்சியாளருக்கும் ஆளப்படுபவர்களுக்கும் இடையே சமத்துவத்தை நம்பாதது என்றால் என்ன?

எலிட்டிஸ்ட் கோட்பாட்டு

58. ஜனநாயகத்தின் பன்மைத்துவக் கோட்பாட்டுடன் தொடர்புடையவர் யார்?

பாரல்சன், சர்டோரி, ப்ரெஸ்டஸ்

59. தத்துவஞானிகளில் யார் ஜனநாயக லிபரல் கோட்பாட்டுடன் தொடர்புடையவர்கள்?

லோக், ஹோப்ஸ், ஜே. எஸ். மில்

60. பண்டைய கிரேக்க தத்துவவாதிகள் மூலம் -------------- கோட்பாட்டு எழுதப்பட்டது?

ஜனநாயகத்தின் கிளாசிக்கல்

61. தாராளவாத ஜனநாயகத்தின் அடிப்படைக் கொள்கை, இறையாண்மையில் இருந்து மக்கள் தனது அதிகாரத்தை ஈர்த்துகொள்வது என்று கூறியவர் யார்?

லாக்

62. மாநிலத்தின் அடிப்படையில் சிந்தனையாளர்களில் யார் மக்களின் சம்மதம்' என்ற கொள்கையை வலியுறுத்தினார்?

லாக்

63. லாக்கின் ஜனநாயகத்தின் தாராளவாதக் கோட்பாட்டின் இரண்டு அடிப்படைக் கொள்கைகள் என்ன?

மக்கள் இறையாண்மை மற்றும் அரசியலமைப்பு அரசாங்கம்

64. ஜனநாயகத்தின் தாராளவாதக் கோட்பாடு, மாநிலத்தில் மக்களின் அடிப்படையான ஒப்புதல் என்று கூறியவர் யார்?

ரூசோ

65. எந்த சிந்தனையாளர் வயது வந்தோருக்கான உரிமையின் கொள்கை, பிரதிநிதித்துவ அரசாங்கம், பத்திரிகை சுதந்திரம் மற்றும் அடிக்கடி தேர்தல்கள் என்பது தாராளவாத ஜனநாயகக் கோட்பாட்டின் அடிக்கல் என்று கூறியவர் யார்?

ஜே. எஸ். மில்

66. ஜனநாயக லிபரல் கோட்பாட்டிற்கு முக்கிய பங்களிப்பாக தனிநபர் சுதந்திரத்தின் நிபந்தனையாக கூட்டு நல்வாழ்வை வலியுறுத்துவது யார்?

டி. எச். கிரின்

67. ஜனநாயகத்தின் உயரடுக்கு கோட்பாடு ஒரு சிறிய குழு உயரடுக்கினரால் ---------பயன்படுத்தப்படுகிறது என்று அது நம்புகிறது.

அதிகாரம்

68. யார் மாநில பிரச்சனைகள் பற்றிய, இடை-ஒழுங்கு அணுகுமுறைக்கு அழுத்தம் கொடுத்துள்ளார்?

ஈஸ்டன்

69. "மாநிலத்திற்கு வெளியே வாழும் மனிதன் ஒரு மிருகம் அல்லது கடவுள்" என்று கூறியவர் யார்?

அரிஸ்டாட்டில்

70. ட்ரெட்ஷ்கே (Tretschke) இன் கூற்றுப்படி, மாநிலத்தின் சாராம்சம் என்ன?

படை

71. எந்த அணுகுமுறையில் "அரசியலின் மையக் கருப்பொருளாக இருப்பது வர்க்க முரண்பாடுகளின் விளைவு என கருதப்படுகிறது?

மார்க்சிய அணுகுமுறை

72. ஆற்றல்லின் திறன் என்பது என்ன?

இறையாண்மையை வைத்திருப்பது

73. தன்னலக்குழுவின் இரும்புச் சட்டம் என்ற புத்தகத்தினை எழுதியவர் யார்?

மைக்கேல்ஸ்

74. அரசியல் பற்றிய அறிவியல் ஆய்வின் முதல் ஆதரவாளர் யார்?

சார்லஸ் மெரியம்

75. அரசியல் அறிவியலின் நடத்தை அணுகுமுறை என்பது அனுபவ உள்ளடக்கத்தை உருவாக்கும் முயற்சியால் அரசியல் விஞ்ஞானத்தைவிட அறிவியல் பூர்வமானது என்று கூறியவர் யார்?

சார்லஸ் மெரியம்

76. அரசியல் அறிவியலிள் நடத்தை அணுகுமுறையின் எட்டு கொள்கைகள் பொதுவாக எப்படி அறியப்படுகின்றன.

தூய அறிவியல்

77. பிந்தைய நடத்தைவாதிகளின் வலுவான கோரிக்கை என்ன?

பொருத்தம் மற்றும் செயல்

78. 1960ஆம் ஆண்டில், கட்டமைப்பு செயல்பாட்டுவாதத்தினை வெளியிட்டவர்கள் யார்?

ஆல்மண்ட் மற்றும் பவல்

79. சைபர் நெட்டிக்ஸ் என்றால் என்ன?

தொடர்பு அறிவியல்

80. தகவல் தொடர்பு கோட்பாட்டை முன்வைத்தவர் யார்?

நார்பர்ட் வீனர்

81. அரசியல் ஆய்வுகளுக்கு கணித மாதிரிகளைப் பயன்படுத்துவதில் எந்தக் கோட்பாடு பயன்படுகிறது?

விளையாட்டு (game) கோட்பாடு

82. விளையாட்டுக் (game) கோட்பாடு 1920ல் யாரால் உருவாக்கப்பட்டது?

எமில் போரல்

83. கார்ல் மார்க்ஸ் யாருடன் கம்யூனிஸ்ட் அறிக்கையை எழுதினார்?

∴பிரெட்ரிக் ஏங்கெல்ஸ்

84. அரசியல் மற்றும் அரசாங்கத்தின் அடிப்படை மதிப்புகள் பற்றிய ஆய்வுகளை எப்படி அழைக்கலாம்?

அரசியல் கலாச்சாரம்

85. கேப்ரியல் அல்மண்ட் மற்றும் சிட்னி வெர்பாவின், மூன்று வகையான என்ன கலாச்சாரங்கள் என்ன?

பார்ப்பனியம், பொருள் மற்றும் பங்கேற்பாளர்

86. "அரசியல் அமைப்பு" என்ற புத்தகத்தை எழுதியவர் யார்?

ஈஸ்டன்

87. அதிகாரம் என்பது பெரும்பாலும் அதிகாரம், கீழ்ப்படிதல், கட்டளையிடு என வரையறுக்கப்படுகிறது என்று கூறியவர் யார்?

மேக்ஜவர்,

88. மேக்ஸ் வெப்பர்ரின் மூன்று அதிகாரங்கள் யாவை?

பகுத்தறிவு, பாரம்பரிய, மற்றும் கவர்ச்சியான.

89. மனமும் சமூகமும் என்ற புத்தகத்தை எழுதியவர் யார்?

வில்:ப்ரெட் பரேட்டோ

90. வில்:ப்ரெட் பரேட்டோ உயரடுக்கு வழித்தோன்றல்கள்களை எத்தனை வகைகளாக பிரிக்கிறார்?

ஆறு

91. 'ஆளும் வர்க்கம்' என்ற புத்தகத்தை எழுதியவர் யார்?

மொஸ்கா(Gaetano Mosca)

92. உள்ளீடு வெளியீடு பகுப்பாய்வு கோட்பாட்டு யாருடையது?

டேவிட் இன்ஸ்டன்

93. பொது முறையமைவுக் கோட்பாட்டியலில் இருந்து தோன்றியது யாது?

உள்ளீடு வெளியீடு பகுப்பாய்வு

94. கட்டாயமாக ஒருங்கிணைக்கப்பட்ட சங்கங்கள்' என்ற கருத்து யாரால் வழங்கப்பட்டது?

ரால்ப் டாரெண்டோர்:ப்(Ralph Dahrendorf)

95. சமூகவியல் என்பது சமூக நடவடிக்கையின் பொருளைப் புரிந்துகொள்ளும் அறிவியல் செயல்முறை என்று கூறியவர் யார்?

மேக்ஸ் வெபர்

96. கடவுள் சமுதாயம் தெய்வீகமானது என்று கூறியது யார்?

எமில் டர்கெய்ம்

97. முரண்பாடு கோட்பாட்டின் தலைவர்கள் யார்?

கார்ல் மார்க்ஸ் மற்றும் மேக்ஸ் வெபர்

98. அரசியல் முறையமைவுகள் சட்டபூர்வமாக தகவல்களையும்
--------- மக்களுக்கு ஒதுக்குதல் ஆகும்.

பணிகளையும்

99. அமைப்பு பணி பகுப்பாய்வு ------------- கோட்பாட்டில் இருந்து
தோன்றியதாகும்.

பொதுவான முறையியல்

100. முதன் முதலில் டார்கோட் பர்சனால் அறிமுகப்படுத்தப்பட்ட
கோட்பாட்டு எது?

அமைப்பு பணி பகுப்பாய்வு

101. ஒரு முழுமையான பொருளை பல கூறுகளாக பிரித்து
எடுத்து ஆய்வு செய்தலை என்ன என்று அழைக்கலாம்?

பகுப்பாய்வு

102. ஒரு அரசியல் அறிவியலாளர் அரசியல் தீரன், செல்வாக்கு,
அதிகாரம் போன்ற அடிப்படை கருத்துக்களின் பொருள்களை
அறிய முயலும் பகுப்பாய்வை எப்படி அழைப்பது?

சொற்பொருள் பகுப்பாய்வை

103. துர்கெய்ம்(Durkheim) எழுதிய "மத வாழ்க்கையின் அடிப்படை
வடிவங்கள் புத்தகத்தின் பகுப்பாய்வு என்ன?

மதத்தின் முழு நிகழ்வின்

104. போலிஸ்(polis) என்ற வார்த்தை கிரேக்க வார்த்தையின்
அர்த்தம் என்ன?

நகர மாநிலம்

105. பிந்தைய நடத்தைவாதம் என்பது ஒரு இயக்கம் மற்றும் ---
-------போக்கு ஆகும்.

அறிவுசார்

106. பிந்தைய நடத்தைவாதம் ஒரு புதிய அணுகுமுறையாக தோன்றியது எப்போது?

1960ல்

107. பாரம்பரிய அணுகுமுறைகள் ---------- ஆய்வுக்கு மிக முக்கியமானவை

மாநில

108. அரசியல் கோட்பாட்டிற்கான பாரம்பரிய அணுகுமுறையை எந்த அடிப்படையில் விமர்சிக்கப்பட்டது?

அறிவியலற்றது

109. பாரம்பரிய அரசியல் கோட்பாடு எதனுடன் தொடர்புடையது?

சரியான அரசியல் ஒழுங்கு

110. நடத்தைவாதம் யாரின் நடத்தைகளில் பகுப்பாய்வாக கருதப்பட்டது?

அரசியல் நடிகர்

111. அரசியல் அறிவியலில் நடத்தைவாத அணுகுமுறை ஒரு எதிர்ப்பு இயக்கமாக இருந்தது' என்று மேற்கோள் காட்டியவர் யார்?

ராபர்ட் எச். தால்

112. நடத்தைவாத அணுகுமுறை எந்த உலகப் போருக்குப் பிறகு அரசியல் பற்றிய ஆய்வில் ஆதிக்கம் செலுத்தியது

இரண்டாம்

113. பிந்தைய நடத்தை என்பது ஒரு இயக்கம் மற்றும் ---------- போக்கு ஆகும்.

அறிவுசார்

114. பிந்தைய நடத்தைவாதத்தின் அம்சங்கள் உண்மைகள் மற்றும் ---------- அடிப்படையாகக் கொண்டவை.

மதிப்பை

115. அரசியல் கோட்பாட்டிற்கான மார்க்சிய அணுகுமுறைகள் -------- க்கு எதிராக வலியுறுத்துகின.

முதலாளித்துவத்திற்கு

116. பகுப்பாய்வுக்கு எந்த அணுகுமுறையை பயன்படுத்த முடியும்?

பல இயல் அணுகுமுறை

117. அரசியல் பகுப்பாய்வில் வரலாறு அணுகு முறையை அறிமுகப்படுத்தியவர் யார் ?

சபைன்

118. அரசியல் கோட்பாட்டியலில் உண்மை நிலை, காரண நிலை, ---------- என மூன்று நிலைகளை கொண்டுள்ளது.

தகவுநிலை

119. தத்துவம் சார்ந்த அணுகுமுறையை பயன்படுத்தியவர் யார்?

ஸ்ட்ராஸ்

120. சமூகவியல் சார்ந்த அணுகுமுறையை பயன்படுத்தியவர் யார்?

கேட்லின்

121. கருத்தியல் கோட்பாடானது ---- அடிப்படையாகக் கொண்டது?

குண மதிப்பை

122. செயலறிவுக் கோட்பாடானது --------- பொருள்களை மையமாகக் கொண்டது?

கண்கூடான

123. உள்ளீடு வெளியீடு பகுப்பாய்வானது தகவுகளையும் பணிகளையும் ------ ஒதுக்குகின்றன.

மக்களுக்கு

124. உள்ளீடு வெளியீடு பகுப்பாய்வானது சட்டபூர்வமாக ஒதுக்கிய தகவல்களையும் பணிகளையும் மக்கள் ---------- வேண்டும் என வலியுறுத்துகிறது.

ஏற்க வேண்டும்

125. அரசியல் திறன் பற்றிய கோட்பாட்டினை பரிந்துரை செய்தவர் யார்?

ஜேகப்

126. பன்னாட்டு அரசியல் முறையில் அறமாண்பிற்கு பதிலாக இறையாண்மையை வலியுறுத்தியவர் யார்?

ஹேகள்

127. செல்வாக்கு பரப்பு பற்றி கூறியவர் யார்?

டாலின்

128. அரசியல் யார் எதை எப்பொழுது? எப்படி பெறுகிறார்கள் என்ற நூலின் ஆசிரியர் யார்?

லாஸ்வெல்

129. லாஸ் வெல்லின் பகுப்பாய்வு என்ன?

பகிர்ந்தளிப்பு பகுப்பாய்வு

130. சமநிலை பகுப்பாய்வு யாருடையது?

லாஸ்வெல்

131. **தீர்மானம் செய்யும் முறையைப் பற்றி தெரிந்து கொள்ள லாஸ்வெல் _______ பகுப்பாய்வை பயன்படுத்துகிறார்?**

வளர்ச்சி பகுப்பாய்வு

132. **லாஸ் வெல்லின் வடிவமைப்பு பகுப்பாய்வு _______ ஐ பற்றியது ?**

வளங்களை

133. **ஆல்மண்ட் எத்தனை வகையான விருப்ப குழுக்களை அறிமுகப்படுத்தியுள்ளார்?**

நான்கு

134. **பொதுவான சமூகவியல் பற்றிய ஆய்வு கட்டுரை என்னும் நூல் யாருடையது?**

வில்பிரடோ பரட்டோ

135. **வளரும் நாடுகளின் அரசியலின் அரசியலை ஆய்வு செய்வதற்கான ஒரு வழிமுறையாக _______ உருவாக்கப்பட்டது.**

கட்டமைப்பு செயல்பாட்டுவாதம்

ஐஏஎஸ் ஐபிஎஸ் டிஎன்பிஎஸ்சி என் ஈ டி தேர்வுகளில் வெற்றிபெற பயிற்சி முறைமைகள்

+2 முடித்துவிட்டு இளங்கலை பட்டப்படிப்பு படிப்பவர்களுக்கும், இளங்கலை முடித்துவிட்டு முதுகலை தொடர்பவர்களுக்கும் உடனடியாக வேலைக்கு செல்ல ஐஏஎஸ் ஐபிஎஸ் மற்றும் டிஎன்பிஎஸ்சி தேர்வுகளுக்கு தயார் செய்வதின் மூலம் வேலை வாய்ப்புகள் பெறுவதற்கு வாய்ப்புகள் அதிகம் உள்ளது. ஒரே விஷயம், படிக்கின்ற காலத்திலேயே பயிற்சி வழிமுறைகளை பின்பற்றுவதின் மூலம் நமக்கு கிடைக்க இருக்கக்கூடிய வேலைகளை நாம் உறுதிபடுத்திகொள்ளலாம், தொழில்முறைகல்வி படிப்பவர்களுக்கு ஏதாவது ஒரு வேலை உறுதியாக அமைய வாய்ப்பு அதிகம் காணப்படுகிறது. ஆனால் கலை மற்றும் அறிவியல் படிப்பவர்களுக்கு இந்த வாய்ப்புகள் மிக அறிது. ஆனாலும் தொழில்முறைகல்வி படிப்பவர்களும் போட்டித் தேர்வுகளில் அதிக கவனம் செலுத்தி பாஸ் செய்து விடுவது குறிப்பிடத்தக்கது. மூன்று ஆண்டுகளோ (அ) இரண்டு ஆண்டுகளோ பட்டப்படிப்பு/முதுகலை பட்டப்படிப்பு படிக்கின்ற காலத்திலேயே முழு மூச்சாக இத்தேர்வுகளுக்கு பயிற்சி செய்யும் பட்சத்தில் கண்டிப்பாக பட்டப்படிப்பு முடித்த கையோடு நாம் வேலைக்கு செல்லலாம்.

ஐஏஎஸ் ஐபிஎஸ் தேர்வுகள் ஒவ்வொரு வருடமும் ஜூலை-ஆகஸ்ட் மாதங்களில் நடத்தபடுகிறது. மூன்று நிலைகளில்

தேர்வுகள் நடத்தப்பட்டு முறையே முதன்மை தேர்வு, பிரதான தேர்வு மற்றும் நேர்காணல் ஆகியவைகளில் போட்டியாளர்களின் திறன் பரிசோதிக்கபடுகின்றன. பின் அவரவர்களின் மதிப்பெண்களுக்கு ஏற்ப ஐஏஎஸ், ஐபிஎஸ் என 23 பிரிவுகளில் பணிகள் வழங்கப்படுகின்றன. டிஎன்பிஎஸ்சி குரூப்-I தேர்வுகளும் ஆட்தேவைக்கு ஏற்ப இப்போது அடிக்கடி விண்ணப்ப அழைப்பு செய்யபடுகிறது.

யூபிஎஸ்சி-யால் நடத்தபடுகிற ஐஏஎஸ், ஐபிஎஸ் தேர்வும் டிஎன்பிஎஸ்சி-யால் நடத்தபடுகிற குரூப் தேர்வுகளும் பொது அறிவையும், மூளைத் திறன் சார்ந்த கேள்விகளைத்தான் அதிகம் உள்ளடக்கி இருக்கின்றன. உலகத்தின் பல்வேறுபட்ட நிகழ்வுகளையும், நிகழ்ந்தவைகளையும் நீங்கள் எவ்வளவு தூரம் புரிந்து வைத்துள்ளீர்கள் என்பதை சோதிப்பதற்காகவே பொது அறிவு கேள்விகள் கேட்கபடுகின்றன. மேலும் ஒரு குறிப்பிட்ட சூழ்நிலையில் உங்கள் பணியில் நீங்கள் எவ்வளவு வேகமாகவும், சாமர்த்தியமாகவும் செயல்படுகிறீர்கள் என்பதை சோதிப்பதற்காகவே லாஜிக் சம்பந்தப்பட்ட கேள்விகள் கேட்கபடுகிறது. பொது மூளைத் திறன் சம்பந்தப்பட்ட கேள்விகளுக்கு என்று பிரத்தியோகமாக புத்தகங்களும், கடந்த வருட பரீட்சைகளில் கேள்வி-பதில்களோடு நிறையவே கிடைக்கின்றன. இணையத்தளங்களிலும் சம்பந்தப்பட்ட கேள்வி-பதில்கள் வழிமுறைகளோடு பதிவிறக்கம் செய்யும் வகையில் அதிகம் காணப்படுகின்றன.

லாஜிக் கேள்விகளை சாதாரணமாக எடைபோடுவது தவறு. தினமும் இதற்கென்று நேரம் ஒதுக்கி பயிற்சி செய்வது அவசியம். செமி தாள்கள் நிறைய வாங்கி ஒவ்வொரு மாதிரி கேள்விகளையும் விடாமல் பயிற்சி செய்து பார்க்கவும். அதிகாலை நேரம் மூளை திறன் கேள்விகளுக்கு பயிற்சி செய்வது உகந்த நேரம். ஒவ்வொரு நாளும் அதிகாலை 3 மணி நேரம் இதற்கென்று செலவிடுவது அவசியமாகிறது.

பொது அறிவுக்கென்று ஆண்டுப் புத்தகம் நிறையவே கிடைக்கிறது. அறிவியல், உலக வரலாறு, உலக புவியியல், இந்திய வரலாறு, பொருளாதாரம், சமூக அவலங்கள், இந்திய அரசியல், தேசிய நிகழ்வுகள், பன்னாட்டு நிகழ்வுகள், சுற்றுப்புற சூழ்நிலையியல், போன்றவை இதில் அடக்கமாகும். இவை எல்லாவற்றையும் உள்ளடக்கிய அடிப்படை தகவல்களும், கோட்பாடுகளும் என்சிஇஆர்டி(NCERT) புத்தகங்களில் பொதிந்திருக்கின்றன. இவ்வகை புத்தகங்கள் அனைத்துமே இணையதளத்திலிருந்து இலவசமாக ஆக பதிவிறக்கம் செய்து பயன்பெறலாம்.

பொது அறிவு பாடங்களை ஒவ்வொரு நாளும் ஒவ்வொரு பாடத்திற்கும் அரை மணிநேரம் ஒதுக்கி குறிப்பெடுத்து படிப்பது அவசியம். மேற்குறிப்பிட்ட ஒவ்வொரு பாடங்களுக்கும் ½ மணிநேரம் என்ற விகிதத்தில் கணக்கிடுகிறபோது 5 மணிநேர உழைப்பு அவசியமாகிறது. இந்த 5 மணிநேரத்தை சிறிது சிறிதாக உயர்த்துகிற பட்சத்தில் பரிட்சையில் வெற்றிக்கான தூரம் குறைவாகி இலக்கை நோக்கி நம் நம்பிக்கை நம்மை உயர்த்துவது நம் கண் முன்னே உறுதியாக தெரிய வரும்.

மேலும் எடுத்துமுடித்த குறிப்புகளை எப்போதும் கூடவே வைத்திருங்கள். கல்லூரியில் எப்போது நேரம் கிடைத்தாலும் திரும்ப திரும்ப அக்குறிப்புகளை வாசிக்கும்பட்சத்தில் பச்சை மரத்தில் அடித்ததுபோல மனதில் பதிந்துவிடும். ஒவ்வொரு கருத்தும், நிகழ்வும் படிக்கிறபோது அது சம்பந்தப்பட்ட அறிவு, விரிவாக்கம் அடைவதாக உணர்க.

ஒவ்வொரு நாளும் 250-லிருந்து 300 புறநிலை கேள்விகள் (objective questions) படிப்பது, பயிற்சிஆக்குவது நன்று. அதுபோல ஒவ்வொரு கேள்வி-பதிலுடன் நீங்கள் செலவிடுகிற நேரத்தை பொருத்து அது உங்கள் நினைவில் தங்குகிறது. புறநிலை கேள்விகள் படிப்பது சாயங்கால நேரத்தில் இருக்கட்டும். மனம் சுறுசுறுப்பாக இருக்கும் நேரத்தில் விரிவாக இருக்க கூடிய பாடங்களை படித்து

குறிப்பு எடுப்பதை வழக்கமாக கொள்ளுங்கள். ஒவ்வொரு கேள்வி-பதில் படிக்கின்றபோதும் உங்கள் வாழ்க்கையை நிர்ணயிக்கின்ற நேரமாக நினைத்து மகிழ்ச்சியுடன் படிக்க பழகவும்.

பயிற்சி காலத்தில் மிக முக்கியமான கடமை டைரி எழுதுவது. ஒவ்வொரு நாளும் எந்தெந்த பாடத்தை எப்போது படிக்க போகிறீர்கள் என்பதை காலையில் எழுந்தவுடன் டைரியில் எழுதிவிடவும். எடுத்துக்காட்டாக

மூளைத்திறன்: 4-7

செய்தித்தாள்கள்: 7.15-8.15

பொது அறிவியல்: 10-11

உலக வரலாறு: 11-12

உலக புவியியல்: 12-1

இந்திய பொருளாதாரம்: 2.30-3.30

இந்திய அரசியல்: 3.30-4.30

சுற்றுப்புற சூழ்நிலையியல்: 5-6

உலக பிரச்சினைகள்: 7-8

பயிற்சியை முடித்த பிறகு தினமும் உறங்கபோகும்முன் அன்று டைரியில் என்னென்ன வேலைகளை செயலாற்றி இருக்கிறீர்கள் என்பதை டிக் செய்யவும். டைரியை தினமும் விடாமல் எழுதும் பட்சத்தில் இலக்கை நோக்கிய பாதையில் நாம் எங்கிருக்கிறோம், இன்னும் எவ்வளவு தூரம் கடக்க வேண்டும் என்பது நமக்கு தெரியவரும். போட்டி தேர்வு எழுதுபவர்களுக்கு இப்பழக்கம் மிக அவசியம். கல்லூரிக் காலங்களில் மேற்கூறிய நேர அட்டவணையை தகுந்தாற்போல மாற்றிக்கொள்ளவும். நம் இலக்கை அடைவதற்கு நேரத்தை திருடுவது தவறு அல்ல.

செய்தித் தாள்களில் இருந்து அன்றாட நிகழ்வுகளை குறிப்பெடுத்து பதிவு செய்வது தினசரி கடமைகளில் ஒன்று ஆகும். எந்த தினசரி பத்திரிக்கை வரலாற்றோடு செய்திகளை ஆய்வு செய்து தருகிறதோ அந்த பத்திரிக்கை போட்டி தேர்வுகளுக்கு மிகவும் பயன்பாடாக இருக்கும். தேசிய நிகழ்வுகளுக்கும், பன்னாட்டு நிகழ்வுகளுக்கும் தனித்தனியே நோட்டுகளை வைத்து குறிப்பு எடுக்கவும். நேரம் கிடைக்கும் போதெல்லாம் குறிப்புகளை திரும்பத் திரும்ப வாசித்து கொண்டே இருப்பது பயிற்சியின் முக்கிய அங்கம்.

எந்த ஒரு நிகழ்வையும் (அ) கருத்தையும் படிக்குமுன் அது சார்ந்த கேள்விகளை நிறைய எழுப்பி எழுதி கொள்ளவும். உதாரணத்திற்கு சுற்றுப்புற சூழல் மாசுபடுதல்; ஓசோன் மண்டலம் பாழாதல்; பூமி வெப்பமடைதல்; பனிப்பாறைகள் உருகுதல்; கடல்நீர்மட்டம் உயருதல்; மக்களுக்கு ஆபத்து ஏற்படல். இதுபோல ஒவ்வொரு கருத்தையும் "ஏன்" என்ற கேள்விகளை எழுப்பி படிப்பதற்கு சாக்ரடியன் மாடல் (அ) டியாலேக்டிக்(Dialectic) முறைமை என்று பெயர். பின் இது சம்பந்தப்பட்ட புத்தகங்களை படிக்கும்போது சிறிது சிறிதாக பதில்கள் கிடைத்து தெளிவு பிறக்கும்.

பயிற்சி கால கட்டத்தில் மன இயல்பை எப்போதும் படித்தை பற்றி மட்டுமே சிந்தித்துகொண்டும், தொடர்புபடுத்திக்கொண்டும் இருப்பது நன்று. உதாரணத்திற்கு ஒளிவிளக்கை பார்க்கின்றீர்கள்; உடனே இதை கண்டுபிடித்தது யார், எப்படி, எப்போது, எங்கே, பயன்கள் என்று மனதை ஒருமுகப்படுத்தி பயிற்சிக்கு உள்ளாக்குகிறபோது ஒவ்வொரு நாளும் நம்பிக்கை பெருக அதிக வாய்ப்பு உள்ளது.

பொது அறிவு வினாக்களை பொருத்தவரை ஒவ்வொரு நிகழ்வையும் (அ) கருத்தையும் பற்றி 10-லிருந்து 15 அடுக்கு தகவல்களை குறிப்பெடுப்பது அவசியமும் போதுமானதுமாக

இருக்கிறது. எடுத்துக்காட்டாக காந்தியை பற்றி படிக்கின்றீர்கள். காந்தி தெற்கு ஆப்ரிக்காவிலிருந்து திரும்பிய ஆண்டு; இந்திய தேசிய காங்கிரஸில் பங்கு; மாண்டேகு-செம்ச்போர்ட் சீர்திருத்தங்கள்; மத பிரதிநிதித்துவம்; ஜாலியன்வாலாபாக் படுகொலை; ஒத்துழையாமை இயக்கம்; சட்ட மறுப்பு இயக்கம்; வட்ட மேஜை மாநாடுகள்; காந்தி-இர்வின் ஒப்பந்தம்; உப்பு சத்யாகிரகம்; வெள்ளையனே வெளியேறு இயக்கம்; கிரிப்ஸ் மிசன்; நேரு-காந்தி; பட்டேல்-காந்தி, அம்பேத்கர்-காந்தி; நடப்பு உலகில் காந்தியாவாதம். மேற்கூறியது போல படிக்கின்ற அத்துனை விஷயத்திற்கும் 15-அடுக்கு தகவல் சேகரிப்பு மற்றும் குறிப்பெடுத்தல், ஊர்ஜிதமாக உங்கள் வெற்றியை உறுதிப்படுத்துகிறது.

திரும்ப திரும்ப பொது அறிவு பாடங்களை படிப்பது நாம் மறந்து போகாமல் இருப்பதற்கு வழிவகுக்கிறது.

இவை யாவையும் தாண்டி இந்த நிமிடம், இந்த வேளையில் நம் இலக்கினை நோக்கி நாம் என்ன செய்யலாற்றிக்கொண்டிருக்கிறோம் என்ற விழிப்புணர்வும், ஆத்ம ரீதியான உழைப்புமே நம்மை இவ்வகையான தேர்வுகளில் வெற்றிபெற செய்யும்.

REFERENCES

1. Adeniran, T. (1975). 'The Search for a Theory of Political Development', Transition, (48), 25-28

2. Dahl, Robert A. (1961). "The Behavioral Approach in Political Science; Epitaph for a Monument to a Successful Protest." Americon Political Science Review, 55(Dec.): 763-72.

3. Easton, David. (1953). The Politico System. New York: A. A. Kncpf.

4. Bottomore, Tom. (1993). Political Sociology, Pluto Press, London.

5. Lasswell, H.D. (1936) Politics Who gets What, When and How, New York.

6. Charlesworth, James. C (1967) Contemporary Political Analysis, Free Press, New York.

7. Verma, S.P. (2008) Modern Political Theory, Vikas, New Delhi.

8. Easton, David (2000) The Political System, Scientific Book Agency, Calcutta.

9. Almond, Gabriel and G.B. Powell (2001) Comparative Politics: A Developmental Approach, Oxford IBH, NewDelhi.

10. Lipset S.M ed. (1972) Politics and Social Sciences, Wiley Eastern, Delhi.

11. Apter, David. E. (1965) The Politics of Modernization, University of Chicago Press.

12. Easton, David, (1965) A System Analysis of Political Life, London.

13. Miliband, Ralph. (1977) Marxism and Politics, OUP, Oxford.

14. Bottomore, Tom. (1993) Elites and Society, Routledge, Oxon.

15. Young, Oran. R. (1998) Systems of Political Science, Prentice Hall Inc., Cliffs.

16. Eckstein, (1988). A Culturalist Theory of Political Change. LXXXII, 1203-1230.

17. Almond, Gabrial A. and Sydney Verb. (1972). The Civic Culture. New Jersey: Princeton University Press

18. International Encyclopaedia of the Social Science. (1968). Definition of Political Culture. New York: Macmillan

19. Comprehensive Modern Political Analysis. (2002). India: Atlantic Publishers & Distributors (P) Limited.

20. Dahl, R. A. (1970). Modern political analysis. India: Prentice-Hall.

21. Brode, John. (1969). The Process of Modernization: An Annotated Bibliography of the Sociocultural Aspects of Development. Cambridge, MA: Harvard University Press.

22. Garbett, G. K. (1970). 'The Analysis of Social Situations', Man (n.s.), 5 (2): 214–227

23. Kapferer, B. (2005). 'Coda: Recollections and Refutations', Social Analysis: The International Journal of Social and Cultural Practice, 49 (3): 273–283

24. Maheswari, S.R. (2001). Comparative Government and Politics. Agra: Laxmi Narain Agarwal.

25. Ray, S.N. (2006). Modern Comparative Politics. New Delhi: Prentice Hall of India Private Limited.

26. Johari, J.C. (2017). Comparative Politics. New Delhi: Sterling Publishers (P) Ltd.